ಕಾಡು ಕಾಡ್ತು

ರೇಖಾ ಹೆಗಡೆ ಬಾಳೇಸರ

ಬಹುರೂಪಿ
ಎಂಬೆಸಿ ಸೆಂಟರ್, 111, ಮೊದಲನೇ ಮಹಡಿ, ಕ್ರೆಸೆಂಟ್ ರಸ್ತೆ,
ಕುಮಾರಪಾರ್ಕ್ ಈಸ್ಟ್, ಬೆಂಗಳೂರು 560 001.
ದೂರವಾಣಿ: 70191 82729

97

KAADU KAADTU

An autobiographical sketch of the life in a forest

By **Rekha Hegde Balesara** / M: 99161 42812

Published By **Bahuroopi**

Embassy Centre, 111, First Floor, Crescent Road,

Kumarapark East, Bangalore 560001

editor@bahuroopi.in

Mobile | Whats App Bookstore: **70191 82729**

online book store: **bahuroopi.in**

ISBN: 978-81-964346-2-5

First Edition: December 2023

Pages: 100 |

Cover and Inside Design: **Sagar M S**

illustrations courtesy: Internet

ಕಾಡಿನೊಡಲಲ್ಲಿ ನನ್ನನ್ನು ಬೆಳೆಸಿದ್ದಲ್ಲದೇ,

ಅದರೆಡೆಗಿನ ಎಲ್ಲ ಕುತೂಹಲ,

ಪ್ರೀತಿ, ಒಡನಾಟಗಳನ್ನೂ ಪೋಷಿಸಿದ

ಅಪ್ಪ- ಅಮ್ಮ

ಶ್ರೀ ಭಾಸ್ಕರ ಹೆಗಡೆ

ಶ್ರೀಮತಿ ಚಂದ್ರಮತಿ ಹೆಗಡೆ

ಇವರಿಗೆ ಈ ಕೃತಿ

ಕಾಡಿನೊಳಗಿದ್ದೂ...

ನಾನು ಬಾಲ್ಯದ ಮೊದಲಾರು ವರ್ಷಗಳನ್ನು ಕಳೆದ ಹನುಮಾಪುರ, ಉತ್ತರ ಕನ್ನಡದ ಮುಂಡಗೋಡು ತಾಲ್ಲೂಕಿನ ಒಂದು ಕುಗ್ರಾಮ. ಆ ಸಮಯದಲ್ಲಿ ವಿದ್ಯುತ್, ಟಾರು ರಸ್ತೆ, ಬಸ್ ಸಂಪರ್ಕ ಏನನ್ನೂ ಕಾಣದ, ಶಾಲೆಯಿದ್ದೂ ಉತ್ತಮ ಶಿಕ್ಷಕರಿಲ್ಲದ ಕಾಡು ಹಳ್ಳಿ. ಹೇರಳ ಜನಸಂಖ್ಯೆ, ಧಾರಾಳ ಬಡತನ, ಅನಕ್ಷರತೆ– ಇವಿಷ್ಟೇ ಆಗ ಆ ಊರಿನ ಆಸ್ತಿ. ಅಂಥ ಪರಿಸರದ ಊರಿನಿಂದ ಸುಮಾರು ಒಂದು ಮೈಲು ದೂರದ ದೇವಗುಂಡಿ ಎಂಬಲ್ಲಿ ನಮ್ಮ ಒಂಟಿ ಮನೆ ಮತ್ತು ಜಮೀನು. ದೇವಗುಂಡಿಯಲ್ಲಿ ವಾಸವಿದ್ದರೂ, ನಮ್ಮ ಮನೆಯನ್ನು ನಾವು ಹನುಮಾಪುರದ ವಿಸ್ತರಣೆ ಎಂದೇ ಗುರುತಿಸುತ್ತಿದ್ದೆವು.

ಅಷ್ಟು ಜನಸಂಪರ್ಕ ಬಿಟ್ಟರೆ ಉಳಿದಂತೆ ಕಾಡು, ಕಾಡು ಮತ್ತು ಎಲ್ಲೆಲ್ಲೂ ಕಾಡು. ಮನೆಯ ಎದುರಿದ್ದ ದೇವಗುಂಡಿ ಕೆರೆ, ಅದಕ್ಕೆ ತಾಗಿ ಇದ್ದ ಒಂದಿಷ್ಟು ಗದ್ದೆ ಬಯಲು, ಸುಮಾರು ಒಂದೂವರೆ ಮೈಲು ದೂರದಲ್ಲಿ ಕಾಡ ನಡುವಲ್ಲಿದ್ದ ಮಾಸ್ತ್ಯಮ್ಮನ ಗುಡಿ ಮತ್ತು ಅದರ ಹೆಸರನ್ನೇ ಹೊತ್ತ ಸನಿಹದ ಹಳ್ಳ, ಕೂಲಿ ಕೆಲಸಕ್ಕೆ ಬರುತ್ತಿದ್ದ ಊರಿನ ಜನ, ಮನೆಯ ಸದಸ್ಯರಾಗಿದ್ದ ದನಕರುಗಳು, ನಾಯಿ ಬೆಕ್ಕುಗಳು– ಇವೆಲ್ಲ ನಮ್ಮ ಒಡನಾಟದ ಅವಿಭಾಜ್ಯ ಅಂಗಗಳಾಗ. ಇವಷ್ಟೇ ಅಲ್ಲದೇ ಒಂದಿಲ್ಲೊಂದು ರೀತಿಯಲ್ಲಿ ನಮ್ಮ ಬದುಕಿನೊಂದಿಗೆ ತಳಕು ಹಾಕಿಕೊಂಡಿದ್ದ ಹುಲಿ, ಕಿರುಬ, ಆನೆ, ಹಂದಿ, ಮಂಗಗಳಂತಹ ಕಾಡು ಪ್ರಾಣಿಗಳೂ ಅನಿವಾರ್ಯ ಒಡನಾಡಿಗಳೇ ಆಗಿದ್ದವು.

ಇಲ್ಲಿ ನಾವು ಎಂದರೆ ನಾನು, ಅಪ್ಪ–ಅಮ್ಮ, ನನಗೆ ಚಿಕ್ಕಪ್ಪನಂತಿದ್ದ ಗೋಪಾಲಣ್ಣ, ಆತನ ಪತ್ನಿ ಗೌರತ್ತಿಗೆ ಮತ್ತು ಅಕ್ಟೋಬರ್, ಮೇ ರಜೆಗಳಲ್ಲಿ ನಮ್ಮನ್ನು ಸೇರಿಕೊಳ್ಳುತ್ತಿದ್ದ ಅಣ್ಣ–ಅಕ್ಕ. ಮುಂದೆ ಶಾಲೆಗೆ ಸೇರಿ ವಲಸೆ ಹಕ್ಕಿಯಾದ ನಾನೂ ಅಣ್ಣ–ಅಕ್ಕನವರಂತೆ ರಜಾಕಾಲದ ವಿದ್ಯಮಾನವಾದೆ. ಸುಮಾರು ಮೂವತ್ತಾರು ವರ್ಷ ಹನುಮಾಪುರದಲ್ಲಿ ಜೀವನ ಮಾಡಿದ ಅಪ್ಪ, ಈಗೊಂದು ಹತ್ತು ವರ್ಷಗಳ ಹಿಂದೆ ಅನಿವಾರ್ಯ ಕಾರಣಗಳಿಂದ ಅಲ್ಲಿಯ ಜಮೀನು ಮಾರಿ, ತನ್ನ ಹುಟ್ಟೂರಾದ ಸಿದ್ದಾಪುರ ತಾಲ್ಲೂಕಿನ ಬಾಳೇಸರಕ್ಕೆ ವಾಪಸ್ಸಾಗಿದ್ದಾನೆ. ಹನುಮಾಪುರದಿಂದ ದೂರವಾಗಿ ಎಷ್ಟೇ ಕಾಲವಾದರೂ, ಬಿಟ್ಟು ಬರುವ ಮುನ್ನ ಕಟ್ಟಿಕೊಂಡು ಬಂದ ಬುತ್ತಿ ನೆನಪುಗಳು ಇನ್ನೂ ತಾಜಾ ಇವೆ. ಬಾಲ್ಯದ ವಿವಿಧ ಹಂತಗಳಲ್ಲಿ ಅಲ್ಲಿನ ಪರಿಸರದ ಜೊತೆ ನಡೆಸಿದ ಗುದುಮುರಿಗೆ, ಗೆಳೆತನಗಳ ನೆನಪೆಲ್ಲ ಇಂದಿನ ಧಾವಂತದ ಬದುಕಿನಲ್ಲೂ ಮಳೆಗಾಲದ ಹಬ್ಬಗಳಂತೆ ಪದೇ ಪದೆ ಎದುರಾಗಿ ತನಿಸು ಉಣಿಸುತ್ತಿವೆ. ನನ್ನೊಳಗಿನ ಬರಹಗಾರ್ತಿಯನ್ನು ಕಟ್ಟಿದ ಪ್ರೋಟಿನ್‌ಗಳು ಅವು.

ಅಡವಿಯೆಂದರೆ ಅದೇನು ಹುಚ್ಚೋ... ನನ್ನ ಬಾಲ್ಯ, ಹದಿಹರೆಯ ದಿನಗಳಲ್ಲಿ ಪುಸ್ತಕಗಳನ್ನು ಬಿಟ್ಟರೆ ನಾನು ಅತಿಹೆಚ್ಚು ಪ್ರೀತಿಸಿದ್ದು ಅಡವಿಯನ್ನು. ಮುಗಿಲಿಗೆ ಏಣಿ ಚಾಚುವ ಸಾಗವಾನಿ, ಮತ್ತಿ, ಹೆದ್ದೇಗ, ಬೀಟೆ ಮರಗಳು, ಗಾಳಿ ಬೀಸಿದಾಗೆಲ್ಲ ಒಂಥರಾ 'ಸುಂಯ್' ಎಂದು ಸದ್ದು ಮಾಡುವ ಬಿದಿರು ಮಟ್ಟಿಗಳು, ಆ ಮಟ್ಟಿಗಳ ಬುಡದಲ್ಲಿ ಬಿದ್ದಿರುತ್ತಿದ್ದ ಪುಟ್ಟ ಪುಟ್ಟ ನವಿಲು ಗರಿಗಳು, ನುಣ್ಣನೆ ನುಣುಪಿನ ನಂದಿ–ಬಿರು ಬಿರುಸಿನ ಮತ್ತಿ ಮರಗಳು, ಕಾಡುಹಣ್ಣುಗಳನ್ನು ಎತ್ತಿ ಒಗೆದು ಕೊಕ್ಕಿನಲ್ಲಿ ಕ್ಯಾಚ್ ಮಾಡುತ್ತಿದ್ದ ಕೊಕ್ಕಾನಕ್ಕಿ (ಮಂಗಟ್ಟೆ)ಗಳು, ಚಂದದ ತೊಗಲಿನ ಕ್ಯಾಸಳಿಲು (ಮಲಬಾರ್ ಅಳಿಲು)... ಒಂದೊಂದು ಸ್ಪರ್ಶ, ಒಂದೊಂದು ಗಾನ, ಒಂದಿನಿತು ಮೌನ ಎಲ್ಲ ನನ್ನೊಳಗಿನ ಅಂತರ್ಮುಖಿ ಜೀವವನ್ನು ಬೆಚ್ಚಗೆ ತಬ್ಬಿಕೊಂಡ ಭಾವಗಳು. ನಾನು ಆಡದ ಮಾತುಗಳನ್ನು, ಹಾಡದ ಹಾಡನ್ನು ಒಂದು ಸೊಲ್ಲೂ ಬಿಡದೇ ಸಂಪೂರ್ಣ ಕೇಳಿಸಿಕೊಂಡವು ನನ್ನೂರ ಕಾಡು, ಮರ, ಕೆರೆ, ಕಲ್ಲುಗಳು.

ಯಾವುದೋ ಒಂದು ಮರದ ಕೈಗೆಟಕುವ ಕೊಂಬೆ ಹತ್ತಿ ಕೂತು, ಕೈಲೊಂದು ಪುಸ್ತಕ ಹಿಡಿದು, ಚಿಲಿಪಿಲಿ ಹಕ್ಕಿಗಳ ಕೂಗು ಆಲಿಸುತ್ತಾ ಹಗಲುಗನಸಿನ ಲೋಕದಲ್ಲಿ ಕಳೆದುಹೋಗುತ್ತಿದ್ದ ಆ ಕ್ಷಣಗಳು ಆನಂದದ ತುರೀಯಾವಸ್ಥೆಯ ಕ್ಷಣಗಳೇ ಸೈ. ಅಂಥದ್ದೊಂದು ದಿವ್ಯಾನುಭೂತಿಯನ್ನು ದಿನದಿನ ದಯಪಾಲಿಸುತ್ತಿದ್ದ ಹನುಮಾಪುರದ ಪರಿಸರ, ಸುತ್ತಲಿನ ಕಾಡು ಹಾಗೂ ಅವುಗಳ ಜೊತೆಗಿದ್ದ ನನ್ನ ಒಡನಾಟದ ನೆನಪುಗಳ ಸಂಕಲನ ಇದು.

ಮೊದಲ ಹೊತ್ತಿಗೆ ಹೊರಬರುತ್ತಿರುವ ಈ ಹೊತ್ತಿನಲ್ಲಿ ನನ್ನ ಬರವಣಿಗೆಯ ಯಾನದಲ್ಲಿ ಸ್ಫೂರ್ತಿಯಾಗಿ, ಗುರುಗಳಾಗಿ, ದಾರಿ ತೋರಿ ನಿಂತವರನ್ನು ಸ್ಮರಿಸಲಿಚ್ಛಿಸುತ್ತೇನೆ. ಎಳವೆಯಿಂದಲೇ ಪುಸ್ತಕ ಪ್ರೀತಿಯನ್ನು ಬೆಳೆಸಿದ ಅಪ್ಪ–ಅಮ್ಮ, ಬರವಣಿಗೆಯ ರುಚಿ ಹತ್ತಿಸಿ ಮಾರ್ಗದರ್ಶನ ಮಾಡಿದ ಹಿರಿಯ ಪತ್ರಕರ್ತ ಶ್ರೀ ನಾಗೇಶ ಹೆಗಡೆಯವರು, ಪತ್ರಿಕೋದ್ಯಮದ ಅಆಇಈ ಕಲಿಸಿದ ಗುರುಗಳಾದ ಶ್ರೀ ವಿಶ್ವೇಶ್ವರ ಭಟ್ಟರು, ಉದ್ಯೋಗ ನೀಡಿದ್ದಲ್ಲದೇ ನನ್ನ ಲೇಖನಗಳನ್ನು ಪ್ರಕಟಿಸಿ, ಪ್ರೋತ್ಸಾಹಿಸಿದ 'ಪ್ರಜಾವಾಣಿ' ಬಳಗ, ಈ ಪುಸ್ತಕವನ್ನು ಸುಂದರವಾಗಿ ಪ್ರಕಟಿಸುವ ಮೂಲಕ ನನ್ನ ಬಹುದಿನದ ಕನಸನ್ನು ನನಸು ಮಾಡುತ್ತಿರುವ 'ಬಹುರೂಪಿ' ಪ್ರಕಾಶನ ಮತ್ತು ಶ್ರೀ ಜಿ.ಎನ್.ಮೋಹನ್ ಸರ್ ಹಾಗೂ ನನ್ನೆಲ್ಲ ಬರಹಗಳ ಮೊದಲ ಓದುಗ ಕಮ್ ವಿಮರ್ಶಕರಾದ ಪತಿ ಶ್ರೀ ಜಯರಾಮ್ ಹೆಗಡೆ ಅವರಿಗೆ ನಾನು ಚಿರಋಣಿ.

ನನಗೆ ಸಲಹೆಗಳನ್ನು ನೀಡಿ, ಬರಹಗಳನ್ನು ಬರೆಸಿ, ಓದಿ ಬೆನ್ನುತಟ್ಟಿದವರ ಪಟ್ಟಿ ದೊಡ್ಡದಿದೆ. ಅವರಿಗೆಲ್ಲ ನನ್ನ ಮನಸ್ಸಿನಲ್ಲಿ ದೊಡ್ಡ ಜಾಗವಿದೆ.

– ರೇಖಾ ಹೆಗಡೆ ಬಾಳೇಸರ

ಮನೆಯಂಗಳದ ಸಫಾರಿ

ಕಾಡಿನಂಚಿನಲ್ಲೇ ವಾಸಿಸುತ್ತಿದ್ದುದರಿಂದ ಅಲ್ಲಿನ ವೈವಿಧ್ಯಮಯ ಜೀವರಾಶಿ ನಮಗೆ ಅಪರಿಚಿತವಾಗಿರಲಿಲ್ಲ. ಸುಳಿವನ್ನೇ ನೀಡದೇ ಒಮ್ಮಿಂದೊಮ್ಮೆಗೆ ಪ್ರತ್ಯಕ್ಷವಾಗಿ, ನಾವು ಕಣ್ಣು ಹೊಸಕಿಕೊಂಡು ಮರು ದೃಷ್ಟಿ ಹರಿಸುವಷ್ಟರಲ್ಲಿ ಮಾಯವಾಗುತ್ತಿದ್ದ ಮಾಯಾವಿಗಳು ಹಲವಾದರೆ, ತಮ್ಮ ಉಪಟಳದಿಂದ ಶಾಶ್ವತವಾದ ತಣ್ಣನೆಯ ಭಯವನ್ನು ಮೂಡಿಸಿದ್ದ ಮೃಗಗಳು ಕೆಲವು. ಇಂದು ಮೃಗಾಲಯಗಳಿಗೆ ಸೀಮಿತವಾಗಿರುವ ಹಲವು ಅಪರೂಪದ ಜೀವಿಗಳನ್ನು ನನಗೆ, ಅಣ್ಣ–ಅಕ್ಕನಿಗೆ ಬಾಲ್ಯದಲ್ಲೇ ಪರಿಚಯಿಸಿತ್ತು ಮನೆ ಹಿಂದಿನ ಕಾಡು.

ಆ ದಿನಗಳ ಮಟ್ಟಿಗೆ ಅತಿಕ್ರಮಣದ ಆತಂಕವಿಲ್ಲದೇ, ಕಳ್ಳ ನಾಟಾ ದಂಧೆಯವರ ಮಿತಿ ಮೀರಿದ ಕಾಟವಿಲ್ಲದೇ ಸಮೃದ್ಧವಾಗಿ ಹಸಿರನ್ನು ಹಾಸಿ ಹರಡಿಕೊಂಡಿದ್ದ ಆ ಕಾಡಿಗೆ ಮುಕುಟವಿಲ್ಲದ ಮಹಾರಾಜ ಹುಲಿ. ಕರಡಿ, ಕಿರುಬ, ಕಾಡುಕೋಣ/ಎಮ್ಮೆ, ಜಿಂಕೆ, ಮೊಲ, ಕಾಡುಕುರಿ/ಕೋಳಿ, ಅಳಿಲು–ಕ್ಯಾಸಳಿಲು (ಮಲಬಾರ್ ಕೆಂಪು ಅಳಿಲು), ಹಂದಿಯಾದಿಯಾಗಿ ಅದರ ಪ್ರಜೆಗಳು. ಈ ಪೈಕಿ ಕರಡಿ, ಕಿರುಬ, ಹಂದಿಗಳು ಭಿನ್ನಮತೀಯ ನಾಯಕರಂತೆ ತಮ್ಮದೇ ಪ್ರತ್ಯೇಕ ಅಸ್ತಿತ್ವವನ್ನು ಸಾರಲು ಆಗಾಗ ಪ್ರಯತ್ನಿಸುತ್ತ ಸುದ್ದಿ ಮಾಡುತ್ತಿದ್ದವು. ಇನ್ನು ನೆರೆಯ ಪ್ರದೇಶಗಳಿಂದ ಜೈತ್ರಯಾತ್ರೆಗೆಂದು ಬಂದು, ತಮ್ಮ ಬಲ ಪ್ರದರ್ಶಿಸಿ, ಭಯ ಹುಟ್ಟಿಸಿ ಹೋಗುತ್ತಿದ್ದ ಆನೆಗಳಂಥ ಅತಿಥಿಗಳು ಬೇರೆ.

ಮಳೆಗಾಲದ ದಿನಗಳಲ್ಲಿ ಮಾಸ್ತ್ಯಮ್ಮದ ಕಡೆಯ, ಇತರ ಒಳಪ್ರದೇಶಗಳ ದಟ್ಟಡವಿಗಳನ್ನು ಹೊಕ್ಕುವುದೆಂದರೆ ಎಂಥ ಧೈರ್ಯವಂತರಿಗೂ ಭಯ ಕಾಡುತ್ತಿತ್ತು. ಕಾರಣ ಕರಡಿಗಳು. ಹುಲಿ ಓಡಾಡುವಂಥ ಕೆಲ ಜಾಗಗಳಲ್ಲೂ ಅಗತ್ಯ ಬಿದ್ದಾಗ ನಿರಾತಂಕವಾಗಿ ಹೋಗಿ ಬರುತ್ತಿದ್ದ ಅಪ್ಪ-ಗೋಪಾಲಣ್ಣ ಸಹ, ಮಳೆಗಾಲದಲ್ಲಿ ಕರಡಿಯ ಕ್ಷೇತ್ರವನ್ನು ಅವಾಯ್ಡ್ ಮಾಡುತ್ತಿದ್ದರು. ಕರಡಿ ಸಾಮಾನ್ಯವಾಗಿ ಅಂಜುಬುರುಕ ಪ್ರಾಣಿ. ಬಹುತೇಕ ಪ್ರಾಣಿಗಳಂತೆ ಅದೂ ಮನುಷ್ಯರಿಂದ, ಇತರ ಬಲಶಾಲಿ ಪ್ರಾಣಿಗಳಿಂದ ಆದಷ್ಟೂ ದೂರವಿರಲು ಬಯಸುತ್ತದೆ. ಆದರೆ ಮಳೆಗಾಲದಲ್ಲಿನ ಸ್ಥಿತಿಯೇ ಬೇರೆ. ಆಗ ಸಾಮಾನ್ಯವಾಗಿ ಮರಿ ಹಾಕುವ ಹೆಣ್ಣು ಕರಡಿ, ತನ್ನ ಕುಡಿಗಳ ರಕ್ಷಣೆಯ ವಿಷಯದಲ್ಲಿ ತೀರಾ ಆಕ್ರಮಣಶೀಲವಾಗಿರುತ್ತದೆ. ತನ್ನ ವ್ಯಾಪ್ತಿಯೊಳಗೆ ಬೇರೆ ಬಲಶಾಲಿ ಪ್ರಾಣಿ ಬಂತೆಂದರೆ ಯಾವುದೇ ಪ್ರಚೋದನೆ ಇಲ್ಲದೆಯೂ ಅದು ಆಕ್ರಮಣಕ್ಕಿಳಿಯುವ ಸಾಧ್ಯತೆ ಇರುತ್ತದೆ.

ಒಂದು ಮುಂಜಾವಿನಲ್ಲಿ ಚಿಟಗೇರಿಯ ಪುಟ್ಟಪ್ಪ ಮತ್ತವನ ಹೆಂಡತಿ ಕಾಡಿನ ದಾರಿಯಲ್ಲಿ ನಮ್ಮೂರಿಗೆ ಬರುತ್ತಿದ್ದರು. ಚಿಟಗೇರಿ ನಮ್ಮೂರಿನಿಂದ ಸುಮಾರು ನಾಲ್ಕು ಮೈಲು ದೂರದಲ್ಲಿದೆ. ನಡುವೆ ದಟ್ಟ ಕಾಡು. ಅವರ ಪಾಡಿಗೆ ಅವರು ಮಾತನಾಡುತ್ತ ಬರುತ್ತಿರಬೇಕಾದರೆ, ಅದೆಲ್ಲಿತ್ತೋ, ಒಂದು ಭಾರಿ ಕರಡಿ ಅವರ ಮೇಲೆರಗಿತು. ದಿಕ್ಕಾಪಾಲಾದ ಹೆಂಡತಿ ಗುಡ್ಡದ ಇಳಿಜಾರಿನಲ್ಲಿದ್ದ ಮಾಸ್ತ್ಯಮ್ಮನ ಹಳ್ಳದತ್ತ ಓಡಿದರೆ, ಪುಟ್ಟಪ್ಪ ಬಂದ ದಾರಿಯಲ್ಲೇ ಗುಡ್ಡ ಏರಿ ಓಡಿದ. ಕರಡಿಗೆ ಗುಡ್ಡ ಇಳಿಯುವುದಕ್ಕಿಂತ ಏರುವುದು ಸುಲಭ ನೋಡಿ, ಪುಟ್ಟಪ್ಪನ ಬೆನ್ನಟ್ಟಿತು. ಅವನನ್ನು ನೆಲಕ್ಕೆ ಕೆಡವಿ, ಉಗುರುಗಳಿಂದ ಆಕ್ರಮಣ ಆರಂಭಿಸಿತು. ಇದನ್ನು ದೂರದಿಂದಲೇ ಕಂಡ ಹೆಂಡತಿ ಇನ್ನು ಅವನನ್ನು ತನ್ನಿಂದಂತೂ ಪಾರು ಮಾಡಲಾಗುವುದಿಲ್ಲ ಎಂದುಕೊಂಡು, ಎರಡು ಮೈಲು ದೂರದ ಹನುಮಾಪುರಕ್ಕೆ ಓಡಿ ಬಂದು ವಿಷಯ ತಿಳಿಸಿದಳು. ಊರ ಜನ ಬಡಿಗೆ, ಹಾರೆ ಹಿಡಿದುಕೊಂಡು ಹೋಗಿ ನೋಡುವ ಹೊತ್ತಿಗೆ ರೋಷ ತೀರಿದ ಕರಡಿ ಪರಾರಿಯಾಗಿತ್ತು. ಹಣ್ಣುಗಾಯಿ, ನೀರುಗಾಯಿ ಆಗಿ ರಕ್ತದ ಮಡುವಿನಲ್ಲಿ ಬಿದ್ದಿದ್ದ ಪುಟ್ಟಪ್ಪನಲ್ಲಿ ಇನ್ನೂ ಕುಟುಕು ಜೀವವಿತ್ತು. ಆಮೇಲೆ ನಡೆದ ಆಸ್ಪತ್ರೆವಾಸ, ಪರಿಹಾರ ಪ್ರಹಸನದ್ದೇ ದೊಡ್ಡ ಕಥೆ ಬಿಡಿ.

ಮತ್ತೊಮ್ಮೆ ವಿರಾಜಪ್ಪ ಎಂಬ ಇನ್ನೊಬ್ಬ ಗಂಡಸು ಬೆದೆಗರಡಿಯ ಕೈಗೆ ಸಿಕ್ಕಿ ಪಟ್ಟ ಪಡಿಪಾಟಲು ಅಷ್ಟಿಷ್ಟಲ್ಲ. ಗ್ರಾಮದ ದೇವಸ್ಥಾನವೊಂದರ ಪೂಜಾರಿ ಆಗಿದ್ದ ವಿರಾಜಪ್ಪ ಹರಕೆಯ ಭತ್ತ ಸಂಗ್ರಹಿಸಲೆಂದು ಪಕ್ಕದೂರಿಗೆ ಹೊರಟಿದ್ದ. ಮಾರ್ಗ ಮಧ್ಯೆ ಕಾಡಿನ ಗರ್ಭದಲ್ಲಿ ಬೆದೆಗೆ ಬಂದಿದ್ದ ಹೆಣ್ಣುಕರಡಿಯೊಂದು ಅವನನ್ನು ಅಡ್ಡಹಾಕಿತು. ತಪ್ಪಿಸಿಕೊಳ್ಳಲು ಕೊಡದೇ ಅವನ ಮೇಲೆರಗಿದ ಕರಡಿ, ಅವನಲ್ಲಿ ತನ್ನ ಸಂಗಾತಿಯನ್ನು ಹುಡುಕತೊಡಗಿತೇನೋ. ಹೊರಳಿಸಿ, ತಿರುಗಿಸಿ, ಅಪ್ಪಿ, ಮುದ್ದು

ಮಾಡಿ... 'ಕರಡಿ ಮುದ್ದು' ಎಂಬ ನುಡಿಗಟ್ಟನ್ನು ಅರಿತವರಿಗೆ ಕರಡಿಯ ತೆಕ್ಕೆಯಲ್ಲಿ ಸಿಕ್ಕಿಕೊಳ್ಳುವ ಪರಿಯ ಕಲ್ಪನೆ ಇರಬಹುದು. ಅಂತೂ ಇಂವ ತನಗೆ ಬೇಕಾದವನಲ್ಲ ಎಂದು ಆ ಕರಡಿ ಮನಗಂಡು ಬಿಟ್ಟು ಹೋಗುವ ಹೊತ್ತಿಗೆ ವಿರಾಜಪ್ಪನ ಮೈಯೆಂಬುದು ಸಿಪ್ಪೆ ಸುಲಿದ ಅಪ್ಪೆ ಹಣ್ಣಿನಂತಾಗಿತ್ತು. ಆತ ದಿನಾ ಪೂಜೆ ಸಲ್ಲಿಸುತ್ತಿದ್ದ ದೇವರ ಅನುಗ್ರಹವಿರಬೇಕು, ವಿರಾಜಪ್ಪ ಯಾರೋ ದಾರಿಹೋಕರ ಕಣ್ಣಿಗೆ ಬಿದ್ದು, ಬದುಕುಳಿದ. ಅವನಷ್ಟೇ ಅಲ್ಲ, ನಮ್ಮೂರಿನ ಆಸುಪಾಸು ಕರಡಿಯ ಕೈಯಲ್ಲಿ ಸಿಕ್ಕಿಕೊಂಡಿದ್ದ ಹೆಚ್ಚುಕಮ್ಮಿ ಎಲ್ಲರೂ ಬದುಕುಳಿದಿದ್ದಾರೆ, ಬದುಕಿಡೀ ಕಾಡುವ ಕರಾಳ ನೆನಪುಗಳೊಂದಿಗೆ.

ಈ ಪೈಕಿ ನನಗೆ ತೀರಾ ರೇಜಿಗೆ ಹುಟ್ಟಿಸಿದ ಪ್ರಕರಣ ಸಣ್ಣಪ್ಪನದು. ಇಲ್ಲಿ ರೇಜಿಗೆ ಹುಟ್ಟಿದ್ದು ಕರಡಿಯ ಬಗೆಗಲ್ಲ, ಮನುಷ್ಯರ ದುರಾಶೆ, ಅವಕಾಶವಾದಿ ಧೂರ್ತತೆಯ

ಬಗ್ಗೆ. ಸಣ್ಣಪ್ಪ ನಮ್ಮೂರಿನಲ್ಲಿ ಹೆಸರು ಮಾಡಿದ್ದ ಬೇಟೆಗಾರ. ಈಡು ತುಂಬಿ, ಬಂದೂಕು ಹೆಗಲೇರಿಸಿಕೊಂಡು ಕಾಡು ತಿರುಗಲು ಹೊರಟನೆಂದರೆ ಖಾಲಿ ಕೈಯಲ್ಲಿ ಮರಳುತ್ತಿರಲಿಲ್ಲ ಆತ. ನಮ್ಮೂರ ಸುತ್ತಲಿನ ಕಾಡಿನಲ್ಲಿ ಹಂದಿ, ಜಿಂಕೆ, ಮೊಲ, ಕ್ಯಾಸಳಿಲುಗಳ ಸಂಖ್ಯೆಯನ್ನು ಕಡಿತಗೊಳಿಸುವಲ್ಲಿ ಅಂವ ಗಣನೀಯ ಪ್ರಮಾಣದ ಸೇವೆ ಸಲ್ಲಿಸಿದ್ದ.

ಒಂದು ತುಂಬಿದ ನಿಶೆಯಲ್ಲಿ ಸಣ್ಣಪ್ಪ ಚೆನ್ನಾಗಿ ನಶೆಯೇರಿಸಿಕೊಂಡು, ಬಂದೂಕಿಗೆ ಈಡು ತುಂಬಿಕೊಂಡು, ಸಮೀಪದ ಹಾರುವಳ್ಳಿ ಕೆರೆಯ ಬಳಿ ಹೋಗಿ ಕುಳಿತಿದ್ದ. ಕೆರೆಯಂಚಿನಲ್ಲಿ ಕಾದು ಕುಳಿತರೆ ಒಂದಲ್ಲಾ ಒಂದು ಪ್ರಾಣಿ ಸಿಗುತ್ತದೆ ಎಂಬುದು ಅವನ ಅನುಭವ. ಸರಿರಾತ್ರಿಯಲ್ಲಿ ಒಂದು ಪ್ರಾಣಿ ಬಂತು. ದೂರದಿಂದ ಹೊಳೆಯುವ ಎರಡು ಕಣ್ಣುಗಳನ್ನು ದಿಟ್ಟಿಸಿದ ಸಣ್ಣಪ್ಪ, ಆ ಕಣ್ಣುಗಳ ನಡುವಿನ ಅಂತರವನ್ನು ಲೆಕ್ಕಹಾಕಿ ಅದು ಜಿಂಕೆಯೇ ಇರಬೇಕೆಂಬ ನಿರ್ಧಾರಕ್ಕೆ ಬಂದ. ಅಮಲನ್ನು ಹಾಸಿ ಹೊದೆದುಕೊಂಡಿದ್ದ ಅವನಿಗೆ ಅದು ಜಿಂಕೆ ಹೌದೋ ಅಲ್ಲವೋ ಎಂದು ಕಾದು ನೋಡುವಷ್ಟು ವ್ಯವಧಾನ ಇರಲಿಲ್ಲ. ಬಂದೂಕನ್ನೆತ್ತಿ ಗುಂಡು ಹಾರಿಸಿಯೇ ಬಿಟ್ಟ.

ಆತ ಜಿಂಕೆಯೆಂದುಕೊಂಡಿದ್ದು ವಾಸ್ತವದಲ್ಲಿ ಕರಡಿ ಆಗಿತ್ತು. ಅದು ಒಂದೇ ಏಟಿಗೆ ಸತ್ತಿದ್ದರೇ ಚೆನ್ನಿತ್ತೇನೋ. ಆದರೆ ಗಾಯಗೊಂಡು, ಘಾಸಿಗೊಂಡ ಆ ದೈತ್ಯ ಕರಡಿ, ತನ್ನ ಮೇಲೆ ವಿನಾಕಾರಣ ದಾಳಿ ಮಾಡಿದ ವೈರಿಯನ್ನು ಬಿಟ್ಟು ಬಿಡಲು ಸಿದ್ಧವಿರಲಿಲ್ಲ. ನೇರ ನುಗ್ಗಿಬಂದು ಸಣ್ಣಪ್ಪನ ಮೇಲೆರಗಿತು. ಕರಡಿ ತನ್ನನ್ನು ಕಚ್ಚಿ ಹರಿಯತೊಡಗಿದಾಗ ಸಣ್ಣಪ್ಪನ ನಶೆ ಇಳಿದು, ಅವನೂ ಸೊಂಟದಲ್ಲಿದ್ದ ಚಾಕು ಹೊರತೆಗೆದು ಆಕ್ರಮಣ ಶುರು ಮಾಡಿದ. ಹತ್ತು ಹದಿನೈದು ನಿಮಿಷ ನಡೆದ ಈ ಜಾಂಬವಂತ ಕಾಳಗ ಕೊನೆಗೊಳ್ಳುವ ಹೊತ್ತಿಗೆ ಗುಂಡೇಟು ತಿಂದು ತೀವ್ರ ಗಾಯಗೊಂಡಿದ್ದ ಕರಡಿ ರಕ್ತಸ್ರಾವದಿಂದ ಮೃತಪಟ್ಟರೆ, ಸಣ್ಣಪ್ಪ ಮುಖ ಮೈ ಸಿಗಿಸಿಕೊಂಡು ರಕ್ತಮಾಂಸದ ಮುದ್ದೆಯಾಗಿ ಬಿದ್ದಿದ್ದ.

ಬೆಳಗಿನ ಜಾವದಲ್ಲಿ ಕೆರೆಯಂಚಿಗೆ ಮಲಭಾದೆಗೆ ಬಂದವರಾರೋ ಕಂಡು, ಊರವರಿಗೆ ಸುದ್ದಿ ಮುಟ್ಟಿಸಿ, ಅಂತೂ ಅಸು ನೀಗುವ ಮೊದಲೇ ಆಸ್ಪತ್ರೆ ಸೇರಿದ ಸಣ್ಣಪ್ಪ. ಮುಖದ ಮೇಲಿನ ನೆರಿಗೆಗಳಿಗಿಂತ ಹೆಚ್ಚು ಹೊಲಿಗೆಗಳನ್ನು ಕಂಡ ಈ ಬೇಟೆಗಾರ ಕೊಂಚ ಚೇತರಿಸಿಕೊಂಡಿದ್ದೇ, ತನ್ನ ದುಸ್ಸಾಹಸಕ್ಕೆ ಹೊಸ ರೂಪ ನೀಡಿ ಬಿಟ್ಟ. ತಾನು ಬೇಟೆಗೆ ಹೋಗಿದ್ದೆ, ಕರಡಿಯ ಮೇಲೆ ಮೊದಲು ಆಕ್ರಮಣ ಮಾಡಿದ್ದು ತಾನೇ ಎಂಬ ವಿಷಯವನ್ನು ಮುಚ್ಚಿಟ್ಟು, 'ಮಲವಿಸರ್ಜನೆಗೆ ಹೋಗಿದ್ದ ತನ್ನ ಮೇಲೆ ಕರಡಿ ಎರಗಿತ್ತು' ಎಂದು ಕತೆ ಕಟ್ಟಿದ. ಪ್ರಭಾವಿಗಳಾಗಿದ್ದ ಅವನ

ಬಂಧುಗಳಿಂದ ಈ ಕಟ್ಟುಕತೆಗೆ ಭಾರಿ ಪ್ರಚಾರ ದೊರೆಯಿತು. ಅವರು ಇಕ್ಕಿದ ಮೇವು ಮೆಲುಕಾಡಿದ ಅರಣ್ಯ ಇಲಾಖೆ ಸಿಬ್ಬಂದಿಯೂ, 'ಆ ಅಪರಾತ್ರಿಯಲ್ಲೇಕೆ ಸಣ್ಣಪ್ಪ ಒಂದೂವರೆ ಮೈಲು ದೂರದ ಕೆರೆಗೆ ಮಲವಿಸರ್ಜನೆಗೆ ಹೋಗಿದ್ದ' ಎಂದು ಪ್ರಶ್ನಿಸಲಿಲ್ಲ. ಕರಡಿಯ ಮೈಯಲ್ಲಿ ನಾಟಿದ್ದ ಗುಂಡಿನ ಬಗ್ಗೆ ಕನಿಷ್ಠ ಸಂದೇಹವನ್ನೂ ವ್ಯಕ್ತಪಡಿಸಲಿಲ್ಲ. ಪರಿಣಾಮ 'ವನ್ಯಮೃಗ ದಾಳಿಯಿಂದ ಸಂತ್ರಸ್ತನಾದ ಬಡಪಾಯಿ ಹಳ್ಳಿಗ'ನಿಗೆ ಧಾರಾಳ ಪರಿಹಾರ ದೊರೆತರೆ, ಪ್ರಚೋದನೆ ಇಲ್ಲದೆ ನಡೆದ ದಾಳಿಗೆ ಪ್ರತಿಭಟಿಸಿದ ನಿಷ್ಪಾಪಿ ಪ್ರಾಣಿ ಪರಲೋಕ ಸೇರಿದ್ದಷ್ಟೇ ಬಂತು.

ಕಾಡಿನಲ್ಲಿ ಹಂದಿಗಳಂತೂ ಹುಲ್ಲಿನಷ್ಟೇ ಹುಲುಸಾಗಿದ್ದವು ಆಗ. ಅವುಗಳನ್ನು ಬೇಟೆಯಾಡಿ ತಿನ್ನುವ ಜನರೂ ಊರಿನಲ್ಲಿ ಹೇರಳವಾಗಿದ್ದರು. ಹಂದಿ ಶಿಕಾರಿ ಸಾಮಾನ್ಯ ಸಂಗತಿಯಾಗಿತ್ತು. ಹಾಗಾಗಿ ನಾನು ಹತ್ತಿರದಿಂದ ನೋಡಿದ್ದೆಲ್ಲ ಸತ್ತ ಹಂದಿಗಳನ್ನೇ. ಹಂದಿ ಹೊಡೆದು ಅದನ್ನು ಗಳುವೊಂದಕ್ಕೆ ತಲೆ ಕೆಳಗಾಗಿ ನೇತು ಹಾಕಿ ಕಟ್ಟಿ, ಮೆರವಣಿಗೆ ಸದೃಶ ಜನ ಸಮೂಹದಲ್ಲಿ ಕೊಂಡೊಯ್ಯುತ್ತಿದ್ದರೆ ನಾನು, ಅಕ್ಕ-ಅಣ್ಣ ಅಲ್ಲೇ ತೂರಿಕೊಂಡು ಹೋಗಿ ಆ ಹಂದಿಯ ಉದ್ದಗಲ, ಲಕ್ಷಣಗಳನ್ನು ಕಣ್ಣು ತುಂಬಿಕೊಂಡು ಬರುತ್ತಿದ್ದೆವು. ನಮಗಿರುತ್ತಿದ್ದುದು ಹಂದಿಯೆಡೆಗಿನ ಕುತೂಹಲ ಮಾತ್ರ. ಹಂದಿಯ 'ಶವಯಾತ್ರೆ'ಯಲ್ಲಿ ಭಾಗವಹಿಸಿದ ಇತರರಿಗೆಲ್ಲ ಕೊಂದವರ ಕೃಪೆಯನುಸಾರ ಅಷ್ಟೋ ಇಷ್ಟೋ ಮಾಂಸ ಲಭ್ಯವಾದರೆ, ನಮಗೆ ಕೆಲವೊಮ್ಮೆ ಅನ್ ರಿಕ್ವೆಸ್ಟ್ ಹಂದಿಯ ಬಿರುಗೂದಲಿನ ಪುಟ್ಟ ಗುಚ್ಛ ಸಿಗುತ್ತಿತ್ತು. ಅದಕ್ಕೆ ತಂತಿ ಬಿಗಿದು ಜಮೆಕಟ್ಟು ತಯಾರಿಸುತ್ತಿದ್ದ ಅಪ್ಪ, ದೇವರ ಮೂರ್ತಿಗಳನ್ನು ತಿಕ್ಕಿ ತೊಳೆಯಲು ಅದನ್ನು ಬಳಸುತ್ತಿದ್ದ. ಬ್ರಾಹ್ಮಣರ ಮನೆಗಳಲ್ಲಿ ದೇವರ ಮೂರ್ತಿ ತೊಳೆಯಲು ಕಾಡುಹಂದಿ ಕೂದಲಿನ ಜಮೆಕಟ್ಟು ಬಳಸುವ ಆಚಾರ ಹೇಗೆ, ಎಂದು ಶುರುವಾಯಿತೋ ಗೊತ್ತಿಲ್ಲ, ಆದರೆ ಆಶ್ಚರ್ಯಕರವಾಗಿದೆ.

ಅಣ್ಣನಿಗಂತೂ ಹಂದಿಗಳ ವಿಷಯದಲ್ಲಿ ಅಕ್ಕ-ನನಗಿಂತ ವಿಶೇಷ ಆಸಕ್ತಿ ಇತ್ತು. ಹೊಲದಲ್ಲಿ ಬೆಳೆ ಬರುವ ಸಮಯದಲ್ಲಿ ಅಪ್ಪ ಮಾಳ ಕಾಯಲು ಹೊರಟರೆ ಆತನೂ ಹಠ ಮಾಡಿ ಹೊರಡುತ್ತಿದ್ದ. ಮಾಳ ಎಂದರೆ ರಾತ್ರಿ ಹೊಲ ಕಾಯಲು ಮಾಡಿಕೊಂಡ 'ತ್ರಿಶಂಕು' ವ್ಯವಸ್ಥೆ. ಸ್ವಲ್ಪ ಎತ್ತರದ ಜಾಗದಲ್ಲಿ ನಾಲ್ಕು ಕವೆಗಳು ಹುಗಿದು, ಅದರ ಮೇಲೆ ಬಿದಿರಿನ ತಟ್ಟಿ ಕಟ್ಟಿ, ಬಿಳಿಹುಲ್ಲಿನ ಮುಚ್ಚಿಗೆ ಹೊದೆಸಿ, ಆ ತಟ್ಟಿಯ ಒಂದು ಅಂಚಿಗೆ ಸ್ವಲ್ಪ ಮಣ್ಣು ಹಾಸಿ ಹೊಡತಲು ಮಾಡಿ, ಬೆಂಕಿ ಉರಿಸಲು ಸಿದ್ಧತೆ ಮಾಡಿಕೊಂಡರೆ ಮಾಳ ರೆಡಿ. ಒಬ್ಬರು ಮಲಗುವಷ್ಟು ಜಾಗವೂ ಮಾಳದಲ್ಲಿ ಇರುತ್ತಿತ್ತು.

ಮೂರು ಸಂಜೆಯ ಹೊತ್ತಿಗೆ ಮಾಳದ ಮಣ್ಣಿನ ಹಾಸಿನ ಮೇಲೆ ನಾಲ್ಕು ಕಟ್ಟಿಗೆ ಇಟ್ಟು ಬೆಂಕಿ ಹೊತ್ತಿಸಿ ಬರುತ್ತಿದ್ದ ಅಪ್ಪ-ಗೋಪಾಲಣ್ಣ, ರಾತ್ರಿ ಊಟವಾದ ನಂತರ

ಟಾರ್ಚ್, ಲಾಟೀನು ಸಿದ್ಧವಿಟ್ಟುಕೊಂಡು ಅಲ್ಲಿಗೆ ಮಲಗಲು ಹೋಗುತ್ತಿದ್ದರು. ನಿದ್ದೆ ಬರುವ ತನಕ ರೇಡಿಯೋ ಕೇಳುತ್ತ, ಪುಸ್ತಕ ಓದುತ್ತ, ನಡುವೆ ಆಗಾಗ ಕೂಗಿ, ಭೂಗುಟ್ಟಿ ಸಂಭಾವ್ಯ ಹಂದಿ ದಾಳಿಯನ್ನು ದೂರವಿಡುತ್ತಿದ್ದರು. ರಾತ್ರಿಯೂ ಆಗಾಗ ಎದ್ದು ಭೂಗುಡುತ್ತ, ಬೆಂಕಿ ಕೆದರುತ್ತ, ಹಂದಿ ಬರುವ ಸೂಚನೆ ಸಿಕ್ಕಿದರೆ ಅತ್ತ ಟಾರ್ಚ್ ಬೆಳಕು ಬಿಟ್ಟು ಅದನ್ನು ಓಡಿಸಿ, ಅಗತ್ಯ ಬಿದ್ದರೆ ಒಂದು ಪಟಾಕಿ ಹೊಡೆದು ಬೆದರಿಸಿ... ಅಂತೂ ಮಾಳ ಕಾಯುವುದು ನಮ್ಮ ದೃಷ್ಟಿಯಲ್ಲಿ ಬಲು ರೋಮಾಂಚಕಾರಿ ಕೆಲಸವಾಗಿತ್ತು. ಆದರೆ ವಯಸ್ಸಿನಲ್ಲಿ ಎಷ್ಟೇ ಚಿಕ್ಕವನಿದ್ದರೂ, ನನಗಿಂತ-ಅಕ್ಕನಿಗಿಂತ ಮೊದಲು ಹುಟ್ಟಿ ಹಿರಿಪಟ್ಟ ಹೊತ್ತಿದ್ದ ಅಣ್ಣನಿಗೆ ಇದರಲ್ಲಿ ಪಾಲ್ಗೊಳ್ಳಲು ಇದ್ದಷ್ಟು ಅವಕಾಶ ನಮಗಿರಲಿಲ್ಲ. ನಮ್ಮ ದುರಾದೃಷ್ಟಕ್ಕೆ ನಾವು ಹಠ ಮಾಡಿ ಮಾಳಕ್ಕೆ ಹೋದ ದಿನ ಹಂದಿಗಳು ದರ್ಶನ ನೀಡುತ್ತಲೇ ಇರಲಿಲ್ಲ.

ಎಲ್ಲಾದರೂ ನಾಲ್ಕೈದು ವರ್ಷಕ್ಕೆ ಒಮ್ಮೆ ಗಜ ಪರಿವಾರ 'ಕ್ಷೇತ್ರ ದರ್ಶನ'ಕ್ಕೆ ಆಗಮಿಸುತ್ತಿತ್ತು. ಅದರ ಧಾಂಧಲೆಯೂ ಗಜಗಾತ್ರದ್ದೇ. ಗುಂಪಿನ ನಾಯಕ/ಕಿಯ ಪುಂಡಾಟಿಕೆಗಳನ್ನು ಸಹಚರರು ನಿಷ್ಠೆಯಿಂದ ಅನುಸರಿಸುತ್ತಿದ್ದರು. ಸಾಮಾನ್ಯವಾಗಿ ದಾಂಡೇಲಿ ಅಭಯಾರಣ್ಯದಿಂದ ವಲಸೆ ಬರುತ್ತಿದ್ದ ಅವು ಕಾಡಿನ ಎಳೆ ಬಿದಿರಿನಷ್ಟೇ ಪ್ರೀತಿಯಿಂದ ನಾಡಿನ ಭತ್ತದ ಬೆಳೆಯನ್ನೂ ಮೆಲ್ಲುತ್ತಿದ್ದವು. ತೆನೆ ಕಟ್ಟುತ್ತಿದ್ದ, ಕೊಯ್ಯಲು ಸಿದ್ಧವಾದ ಅಥವಾ ಕೊಯಿಲು ಮುಗಿದು ಒಕ್ಕುವುದು ನಡೆಯುತ್ತಿದ್ದ ಗದ್ದೆಗೆ ಮೊದಲು ನಾಯಕ ಸಲಗ ನುಗ್ಗಿ ಅಧಿಪತ್ಯ ಸಾರುತ್ತಿತ್ತು. ಅದರ ಬೆನ್ನ ಹಿಂದೆಯೇ ಪರಿವಾರದ ಸದಸ್ಯಗಣ ನುಗ್ಗುತ್ತಿತ್ತು. ರಾತ್ರಿಯ ಕಾವಳದಲ್ಲಿ ಒಂದಿನಿತೂ ಸದ್ದು ಮಾಡದೇ ಹೆಜ್ಜೆಯ ಮೇಲೆ ಹೆಜ್ಜೆ ಇಡುತ್ತ ಗಜ ಬಾಂಧವರು ಕತ್ತಲೆಯ ಪರ್ವತಗಳಂತೆ ಬರುತ್ತಿದ್ದರೆ, ಕಣದಲ್ಲಿ ಗೋಣಬೆ ಹಾಕುತ್ತ, ರೂಲು ಹೊಡೆಯುತ್ತ ಇರುತ್ತಿದ್ದ ರೈತರಿಗೆ ಚಿಕ್ಕ ಸುಳಿವೂ ಇರುತ್ತಿರಲಿಲ್ಲ. ಎಷ್ಟೋ ಬಾರಿ ಮರದ ದಿಮ್ಮಿಯಂಥ ಸೊಂಡಿಲು ಬಂದು ಗೋಣಬೆಯನ್ನು ಸೆಳೆದಾಗಲೇ ಅವರಿಗೆ ಇಹದ ಅರಿವು. ಆಮೇಲೇನು? ಸುತ್ತುವರಿದ ಅತಿಥಿ ಮಹೋದಯ(ರ)ರನ್ನು ಕಂಡು ಕ್ಷಣಾರ್ಧದಲ್ಲಿ ಎಲ್ಲ ಚೆಲ್ಲಾಪಿಲ್ಲಿ. ಗೋಣಬೆಯ ಕತೆಯೂ ಅದೇ.

ಒಮ್ಮೆ ನಮ್ಮ ಹೊಲದ ಪಕ್ಕದ ಕೃಷ್ಣಪ್ಪನ ಹೊಲದಲ್ಲಿ ಅವನ ತಾಯಿ ತಿಪ್ಪವ್ವ ಕಾವಲು ಇದ್ದಳು. ವಯಸ್ಸಾಗಿದ್ದ ಆಕೆಗೆ ಸಹಜವಾಗಿಯೇ ಒಳ್ಳೆ ನಿದ್ದೆ ಹತ್ತಿತ್ತು. ರಾತ್ರಿ ಒಂದು ಹೊತ್ತಿನಲ್ಲಿ ಕರಿರಾಯರ ತಂಡವೊಂದು ಹೊಲಕ್ಕೆ ದಾಳಿ ಇಟ್ಟಿತು. ಹೊಲ ಮೇಯುವುದಕ್ಕೆ ಮುದುಕಿಯ ಅಡ್ಡಿ ಖಂಡಿತ ಇರಲಿಲ್ಲ ನಿಜ, ಆದರೆ ಮಾಳದಲ್ಲಿ ಮಿನುಗುತ್ತಿದ್ದ ಬೆಂಕಿಯ ಕೆಂಡಗಳು ಆನೆಗಳ ಮನದಲ್ಲಿ ರೊಚ್ಚನ್ನೋ, ಕಿಡಿಗೇಡಿತನವನ್ನೋ ಜಾಗೃತಗೊಳಿಸಿರಬೇಕು. ಸರಿ, ಆ ಪೈಕಿ ಒಂದೆರಡು ಮಾಳದತ್ತ ಬಂದವು. ಒಂದು ಆನೆ ಮಾಳದ ಗೂಟ ಹಿಡಿದು

ಅಲುಗಾಡಿಸಲಾರಂಭಿಸಿದರೆ, ಮತ್ತೊಂದು ಒಣಹುಲ್ಲಿನ ಮುಚ್ಚಿಗೆಯನ್ನು ಒಂದೇ ಸಾರಿಗೆ ಕಿತ್ತೆಸೆಯಿತು. ಒಳ್ಳೆ ತೊಟ್ಟಿಲು ತೂಗುವಂಥ ಅನುಭವವಾದರೂ, ಆ ವಯಸ್ಸಿನಲ್ಲಿ ಅದರ ಅಭ್ಯಾಸವಿಲ್ಲದ ತಿಪ್ಪವ್ವ ಎಚ್ಚರಗೊಂಡಳು. ಸುತ್ತ ಕತ್ತಲೆಯ ಪರದೆ– ಮಂಜುಗಣ್ಣಿನ ಮುದುಕಿಗೆ ಮೊದಲಿಗೆ ಏನೂ ಕಾಣಿಸಲಿಲ್ಲ. ಕ್ಷಣಗಳು ಕಳೆದ ಮೇಲೆ ಎರಡು ಜೋಡಿ ಕಣ್ಣುಗಳು, ಅವುಗಳಿಗೆ ಹೊಂದಿಕೊಂಡಿದ್ದ ಭಾರಿ ತಲೆಗಳು, ತೂಗಾಡುವ ತೊಲೆಗಳಂತಿದ್ದ ಸೊಂಡಿಲುಗಳು ಕಂಡವು. ಅಷ್ಟರಲ್ಲಾಗಲೇ ಒಂದು ಸೊಂಡಿಲು ತಿಪ್ಪವ್ವನಿಗೆ 'ಉಯ್ಯಾಲೆಸೇವೆ' ಸಲ್ಲಿಸಲು ಮುಂದೆ ಬಂದಿತ್ತು. ಎಲ್ಲಿತ್ತೋ ಅಷ್ಟು ಶಕ್ತಿ? ಅಪಾಯ ಗ್ರಹಿಸಿದ ಆಕೆ ಛಕ್ಕಂತ ಎದ್ದು ಕೆಳ ಜಿಗಿದಳು. 'ಹೆಗಡೇರೇ' ಎಂದು ಕೂಗುತ್ತ ಕತ್ತಲಲ್ಲಿಯೇ ನಮ್ಮ ಹೊಲದತ್ತ ಓಡಿ ಬಂದಳು. ಆಕೆಯ ಕೂಗಾಟ ಕೇಳಿ ಎಚ್ಚರಗೊಂಡ ಅಪ್ಪ ಲಗುಬಗೆಯಿಂದ ಮಾಳ ಇಳಿದು, ಎರಡೂ ಹೊಲಗಳ ನಡುವಿನ ತಂತಿಬೇಲಿಯತ್ತ ಓಡಿದ. ಆಕೆ ಅಲ್ಲಿ ಬರುತ್ತಲೇ ಆಕೆಯನ್ನು ಅನಾಮತ್ತಾಗಿ ಎತ್ತಿ ನಮ್ಮ ಹೊಲದೊಳಕ್ಕೆ ಕರೆದುಕೊಂಡ. ಆಮೇಲೆ ನಮ್ಮ ಮನೆಗೆ ಬಂದು ಬೆಚ್ಚಗೆ ಮಲಗಿದ್ದರೂ ಬೆಳತನಕ ಆಕೆಯ ಭಯ, ಕಂಪನ ಕಡಿಮೆಯಾಗಿರಲಿಲ್ಲ.

ನಮ್ಮ ತಂತಿ ಬೇಲಿಯ ಕಂಪೌಂಡ್ ದಾಟಿ ಆನೆಗಳು ಎಂದೂ ಒಳ ಬಂದಿರಲಿಲ್ಲ. ಆದರೆ ಹೊರಗಿನಿಂದಲೇ ಸಾಧ್ಯವಾದಷ್ಟು ಕಿಡಿಗೇಡಿತನ ಮಾಡದೇ ಬಿಡಲಿಲ್ಲ. ಬೇಲಿ ಹೋಗಲಿ, ಅದಕ್ಕೆ ತಾಗಿ ಇದ್ದ ಅಗಳಕ್ಕೂ (ತೋಡು/ಕಾಲುವೆ) ಆಚೆಯೇ ನಿಂತು, ಅಲ್ಲಿಂದಲೇ ಸೊಂಡಿಲು ತೂರಿ, ಭತ್ತದ ಗಿಡಗಳನ್ನು ಬಾಚಿ ಬಾಚಿ ತಿಂದದ್ದು ಒಮ್ಮೆಯಾದರೆ, ಬಾಳೆಗಿಡಗಳನ್ನು ಮುರಿದು ತಿಂದದ್ದು ಮತ್ತೊಮ್ಮೆ. ಸಾಲದೆಂಬಂತೆ ಗಿಡ್ಡ ಮರದಲ್ಲಿ ಬಿಟ್ಟಿದ್ದ ತೆಂಗಿನ ಹಿಂಡಿಗೆಯನ್ನೇ ಇಳಿಸಿ ಮೆದ್ದು ಹೋಗಿದ್ದವು. ಉಂಡ ಉಪಕಾರ ಸ್ಮರಿಸಿಯೋ ಅಥವಾ ಪರಿಹಾರಾರ್ಥವಾಗಿಯೋ, ಎಲ್ಲ ಸಂದರ್ಭಗಳಲ್ಲಿಯೂ ಧಾರಾಳವಾಗಿ ಬುಟ್ಟಿಗಟ್ಟಲೇ ಲದ್ದಿ ಹಾಕಿ ಹೋಗಿದ್ದವು!!

ಭತ್ತದ ಕೆಲಸವೆಲ್ಲ ಮುಗಿದ ಮೇಲೆ ಹಿಂಗಾರಿನ ತನಿಸು ಇದ್ದರೆ ಹಸರಣಿಗೆ (ದ್ವಿದಳ ಧಾನ್ಯ) ಹಾಕುತ್ತಿದ್ದರು ನಮ್ಮ ಹೊಲದಲ್ಲಿ. ಶೇಂಗಾ, ಉದ್ದು, ಹೆಸರು, ಕಡಲೆಗಳೆಲ್ಲ ಫಲ ಬಿಡುವ ಸಮಯದಲ್ಲಿ ಮೊಲದ ಕಾಟ ತಲೆದೋರುತ್ತಿತ್ತು. ಹಂದಿ, ಆನೆಗಳಿಗೆ ಹೋಲಿಸಿದರೆ ಇವು ಮಾಡುತ್ತಿದ್ದ ಹಾನಿ ನಗಣ್ಯ. ಆದರೂ ಉಪಟಳ ಜಾಸ್ತಿಯಾದಾಗ ಅಪ್ಪನ ತಲೆ ಕಾಯುತ್ತಿತ್ತು. ಹಾಗಂತ ಅವನೇನೂ ಅದರ ನಿಗ್ರಹಕ್ಕೆ ಕ್ರಮ ತೆಗೆದುಕೊಳ್ಳುತ್ತಿರಲಿಲ್ಲ. ಆ ಕೆಲಸವನ್ನು ಸ್ವಲ್ಪ ಮಟ್ಟಿಗೆ ನಮ್ಮ ನಾಯಿಗಳು ಮಾಡುತ್ತಿದ್ದವು. ಇನ್ನು ಎಷ್ಟೋ ಬಾರಿ ಶಿಕಾರಿ ಹುಚ್ಚಿನ ಜನರು ಬಂದು ನಮ್ಮ ಹೊಲದಲ್ಲಿ ಉಳ್ಳ ಹಾಕಲು ಅನುಮತಿ ಕೇಳಿದರೆ ಅಪ್ಪ ಮುಕ್ತವಾಗಿ ಅನುಮತಿಸುತ್ತಿದ್ದ.

ಉಳ್ಳ ಹಾಕುವುದು ಭಾರಿ ಅಚ್ಚರಿಯ ಶಿಕಾರಿ ವಿಧ. ಕಣ್ಣಿ ಸೂಟಿನಲ್ಲೇ ಮೊಲ ಓಡಾಡುವ ದಾರಿ ಪತ್ತೆ ಮಾಡುತ್ತಿದ್ದ ಶಿಕಾರಿಗಳು ಮೊಣಕೈ ಉದ್ದದ ಎರಡು ಕವೆಗೂಟಗಳನ್ನು ಆ ದಾರಿಯ ಇಬ್ಬದಿಗಳಲ್ಲಿ ನೆಡುತ್ತಿದ್ದರು. ನಂತರ ಅವುಗಳನ್ನು ಸೇರಿಸಿ ಒಂದು ಸಪೂರ ತಂತಿ ಬಿಗಿದು ನಡುವಿನಲ್ಲಿ ಕುಣಿಕೆ ಹಾಕಿಡುತ್ತಿದ್ದರು. ಕುಣಿಕೆಯ ಆಚೀಚೆ ನುಸುಳಲು ಸಾಧ್ಯವಾಗದಂತೆ ಸೊಪ್ಪಿನ ಬೇಲಿ. ರಾತ್ರಿ ಮಾಮೂಲಿನಂತೆ ಬರುವ ಮೊಲ ತನಗರಿವಿಲ್ಲದಂತೆ ಕುಣಿಕೆಗೆ ಕೊರಳೊಡ್ಡುತ್ತಿತ್ತು. ಅಪಾಯದ ಅರಿವಾಗಿ ಅದು ತಪ್ಪಿಸಿಕೊಳ್ಳಲು ತಿಣುಕಾಡಿದಷ್ಟೂ ನೇಣು ಬಿಗಿಗೊಳ್ಳುತ್ತಿತ್ತು. ಒಂದ್ಹತ್ತು ಪ್ರಯತ್ನದ ನಂತರ ಪ್ರಾಣಪಕ್ಷಿ ಪರಲೋಕಕ್ಕೆ ಪಯಣಿಸುವುದು ಪಕ್ಕಾ.

ಒಮ್ಮೆ ರಾತ್ರಿ ಊಟದ ನಂತರ ಹಾಲು ಕುಡಿಯುತ್ತ, ಆಕಾಶ ನೋಡುತ್ತ ಕುಳಿತಿದ್ದೆವು. ಊರಿನ ಆಳೊಬ್ಬ ಏನೋ ಕಾರಣದಿಂದ ನಮ್ಮ ಮನೆಗೆ ಬಂದಿದ್ದ. ಆ ಸಮಯದಲ್ಲಿ ಗದ್ದೆಯ ಮಧ್ಯದಲ್ಲಿರುವ ಬಾವಿಯ ಬಳಿ ನಾಯಿಗಳು ಬೊಗಳುವುದು ಕೇಳಿತು. ಎಲ್ಲ ಆ ಕಡೆಗೆ ಹೋದೆವು. ಅದು ಕಲ್ಲು ಕಟ್ಟಿದ ಭಾರಿ ಅಗಲದ ನೆಲ ಮಟ್ಟದ ಬಾವಿ. ನಮ್ಮ ಎರಡೂ ನಾಯಿಗಳು ಅದರ ದಡದ ಮೇಲೆ ನಿಂತು ಕೆಳಗೆ ಇಣುಕಿ ಕೂಗುತ್ತಿದ್ದವು. ನಾಯಿಗಳನ್ನು ಅನುಸರಿಸಿ ಇಣುಕಿ ನೋಡಿದಾಗ ನಮಗೆ ಬೆಳದಿಂಗಳ ಆ ನಿಚ್ಚಳ ಬೆಳಕಿನಲ್ಲಿ ಬಾವಿಯೊಳಗೆ ಈಜುತ್ತಿದ್ದ ಮೊಲವೊಂದು ಕಾಣಿಸಿತು. ಹಸರಣಿಗೆ ತಿನ್ನಲು ಬಂದಿದ್ದ ಅದು ಬಹುಶಃ ನಾಯಿಗಳು ಬೆನ್ನಟ್ಟಿದ್ದೇ ಗಾಬರಿ ಬಿದ್ದು ಓಡ ಹೋಗಿ ಬಾವಿಯೊಳಗೆ ಬಿದ್ದಿತ್ತೇನೋ.

ನಾವೆಲ್ಲಾ ಇಣುಕಿ ನೋಡುತ್ತ ಮಾತನಾಡಲು ಶುರು ಮಾಡಿದ್ದೇ ಅದು ಇನ್ನೂ ಗಾಬರಿ ಬಿದ್ದು, ಸರಸರ ಬಾವಿಯಗಲಕ್ಕೂ ಈಜತೊಡಗಿತು. ಅದು ಈಜುವ ರಭಸ ನೋಡಿದರೆ ಇನ್ನರ್ಧ ಗಂಟೆಯಲ್ಲಿ ಸುಸ್ತಾಗಿ ಸಾಯಬಹುದೇನೋ ಅನ್ನುವಂತಿತ್ತು. ಅದನ್ನು ಹೇಗಾದರೂ ಮಾಡಿ ಮೇಲೆ ತಂದು ರಕ್ಷಿಸಬೇಕು ಎಂದು ಅಪ್ಪ ನಿರ್ಧರಿಸಿದ. ಅಲ್ಲೇ ಸತ್ತುಬಿಟ್ಟರೆ ಬಾವಿ ನೀರು ಹಾಳಾಗುತ್ತದೆ ಎಂಬ ಕಾಳಜಿಯೂ ಇತ್ತಲ್ಲ. ಸರಿ, ಒಂದು ಅಗಲದ ಬುಟ್ಟಿಯನ್ನು ತಂದು ಹಗ್ಗ ಕಟ್ಟಿ ಕೆಳಗೆ ಇಳಿಸಿದ್ದಾಯಿತು. ಆದರೆ ಆ ಬುಟ್ಟಿಯಲ್ಲಿ ಮೊಲವನ್ನು ಸೇರಿಸುವುದು ಕಪ್ಪೆಯನ್ನು ಹಿಡಿದು ಕೊಳಗದಲ್ಲಿ ತುಂಬುವುದಕ್ಕಿಂತ ಕಷ್ಟಕರವಾಗಿತ್ತು. ಬುಟ್ಟಿಯನ್ನು ಹತ್ತಿರ ತರುತ್ತಿದ್ದಂತೆಯೇ ಅದು ಬೆದರಿ ಇನ್ನಷ್ಟು ದೂರ ಈಜುತ್ತಿತ್ತು. ಹದಿನೈದು ನಿಮಿಷ ಸತತ ಪ್ರಯತ್ನ ಮಾಡಿದರೂ ಫಲ ಸಿಗಲಿಲ್ಲ. ಬಾವಿ ಬೇರೆ ಭಾರಿ ಅಗಲವಿದ್ದುದು ಸಮಸ್ಯೆಯೇ ಆಯ್ತು. ಇನ್ನು ಕಾಲಹರಣ ಮಾಡುವುದು ಬೇಡ ಎಂದ ಅಪ್ಪ ತಾನೇ ಹಗ್ಗ ಹಿಡಿದುಕೊಂಡು ಬಾವಿ ಇಳಿದ. ಆತ ಕೆಳಗೆ ಬುಟ್ಟಿಯನ್ನು ಕೋಲಿನ

ಸಹಾಯದಿಂದ ಮೊಲದತ್ತ ದೂಡಿದರೆ, ಮೇಲೆ ನಿಂತಿದ್ದ ಗೋಪಾಲಣ್ಣ ಮತ್ತು ಆಳು ಉದ್ದದ ಗಳುವನ್ನು ಇಳಿ ಬಿಟ್ಟು, ಅದು ಬೇರೆಡೆ ಹೋಗದಂತೆ ತಡೆದರು.

ಒಂದ್ಹತ್ತು ನಿಮಿಷದ ನಂತರ ಮೊಲ ಬುಟ್ಟಿಯೊಳಕ್ಕೆ ಬಂತು. ಹಗ್ಗ ಹಿಡಿದುಕೊಂಡಿದ್ದ ಅಣ್ಣ ಸರ್ರಂತ ಬುಟ್ಟಿಯನ್ನು ಮೇಲೆ ಎಳೆದ. ಈಜಿ ಈಜಿ ಸುಸ್ತಾಗಿದ್ದ ಮೊಲಕ್ಕೆ ಬುಟ್ಟಿಯಿಂದ ಹಾರಿ ಪರಾರಿಯಾಗುವಷ್ಟು ಶಕ್ತಿ ಇರಲಿಲ್ಲ. ಅದನ್ನು ಆಗಲೆ ಬಿಟ್ಟುಬಿಟ್ಟಿದ್ದರೆ ನಮ್ಮ ನಾಯಿಗಳು ಅದನ್ನು ಬದುಕಗೊಡುತ್ತವೆಂಬ ಭರವಸೆ ಇರಲಿಲ್ಲ. ಹಾಗಾಗಿ ಬಾವಿಯ ಪಕ್ಕದಲ್ಲಿ ಹುಲ್ಲ ಮೇಲೆ ಆ ಮೊಲವನ್ನು ಬಿಟ್ಟು, ಅದರ ಮೇಲೆ ಅದೇ ಬುಟ್ಟಿಯನ್ನು ಕವುಚಿ, ಅದರ ಮೇಲೊಂದು ದೊಡ್ಡ ಕಲ್ಲು ಹೇರಿ ಇಟ್ಟ ಅಪ್ಪ. ಬೆಳಗಾಗುವ ಹೊತ್ತಿಗೆ ಅದು ಚೇತರಿಸಿಕೊಳ್ಳುವುದರಿಂದ ನಾಯಿಗಳನ್ನು ದೂರವಿಟ್ಟು ಅದನ್ನು ಬಿಟ್ಟು ಬಿಡುವ ಯೋಚನೆ ಆತನದ್ದು.

ಸರಿ, ಬೆಳಗಾಯಿತು. ಬೇಗ ಎದ್ದ ನಾವೂ ಮೊಲವನ್ನು ಸ್ವತಂತ್ರಗೊಳಿಸುವ ಕಾರ್ಯಾಚರಣೆಯಲ್ಲಿ ಪಾಲ್ಗೊಳ್ಳಲು ಹೋದೆವು. ಭಾರಿ ಉತ್ಸಾಹದೊಂದಿಗೆ ಭಾರದ ಕಲ್ಲು ಸರಿಸಿ, ಬುಟ್ಟಿಯನ್ನು ಮೇಲೆತ್ತಿ ನೋಡಿದರೆ... ಅಲ್ಲೇನಿದೆ? ಮೊಲ ನಾಪತ್ತೆ. ನಮಗೆ ಶಾಕ್! ಆದರೂ ನಂತರದಲ್ಲಿ ಮೊಲ ಏನಾಯ್ತು ಎಂದು ತಿಳಿದುಕೊಳ್ಳುವುದು ಕಷ್ಟವಾಗಲಿಲ್ಲ. ಮೊಲವನ್ನು ರಕ್ಷಿಸುವಲ್ಲಿ ನಮಗೆ ಸಹಾಯ ಮಾಡಿದಂತೆ ನಾಟಕ ಆಡಿದ್ದ ಆಳು, ನಾವು ಅದನ್ನು ಬುಟ್ಟಿಯಲ್ಲಿ ತುಂಬಿ ಹೋಗಿ ಮಲಗಿಕೊಂಡ ನಂತರ ವಾಪಸ್ ಬಂದು ಕದ್ದುಕೊಂಡು ಹೋಗಿದ್ದ. ಅವನೇನಾದರೂ ಮತ್ತೆ ಬಂದರೆ ಅವನಿಗೆ ಚೆನ್ನಾಗಿ ಉಗಿದು ಉಪ್ಪಿನಕಾಯಿ ಹಾಕಲು ನಾನು, ಅಣ್ಣ-ಅಕ್ಕ ನಿರ್ಧರಿಸಿದೆವು. ಆದರೆ ನಮ್ಮ ರಜೆ ಮುಗಿಯುವ ತನಕ ಆತ ಇತ್ತ ಕಡೆಗೂ ಹಾಯ್ದಿರಲಿಲ್ಲ.

ಹೆಬ್ಬಾವು, ನಾಗರ ಹಾವು, ಕಾಡೆಮ್ಮೆ, ಕ್ಯಾಸಳಿಲು, ನರಿ, ನವಿಲು... ಕಾಡಿನ ಬಗ್ಗೆ ಅನಂತ ಕುತೂಹಲ ಮೂಡಿಸಿದ್ದ ಪ್ರಾಣಿ-ಪಕ್ಷಿಗಳು ಒಂದೆರಡಲ್ಲ. ನನ್ನ ಬಾಲ್ಯವನ್ನು ಶ್ರೀಮಂತಗೊಳಿಸಿದ್ದ ಈ ಎಲ್ಲ ಪ್ರಾಣಿಗಳ ಋಣ ಭಾರ ಹೆಗಲೇರಿದೆ. ಅದನ್ನು ಸ್ವಲ್ಪವಾದರೂ ಕಡಿಮೆ ಮಾಡಿಕೊಳ್ಳೋಣ ಎಂದರೆ ಅವೀಗ ಕಾಣಿಸಿಕೊಳ್ಳೋದೇ ಕಡಿಮೆಯಾಗಿದೆಯಲ್ಲ. ಏನು ಮಾಡ್ಡೋದು ನೀವೇ ಹೇಳಿ.

(ವಿ.ಸೂ. ಕೆಲವು ಹೆಸರುಗಳನ್ನು ಬದಲಾಯಿಸಲಾಗಿದೆ)

ಬೆಚ್ಚಿದ್ದು, ಬೆದರಿದ್ದು, ಹುಲಿ ಬಾಯಿಗೆ ಬಿದ್ದಿದ್ದು...

ಕಾಡಿನೊಂದಿಗಿನ ಅವಿನಾಭಾವ ನಂಟಿಗೆ ಅಪ್ಪ ಮಾತ್ರವಲ್ಲ, ಆತ ಸಾಕಿಕೊಂಡಿದ್ದ ದನಕರುಗಳೂ ಸ್ವಲ್ಪ ಮಟ್ಟಿಗೆ ಕಾರಣವಾಗಿದ್ದವು. ಬೆಳಿಗ್ಗೆ ಗೋಲೆಗೆ ಬಿಟ್ಟ ದನಗಳು ಒಟ್ಟಾಗಿ ಕಾಡಿಗೆ ಹೋಗುವುದು, ಸಂಜೆ ಐದು, ಐದೂವರೆಯಾಗುತ್ತಿದ್ದಂತೆಯೇ ತಾವಾಗಿ ಶಿಸ್ತಿನಿಂದ ಮನೆಗೆ ಮರಳುತ್ತಿದ್ದುದಷ್ಟೇ ಮೊದಮೊದಲು ನನಗೆ ಗೊತ್ತಿದ್ದ ವಿದ್ಯಮಾನ. ದಿನಾ ತಪ್ಪದೇ ಕಾಡಿಗೆ ಹೋಗಿ ಬಂದು ಮಾಡುತ್ತಿದ್ದ ಆಕಳುಗಳ ಪೈಕಿ ಯಾವುದೋ ಒಂದು ಅಕಸ್ಮಾತ್ ಒಂದಿನ ಮನೆಗೆ ಮರಳಲಿಲ್ಲವೆಂದರೆ ಅಪ್ಪನಿಗೆ ಆತಂಕ ಶುರುವಾಗುತ್ತಿತ್ತು.

ಅಲ್ಲಿಗೆ ಶೋಧನಾ ಕಾರ್ಯಾಚರಣೆ ಆರಂಭ. ಮೊದಲು ಹನುಮಾಪುರ ಊರಿಗೆ ಹೋಗಿ, ಅಲ್ಲಿನ ದನಗಳ ಜೊತೆಗೇನಾದರೂ ಸೇರಿದೆಯೋ ಎಂಬ ಹುಡುಕಾಟ. ಅಲ್ಲಿ ಸಿಕ್ಕಿತೆಂದರೆ ನಿರಾಳತೆ. ಬೆದೆಗೆ ಬಂದ ದನಗಳು ಒಮ್ಮೊಮ್ಮೆ ಹೀಗೆ ಕಳೆದು ಹೋಗಿ, ಊರದನಗಳ ಹಿಂಡಿನಲ್ಲಿ ಸಿಗುತ್ತಿದ್ದುದುಂಟು. ಆದರೆ ಅಲ್ಲಿಯೂ ಸಿಗದಾಗ ಆ ಮೂರು ಸಂಜೆಯ ಹೊತ್ತಿನಲ್ಲಿ ಅಲ್ಲಿ, ಇಲ್ಲಿ, ಮನೆ ಸುತ್ತಲ ಕಾಡಿನಲ್ಲಿ ಹುಡುಕಾಟ ಶುರು.

ರಾತ್ರಿ ದಟ್ಟವಾಗಿ ಕವುಚಿಕೊಂಡು ಕಾಡನ್ನೆಲ್ಲ ಆವರಿಸಿಕೊಳ್ಳುವವರೆಗೂ ಅಪ್ಪ, ಗೋಪಾಲಣ್ಣನಿಂದ ಶೋಧ ಮುಂದುವರೆಯುತ್ತಿತ್ತು. ಕತ್ತಲೆಯ ಕವಚವನ್ನು ಸೀಳಿಕೊಂಡು ಮುನ್ನುಗ್ಗುವ ಟಾರ್ಚ್, ಸೂಡಿ ಬೆಳಕುಗಳ ಜೊತೆಗೆ, ನಿಶಾಚರಿ ಹಕ್ಕಿ, ಕೀಟಗಳ, ಮಳೆ ಜಿರಲೆಗಳ ಮೊರೆತದೊಂದಿಗೆ ಇವರ 'ಅಂಬಾ... ಅಮ್ಮಾ... ಶಾರದೆ/ಯಮುನೆ/ಕಾಳಿ ಎಲ್ಲಿದ್ಯೆ' ಇತ್ಯಾದಿ ಹೆಸರುಗೊಂಡ ಕರೆಗಳೂ ಬೆರೆಯುತ್ತಿದ್ದವು. ಅಷ್ಟಾಗಿಯೂ ಸಿಗಲಿಲ್ಲವೆಂದರೆ ಹತ್ತು-ಹತ್ತೂವರೆಯ ಸುಮಾರಿಗೆ ನಿರಾಶ ಭಾವ ಹೊತ್ತು ಮರಳುತ್ತಿದ್ದರು. ಕುತ್ತಿಗೆ ಉದ್ದ ಮಾಡಿ ಕಾಯುತ್ತಿದ್ದ ಅಮ್ಮನಿಗೆ ಅವರ ಖಾಲಿ ಕೈ, ಸೋತ ಮುಖಗಳು ಉತ್ತರ ಹೇಳುತ್ತಿದ್ದವು.

ಗಬ್ಬದ ದನಗಳು ಕರು ಹಾಕಲು ಬಂದ ಸಂದರ್ಭದಲ್ಲಿ ಕೆಲವೊಮ್ಮೆ ಹೀಗೆ ಮನೆಗೆ ಮರಳದ ಪ್ರಸಂಗಗಳೂ ಇರುತ್ತಿದ್ದವು. ಅಕಸ್ಮಾತ್ ಆ ದನ ಸಂಜೆಯ ಹೊತ್ತಿಗೆ ಕಾಡಿನಲ್ಲೇ ಕರು ಹಾಕಿತೆಂದರೆ, ಎಳೆಗರುವನ್ನು ನಡೆಸಿಕೊಂಡು ಮನೆಗೆ ಮರಳುವುದು ಅಸಾಧ್ಯವೆನಿಸಿದ ಸಂದರ್ಭದಲ್ಲಿ ಅಲ್ಲೇ ಉಳಿಯುತ್ತಿದ್ದುದುಂಟು.

ನಮ್ಮಮ್ಮನ ಪ್ರೀತಿಯ ಶಾರದೆ ಕಾಣೆಯಾಗಿದ್ದೂ ಇಂಥದ್ದೇ ಸಂದರ್ಭದಲ್ಲಿ. ನನಗೆ ಕಾಡಿನ ಅಗಾಧತೆಯ, ರಾಕ್ಷಸಾಕಾರದ, ರುದ್ರ ರಮ್ಯ ಸ್ವರೂಪದ ದರ್ಶನವಾದುದೂ ಇದೇ ಪ್ರಸಂಗದಿಂದಾಗಿಯೇ.

ದಿನ ತುಂಬಿದ್ದ, ಎರಡನೇ ಬಾರಿ ಗಬ್ಬಿದ್ದ ಮಣಕ ಶಾರದೆ ಸಂಜೆ ಮರಳಿರಲಿಲ್ಲ. ಮುಸ್ಸಂಜೆಯಿಂದ ಅರ್ಧರಾತ್ರಿವರೆಗೆ ನಡೆಸಿದ ಹುಡುಕಾಟ ಫಲ ನೀಡಿರಲಿಲ್ಲ. ಮರುದಿನ ಬೆಳಿಗ್ಗೆಯೇ ಮತ್ತೆ ಒಂದೊಂದು ದಿಕ್ಕು ಹಿಡಿದು ಒಬ್ಬೊಬ್ಬರು ಹೊರಟಾಗ ನಾನು, ಅಕ್ಕ ಸಹ ಅಪ್ಪನೊಂದಿಗೆ ಹೊರಟೆವು.

ಕಾಡಿನ ಆ ಹರವು ನಮ್ಮ ಮನೆಯಿಂದ ತುಂಬಾ ದೂರದ್ದೇನಲ್ಲ. ಮನೆಯ ಹಿಂದಿದ್ದ ವಿಸ್ತಾರ ಗದ್ದೆ ಬಯಲಿನಂಚಿನಿಂದ ಅದು ಶುರುವಾಗುತ್ತಿತ್ತು. ಆದರೆ ನಾನು, ಅಕ್ಕ ಅದನ್ನು ಹೊಕ್ಕಿದ್ದು ಅದೇ ಮೊದಲು. ಎಲ್ಲೆಂದರಲ್ಲಿ ಅಡ್ಡಾದಿಡ್ಡಿ ಬೆಳೆದ ಬೃಹತ್ ಮರಗಳು, ರಟ್ಟೆಗಾತ್ರದ ಬಳ್ಳಿಗಳು, ಭಯ ಹುಟ್ಟಿಸುವಂಥ ಬಿದಿರು ಮೆಳೆಗಳು... ಸೊಳ್ಳೆ, ಜೀರುಂಡೆ, ಜೇನುಗಳ ಗುಂಜಾರವ... ಕೆಸರು, ಹುಳು, ಕಣ್ಣಿಗೆ ಕಾಣದಿದ್ದರೂ ತಲೆಯನ್ನು ತುಂಬಿಕೊಂಡ ಹಾವು, ಹುಲಿಗಳ ಭೀತಿಯ ಭೂತ..., ಅಪ್ಪನ ಒಂದೊಂದು ಕೈಯನ್ನು ಒಬ್ಬೊಬ್ಬರು ಬಿಗಿಯಾಗಿ ಹಿಡಿದುಕೊಂಡಿದ್ದರೂ ನಾವಂತೂ ಪ್ರತಿಯೊಂದು ಚಿಕ್ಕ ಸದ್ದಿಗೂ ಬೆಚ್ಚಿ ಬೀಳುತ್ತಿದ್ದೆವು. 'ಅಂಬಾ... ಅಂಬೆ... ಶಾರದೆ ಎಲ್ಲಿದ್ಯೇ?...'ಗಳ ನಡುವೆಯೇ ಅಪ್ಪ ನಮಗೆ 'ಇದು ದಿಂಡಲ ಮರ– ನಂದಿಯ ಹತ್ತಿರದ ಜಾತಿ, ಇದು ಹಲವು ಮಕ್ಕಳ ತಾಯಿ ಗಿಡ– ಇದರ ಗೆಡ್ಡೆ ಕಿತ್ತು ದನಗಳಿಗೆ ತಿನ್ನಿಸಿದರೆ ಹಾಲು ಜಾಸ್ತಿಯಾಗ್ತು' ಎಂದೆಲ್ಲ ವಿವರಿಸುತ್ತ

ನಡೆದ. ಸುಮಾರು ಒಂದು ತಾಸು ತಿರುಗಿದ ಮೇಲೆ ಒಂದೆಡೆ ನಮ್ಮಿಬ್ಬರನ್ನೂ ಬಲವಾದ ಬಳ್ಳಿಯ ಜೋಕಾಲಿ ಮೇಲೆ ಕೂಡ್ರಿಸಿ ಮನೆಯಿಂದ ಕಟ್ಟಿಕೊಂಡು ಬಂದಿದ್ದ ಬಾಳೆಹಣ್ಣು, ನೀರು ಕೊಟ್ಟ. ಐದ್ಹತ್ತು ನಿಮಿಷ ಸುಧಾರಿಸಿಕೊಂಡ ಮೇಲೆ ಮತ್ತೆ ಶಾರದೆ ಶೋಧ ಶುರು. ಮಧ್ಯಾಹ್ನ ಮುಗಿಯುತ್ತ ಬಂದು, ನೆತ್ತಿ ಕತ್ತಿ ಉರಿಯುವವರೆಗೂ ಹುಡುಕಿ ಸುಸ್ತಾದ ಮೇಲೆ ಜೋಲು ಮೋರೆ ಹೊತ್ತು ವಾಪಸ್ಸಾದೆವು.

ಮಧ್ಯಾಹ್ನ ಊಟದ ನಂತರ ಅಪ್ಪ ಮತ್ತಿತರರು ಮತ್ತೆ ಹುಡುಕಾಟ ನಡೆಸಿದರು. ನಾನು, ಅಣ್ಣ–ಅಕ್ಕ ಮನೆಯೆದುರಿನ ಕೆರೆಯಂಗಳದಲ್ಲಿ, ಅದನ್ನು ಆವರಿಸಿದ್ದ ಕಳ್ಳಿ ಮಟ್ಟಿಗಳಲ್ಲಿ, ಅಲ್ಲಿ ಇಲ್ಲಿ ನಮ್ಮಿಂದಾದ ಮಟ್ಟಿಗೆ ಹುಡುಕಿದೆವು. ಈ ಶೋಧ ಹೀಗೆ ಐದಾರು ದಿನ ನಡೆಯಿತು. ನಡುನಡುವೆ ಭಟ್ಟರಿಂದ ಭವಿಷ್ಯ ಕೇಳಿದ್ದು, ನೋಟ ನೋಡಿಸಿದ್ದು, ಯಾರ್‍ಯಾರೋ ಸ್ವಯಂಘೋಷಿತ ತಂತ್ರಗಾರರೆಲ್ಲ ಬಂದು 'ನಿಮ್ಮ ದನ ಇಂಥಲ್ಲೇ ಇದೆ, ಮುಂಡಗೋಡು ದಾಟಿ ಹೋಗಿದೆ, ಹುಬ್ಬಳ್ಳಿಯಿಂದ ಎಂಟು ಕಿಮೀ ಪಶ್ಚಿಮಕ್ಕಿದೆ...' ಎಂದೆಲ್ಲಾ ಹೇಳಿ ಹೋಗಿದ್ದಾಯಿತು.

ಆವತ್ತು ಭಾನುವಾರ. ಶಾರದೆ ಕಳೆದು ಆವತ್ತಿಗೆ ಎಂಟನೇ ದಿನ. ಬೆಳಿಗ್ಗೆ ತಿಂಡಿ ತಿಂದವರೇ ಅಪ್ಪ ಮತ್ತು ಒಂದಿಬ್ಬರು ಆಳುಗಳು ಒಂದು ಸುತ್ತು ಹುಡುಕಾಟ ನಡೆಸಲು ಕಲ್ಲಳ್ಳಿ ಹೊಳೆಯ ಬಳಿ ತೆರಳಿದ್ದರು.

ಬೆಳಿಗ್ಗೆ ಹತ್ತು ಗಂಟೆಯ ಹೊತ್ತು. ಮನೆಯೆದುರಿನ ಕೆರೆ ಏರಿ ಮೇಲೆ ಏನೋ ಗದ್ದಲ ಕೇಳಿಸಿತು. ನಾನು, ಅಮ್ಮ, ಅಕ್ಕ ಎಲ್ಲ ಹೊರಬಂದೆವು. ಅಪ್ಪ, ಅಣ್ಣ, ಆಳುಗಳು ಗುಂಪುಗೂಡಿ ಬರುತ್ತಿದ್ದರು. ಆಳೊಬ್ಬನ ಕೈಯಲ್ಲಿ ಆಕಳೊಂದರ ಮುಖದ ಕೋಡುಸಹಿತ ಮೂಳೆ, ಅಪ್ಪನ ಹೆಗಲ ಮೇಲೆ ಬಸವಳಿದ ಒಂದು ಎಳೆಗರು... ಅಪ್ಪ ಏನೂ ಹೇಳುವುದೇ ಬೇಕಾಗಿರಲಿಲ್ಲ. ಕೋಡುಗಳನ್ನು ನೋಡುತ್ತಿದ್ದಂತೆಯೇ ಅಮ್ಮ 'ಅಯ್ಯೋ, ಶಾರದೆ ಹೋತಕ್ಕಲೇ' ಎಂದು ಕೂಗಿಕೊಂಡಳು.

ನಮ್ಮೆಲ್ಲರ ಒಳಗೂ ಮೂಡಿದ್ದ ಅವ್ಯಕ್ತ ಭಯ ನಿಜವಾಗಿತ್ತು. ಶಾರದೆ ಹುಲಿಗೆ ಬಲಿಯಾಗಿತ್ತು. ಮೇಯಲು ಹೋಗಿದ್ದ ಅದು ಬಹುಶಃ ಸಂಜೆಯ ಹೊತ್ತಿಗೆ ಹೊಳೆಯ ಅಂಚಲ್ಲಿ ಕರು ಹಾಕಿತ್ತು. ಕರುವಿಗೆ ಕಷ್ಟವಾದೀತೆಂದು ಅಲ್ಲೇ ಉಳಿಯಿತು ಕೂಡ. ಮೊದಲೇ ಹೊಳೆಯಂಚು... ಹುಲಿ ಓಡಾಡುವ ಜಾಗ. ಆ ರಾತ್ರಿಯೇ ಅದು ಹುಲಿಗೆ ಬಲಿಯಾಗಿದ್ದಿರಬೇಕು. ಹುಲಿ ಮತ್ತು ಆಕಳ ನಡುವೆ ಕಾದಾಟ ನಡೆದಿದ್ದಕ್ಕೆ ಕುರುಹುಗಳೂ ಅಲ್ಲಿದ್ದವಂತೆ.

ಆಶ್ಚರ್ಯವೆಂದರೆ ಹುಲಿಗೆ ಬಹುಪ್ರಿಯ ಬೇಟೆಯಾಗಲಿದ್ದ ಎಳೆಗರು ಯಾವುದೇ ಅಪಾಯವಿಲ್ಲದೇ ಪಾರಾಗಿದ್ದು. ಕಾದಾಟ ನಡೆದ ಸ್ಥಳದಿಂದ ಸುಮಾರು ಹತ್ತು

ಮಾರು ದೂರದಲ್ಲಿ, ಹಳ್ಳದ ಎಡಧರೆಯ ಮೇಲೆ ಇಳಿಜಾರಿನಲ್ಲಿದ್ದ ಒಂದು ಭಾರಿ ಬಿದಿರು ಮಟ್ಟಿಯ ಸಂಧಿಯಲ್ಲಿ ಈ ಕರು ಸಿಕ್ಕಿಕೊಂಡಿತ್ತಂತೆ. ಅದರ ಅದೃಷ್ಟಕ್ಕೆ ಅದು ಎಂಟು ದಿನ ಹಾಲಿಲ್ಲದೇ ಬದುಕಿತ್ತು, ಬಹುಶಃ ಬಿದಿರು ಮಟ್ಟಿಯ ಪಾದ ಮುಟ್ಟಿ ಹೋಗುತ್ತಿದ್ದ ಹೊಳೆಯ ನೀರನ್ನೇ ಕುಡಿದುಕೊಂಡಿತ್ತೇನೋ. ಕೂಗುವ ಶಕ್ತಿ ಇಲ್ಲದಿದ್ದರೂ, ಜೀವಚ್ಛವವಾಗಿ ಮಟ್ಟಿಯ ಒಳಗೆ ಮುಚ್ಚಿಹೋದಂತಿದ್ದರೂ ಅಪ್ಪ ಮತ್ತಿತರರ ಕಣ್ಣಿಗೆ ಬಿದ್ದಿತ್ತು.

ಹೋದ ದನವಂತೂ ಹೋಯಿತು, ಘನಾ ಹೆಣ್ಣುಕರು ಉಳಿದಿದೆ, ಅದನ್ನಾದರೂ ಚೆನ್ನಾಗಿ ಬೆಳೆಸೋಣ ಎಂದು. ಅಪ್ಪ-ಅಮ್ಮ ಭಾರಿ ಜತನ ಮಾಡಿದರು. 'ಗೌರಿ' ಎಂದು ಶಾರದೆಯ ತಾಯಿಯ ಹೆಸರನ್ನೇ ಅದಕ್ಕಿಟ್ಟು, ಬೇರೆ ಹಸುಗಳ ಹಾಲನ್ನು

ಧಾರಾಳವಾಗಿ ಗೊಟ್ಟದಲ್ಲಿ ಎತ್ತಿ ಕುಡಿಸಿದರು. ಅನ್ನದ ತಿಳಿ, ಬೂಸಾದ ಗಂಜಿ... ಏನೇನೋ ಉಪಚಾರ ಬೇರೆ. ಆದರೆ ಅವನ್ನೆಲ್ಲ ಜೀರ್ಣಿಸಿಕೊಳ್ಳುವುದು ಹೋಗಲಿ, ಅವನ್ನು ತಿನ್ನಬೇಕು, ಕುಡಿಯಬೇಕು ಎಂಬ ಕಲ್ಪನೆಯನ್ನು ಜೀರ್ಣಿಸಿಕೊಳ್ಳಲು ಕೂಡ ಆ ಅನಾಥ ಕರುವಿಗೆ ಬಹುಶಃ ಸಾಧ್ಯವಾಗಲಿಲ್ಲ. ವಾರೊಪ್ಪತ್ತಿನಲ್ಲಿ ಅದೂ ತನ್ನ ತಾಯನ್ನು ಸೇರಿಕೊಂಡಿತು.

ಮತ್ತೆ ಕೆಲವು ವರ್ಷಗಳ ನಂತರ ಕಸ್ತೂರಿ ಎಂಬ ಆಕಳು ಕಳೆದಾಗಲೂ ನಾವೆಲ್ಲ ಹೀಗೆ ಕಾಡುಮೇಡು ಸುತ್ತಿ ಹುಡುಕಿದ್ದೇ ಹುಡುಕಿದ್ದು. ಆದರೆ ಆಗ ಕಾಡು ಮೊದಲಿನಷ್ಟು ಅಪರಿಚಿತವಾಗಿ ಉಳಿದಿರಲಿಲ್ಲ ನನಗೆ. ಕಾಡಿನ ಕುರಿತಾದ ಮುಗ್ಧ ಕುತೂಹಲ, ಆರಾಧನಾ ಭಾವ ಮೊದಲಿನಷ್ಟಿರಲಿಲ್ಲ. ನಮ್ಮ ಮನೆಯ ಸುತ್ತಲಿದ್ದ ಕಾಡೂ ಮೊದಲಿನಷ್ಟು ದಟ್ಟವಾಗುಳಿದಿರಲಿಲ್ಲ. ಹಾಗಂತ ಆ ಎಕ್ಸ್‌ಪೆಡಿಷನ್ ನನ್ನಲ್ಲಿ ಆಸಕ್ತಿ, ಕಾತರ ಮೂಡಿಸಿರಲಿಲ್ಲ ಎಂದಲ್ಲ, ಕಾಡಿನ ಸಾಂಗತ್ಯಕ್ಕೆ ತೆರೆದುಕೊಳ್ಳುವುದಕ್ಕೆ ನಾನಂತೂ ಎವರ್ ರೆಡಿ.

ಕಸ್ತೂರಿಯನ್ನೇನೂ ಹುಲಿ ಒಯ್ದಿರಲಿಲ್ಲ. ಸುತ್ತ ಎಂಟು ದಿಕ್ಕುಗಳಲ್ಲಿ ನಾವು ಅದರ ಜಾಡು ಅರಸಿ ಅಲೆಯುತ್ತಿದ್ದರೆ, ಅದು ಮನೆಯೆದುರಿನ ಕೆರೆಯಂಗಳದಲ್ಲೇ ಅಸಹಾಯಕವಾಗಿ ಬಿದ್ದಿತ್ತು. ಬಿರು ಬೇಸಿಗೆಯಿಂದಾಗಿ ಕೆರೆಯಂಗಳ ತೀವ್ರವಾಗಿ ಬಿರುಕು ಬಿಟ್ಟಿತ್ತು. ಜೊತೆಗೆ ಕಳ್ಳಿ ಗಿಡಗಳೂ ಒತ್ತೊತ್ತಾಗಿ ಬೆಳೆದು ಜಡಕುಗಟ್ಟಿದ್ದವು. ಇಂಥದ್ದೊಂದು ಕಳ್ಳಿ ಟ್ರಾಪ್‌ನಲ್ಲಿ ಸಿಕ್ಕಿಕೊಂಡ ಕಸ್ತೂರಿ ಬಹುಶಃ ಹೊರಬರಲು ಒದ್ದಾಡುತ್ತಿದ್ದಾಗ ಬಿರುಕೊಂದರಲ್ಲಿ ಅದರ ಕಾಲು ಸಿಕ್ಕಿಕೊಂಡು, ಮೊಣಕಾಲಿಗಿಂತ ಕೆಳಗೆ ಅಕ್ಷರಶಃ ಲಟಕ್ಕೆಂದು ಮುರಿದುಹೋಗಿ, ಹೆಜ್ಜೆ ಮುಂದಿಡುವುದಿರಲಿ, ಮುರಿದ ಕಾಲನ್ನು ಬಿರುಕಿನಿಂದ ಬಿಡಿಸಿಕೊಳ್ಳುವುದಕ್ಕೂ ಆಗದೇ ಆ ದನ ಅಲ್ಲೇ ವಾರಗಟ್ಟಲೇ ಇತ್ತು. ಹುಲ್ಲು, ನೀರು ಇಲ್ಲದೇ ಕೂಗಲೂ ಆಗದ ಸ್ಥಿತಿ ತಲುಪಿತ್ತು ಅದು. ನಮಗಂತೂ ಹೋಗಲಿ, ನಮ್ಮ ನಾಯಿಗಳಿಗೂ ಅದರ ಸೂಟು ಸಿಕ್ಕಿರಲಿಲ್ಲ. ಆದರೆ ಹದ್ದುಗಳೆಂಬ ಪತ್ತೆದಾರರ ಸೂಕ್ಷ್ಮದೃಷ್ಟಿಗೆ ಅದು ಬಿದ್ದು, ಅವು ಅದರ ಮೇಲೆರಗಲು ಕಾಯುತ್ತ ಆಕಾಶದಲ್ಲೇ ಗಿರಗಟ್ಟೆ ಹೊಡೆಯುತ್ತಿದ್ದುದನ್ನು ಕಂಡು ಅನುಮಾನಗೊಂಡ ಯಾರೋ ಹೋಗಿ ಸ್ಥಳ ಪರಿಶೀಲನೆ ನಡೆಸಿ, ನಮಗೆ ಸುದ್ದಿ ಮುಟ್ಟಿಸಿ... ಅಂತೂ ಪತ್ತೆಯಾಯಿತು ಕಸ್ತೂರಿ. ಆದರೆ ನಂತರದಲ್ಲಿ ಅದು ಶಾಶ್ವತವಾಗಿ ಆ ಕಾಲನ್ನು, ಜೊತೆಗೆ 'ಕಸ್ತೂರಿ' ಎಂಬ ಸುಂದರ ಹೆಸರನ್ನು ಕಳೆದುಕೊಂಡು 'ಕುಂಟಿ' ಆಯ್ತು.

ಹುಲಿಯ ಬಾಯಿಗೆ ಸಿಕ್ಕ ನಮ್ಮನೆಯ ಆಕಳು, ಹೋರಿಗಳು ಒಂದೆರಡಲ್ಲ. ಕರಿಯಮ್ಮ, ಯಮುನೆ, ಕಾಳಿ, ಹಂಡ... ಪ್ರತಿ ಬಾರಿ ಒಂದು ಆಕಳನ್ನೋ, ಹೋರಿ, ಕರುವನ್ನೋ ಕಳಕೊಂಡಾಗ ನಮ್ಮಲ್ಲೆಲ್ಲ ವಿಷಾದ ಭಾವ. ಬೆಳಿಗ್ಗೆ ದನಗಳ ಗೋಲೆಯನ್ನು ಕಾಡಿಗೆ ಬಿಡುವಾಗ ವಿಪರೀತ ದುಗುಡ. ಸಂಜೆ ಅವು

ವಾಪಸ್ಸಾಗುವವರೆಗೂ ತಳಮಳ. ಕೆಲ ದಿನ ಅಷ್ಟೇ. 20–25 ದನಕರುಗಳಿದ್ದ ಕೊಟ್ಟಿಗೆಯಲ್ಲಿ 2–3 ತಿಂಗಳಿಗೊಮ್ಮೆ ಹೊಸ ಕರು ಹುಟ್ಟುತ್ತಿತ್ತು. ಹೊಸ ಚಿಗುರನ್ನು ಕಣ್ತುಂಬಿಕೊಳ್ಳುವ ಭರದಲ್ಲಿ ಹಳೆ ಎಲೆ ಬಿದ್ದು ಹೋದ ವ್ಯಥೆ ಹಳತಾಗಿ ಬಿಡುತ್ತಿತ್ತು.

ನಮ್ಮನೆಯಿಂದ ಎರಡೂವರೆ ಮೈಲು ದೂರದಲ್ಲಿದ್ದ 'ಮೊಸಳೆಗುಂಡಿ' ಎಂಬ ಜಾಗಕ್ಕೆ ನಾವು ಬೇಸಿಗೆಯಲ್ಲಿ ಸ್ನಾನಕ್ಕೆ ಹೋಗುತ್ತಿದ್ದುದುಂಟು. 'ಮೊಸಳೆಗುಂಡಿ'ಯಲ್ಲಿ ಮೊಸಳೆಯೇನೂ ಇರುತ್ತಿರಲಿಲ್ಲ, ಆದರೆ ಗುಂಡಿ ಇತ್ತು. ಹಾಗಾಗಿ ನೀರು ಇರುತ್ತಿತ್ತು. ದಟ್ಟ ಕಾಡ ನಡುವಲ್ಲಿದ್ದ ಆ ಜಾಗ ಹೆಚ್ಚುಕಮ್ಮಿ ನಿರ್ಜನ, ನೀರವವಾಗಿರುತ್ತಿದ್ದರೂ, ಸದಾಕಾಲ ಇರುತ್ತಿದ್ದ ನೀರು ಬೇಸಿಗೆಯಲ್ಲಿ ಜನ–ದನಕರುಗಳನ್ನು, ವನವಾಸಿಗಳನ್ನು ಬರಮಾಡಿಕೊಳ್ಳುತ್ತಿತ್ತು. ಊರಿನ ದನಕರುಗಳ, ಗೌಳೇರ ಎಮ್ಮೆಗಳ, ಜಿಂಕೆ, ನರಿ, ನಾಯಿಗಳ ನೀರಡಿಕೆ ನೀಗಿಸುತ್ತಿದ್ದ ಮೊಸಳೆಗುಂಡಿ, ಆ ಕಾರಣದಿಂದಾಗಿಯೇ ಹುಲಿ, ಕಿರುಬಗಳ ಹಸಿವೆಯನ್ನೂ ಹಿಂಗಿಸುತ್ತಿತ್ತು. ಆ ಹಳ್ಳದ ದಂಡೆಯಲ್ಲಿ, ಮರಳು ಹಾಸುಗಳ ಮೇಲೆ ಅಲ್ಲಲ್ಲಿ ಬಿದ್ದಿರುತ್ತಿದ್ದ ಹುಲಿಯ ಮಲವನ್ನು ಅಪ್ಪ ನಮಗೆ ತೋರಿಸುತ್ತಿದ್ದ. ಒಣಗಿದ ಮಲವನ್ನು ಕೋಲಿನಿಂದ ಕೆದರಿದರೆ ಅದರಲ್ಲಿ ದನಕರುಗಳ ಬಾಲದ ಕೂದಲ ಜೊಂಪೆ, ಸೆಡೆದುಕೊಂಡ ಚರ್ಮದ ಚೂರುಗಳು ಕಂಡು ಬರುತ್ತಿದ್ದವು. ಅದನ್ನು ನೋಡಿದ ನಮ್ಮಲ್ಲಿ 'ಇದು ಯಾವ ಗೌಳಿಯ ಎಮ್ಮೆಯಾಗಿತ್ತೋ, ಯಾರ ಮನೆಯ ದನವಾಗಿತ್ತೋ, ಅಕಸ್ಮಾತ್ ನಮ್ಮ ಶಾರದೆ/ಸೀತೆ/ಹಂಡಿಯದೇ ಕೂದಲೇನೋ' ಎಂಬ ಕುತೂಹಲಭರಿತ ವಿಷಾದ.

ಪ್ರತಿ ದೀಪಾವಳಿಯಲ್ಲಿ ದನಗಳ ಬೆನ್ನ ಮೇಲೆ ಕೆಮ್ಮಣ್ಣು, ಶೇಡಿಯ ಚಿತ್ತಾರ ಬರೆದು 'ಬೆಚ್ಚಡಾ, ಬೆದರಡಾ, ಹುಲಿ ಬಾಯಿಗೆ ಬೀಳಡಾ' ಎಂದು ಹರಸಿ, ಜೊತೆಗೆ ಹುಲಿಯಪ್ಪನ ಕಲ್ಲಿಗೆ ದನಕ್ಕೊಂದರಂತೆ ಕಾಯಿ ಒಡೆದು ಬೇಡಿಕೊಂಡರೆ ಮನೆ ಮಂದಿಗೆಲ್ಲ ನಿಶ್ಚಿಂತ ಭಾವ.

ಹರಕೆ ಕಾಯ್ದಿತೋ, ಹುಲಿಯಪ್ಪ ಕಾಯ್ದನೋ ಇಲ್ಲಾ 'ಗೋ ಹತ್ಯಾ ದೋಷ'ದಲ್ಲಿ ಪಾಲು ಬೇಡವೆಂದ ಕಾಡು ತಾನೇ ಹಿಂದೆ ಸರಿದುಕೊಂಡು, ಹುಲಿಯನ್ನೂ ಅಡಗಿಸಿತೋ, ಅಂತೂ ಅಪ್ಪನ ಹನುಮಾಪುರ ಜೀವನದ ಕೊನೆಯ ಹತ್ತು ವರ್ಷಗಳಲ್ಲಿ ನಮ್ಮ ಯಾವ ದನಕರುವೂ ಹುಲಿಯ ಪಾಲಾಗಿರಲಿಲ್ಲ. ಈಗಂತೂ ಕಾಡು ಯಾವ ಪರಿ ಖಾಲಿಯಾಗಿದೆಯೆಂದರೆ ಮುಂದೆ ಆ ಊರಿನ ಯಾರಿಗೂ ಇಂಥ ಪ್ರಸಂಗ ಬರುವ ಸಂಭವವೇ ಇಲ್ಲ.

ನಮ್ಮ ಮನೆ, ನಮ್ಮ ದನಕರು ಎಂದಷ್ಟೇ ಯೋಚಿಸಿದರೆ ನಿರಾಳತೆ ಮೂಡುತ್ತದೆ. ವನ್ಯ ಸಂಪತ್ತು, ರಾಷ್ಟ್ರೀಯ ಪ್ರಾಣಿ ಎಂದೆಲ್ಲ ವಿಶಾಲ ಪ್ರಪಂಚದಲ್ಲಿ ಮನಸ್ಸನ್ನು ಹರಿಯ ಬಿಟ್ಟಾಗ ಅನಂತ ವಿಷಾದ ಕಣ್ಣು ಮಂಜಾಗಿಸುತ್ತದೆ.

ಅರೆರೆ... ಚಿಗರೆ!

ಅಡವಿ, ವನ್ಯಪ್ರಾಣಿಗಳು ಎಂದಾಕ್ಷಣ ನನ್ನ ಕಣ್ಣೆದುರು ಮೂಡುತ್ತಿದ್ದ ಆಕಾರಗಳು ಎರಡು: ಒಂದು ಹುಲಿ, ಇನ್ನೊಂದು ಜಿಂಕೆ (ನಮ್ಮೂರಿನ ಭಾಷೆಯಲ್ಲಿ ಚಿಗರೆ).

ಈ ಪೈಕಿ ಮೊದಲನೆಯದು ಕಾಡಿನ ವಿಚಾರವಾಗಿ ಎದೆಯಾಳದಲ್ಲೊಂದು ಮರಗಟ್ಟಿಸುವ ಭಯವನ್ನು ಹುದುಗಿಸಿಟ್ಟಿದ್ದರೆ, ಎರಡನೆಯದು ಬೆಚ್ಚನೆಯ ಆಕರ್ಷಣೆಯನ್ನು ಚೌಕಟ್ಟು ಕಟ್ಟಿ ಕೂಡ್ರಿಸಿತ್ತು. ಅದರ ಮಿರಿಮಿರಿ ಮಿಂಚುವ ಚಂದದ ಚುಕ್ಕೆಭರಿತ ಚರ್ಮ, ಕವಲು ಕವಲಾದ ಕೋಡುಗಳು, ಪಿಳಿ ಪಿಳಿ ಕಣ್ಣುಗಳು, ಛಂಗನೇ ನೆಗೆದು ಓಡುವ ಪರಿ... ಅದರ ಬಗೆಗೊಂದು ಮಧುರವಾದ ಪ್ರೀತಿಯನ್ನು ಹುಟ್ಟು ಹಾಕಿದ್ದವು.

ಮನೆ ಸುತ್ತಲ ಕಾಡಿನಲ್ಲಿ ಹರಿಣಗಳು ಹೇರಳವಾಗಿದ್ದ ಕಾಲ ಅದು. ಚಕ್ಕಡಿ ಗಾಡಿ ಕಟ್ಟಿಕೊಂಡು ಕಾಡಿನೊಳಗೆ ಕಟ್ಟಿಗೆ ಹೇರಲೋ, ಗಳು ತರಲೋ ಹೊರಟಾಗ ಇದ್ದಕ್ಕಿದ್ದಂತೆ ಜಿಂಕೆಗಳ ದರ್ಶನವಾಗುತ್ತಿತ್ತು. ಸಾಮಾನ್ಯವಾಗಿ ಹಿಂಡಿನಲ್ಲೇ ಕಾಣಿಸಿಕೊಳ್ಳುತ್ತಿದ್ದ ಅವು ಆಗಾಗ ನಾಯಿಗಳಿಂದ, ಬೆನ್ನಟ್ಟಿದ ಬೇಟೆಗಾರರಿಂದ ತಪ್ಪಿಸಿಕೊಳ್ಳಲೆಂದು ನಮ್ಮ ಕಂಪೌಂಡ್‌ನೊಳಗೆ ನುಗ್ಗಿ ಬರುತ್ತಿದ್ದುದುಂಟು. ಇದ್ದಕ್ಕಿದ್ದಂತೆ ಶೂನ್ಯದೊಳಗಿನಿಂದ ಪ್ರತ್ಯಕ್ಷವಾದಂತೆ ಕಂಡ ಜಿಂಕೆಯನ್ನು ನೋಡಿ ನಾವು 'ಅರೆ! ಚಿಗರೆ!! ಇಲ್ ಬಾ, ಅಲ್ನೋಡು' ಎನ್ನುವುದರೊಳಗಾಗಿ ಅವು ಮಾಯವಾಗಿರುತ್ತಿದ್ದವು. ಆದರೂ 'ನಮ್ಮನೆಗೆ ಚಿಗರೆ ಬಂದಿತ್ತು' ಎಂಬುದೊಂದು ಪುಳಕ ವರ್ಷಗಟ್ಟಲೇ ನಮ್ಮಲ್ಲಿ ಉಳಿದಿರುತ್ತಿತ್ತು.

ಶೌಚಾಲಯ ಇಲ್ಲದ ಆ ದಿನಗಳಲ್ಲಿ ತಂಬಿಗೆ ತಗೊಂಡು ಕಾಡಿಗೆ ಹೋದಾಗ ಎಷ್ಟೋ ಬಾರಿ ಜಿಂಕೆಗಳು ಕಾಣುತ್ತಿದ್ದುದುಂಟು. ಮನೇಲಿ ಯಾರಾದ್ರೂ ಒಬ್ಬರಿಗೆ ಅವು ಕಂಡವೆಂದರೆ ಬಂದು ಹೇಳಿದಾಕ್ಷಣ ಮತ್ತಿಬ್ಬರು ಆ ಕಡೆಗೆ ಓಡುತ್ತಿದ್ದೆವು. ಆದರೆ ಒಮ್ಮೆ ಮನುಷ್ಯರನ್ನು ಕಂಡ ಅವು ನಮ್ಮ ಸ್ವಾಗತಕ್ಕೆ ಕಾದಿರಬೇಕಲ್ಲ!

ಜಿಂಕೆಗಳಿಗೆ ಎತ್ತಿನ ಕೊರಳಿನ ಗಂಟೆಗಳ, ಗೆಜ್ಜೆಸರಗಳ ನಾದ ಬಲು ಇಷ್ಟ ಎಂಬುದು ಅಪ್ಪ ಅನುಭವದಿಂದ ಕಂಡುಕೊಂಡಿದ್ದ ಸತ್ಯ. ಒಮ್ಮೆ ಗೆಜ್ಜೆಸರ ಕಟ್ಟಿದ್ದ ಎತ್ತುಗಳನ್ನು ಹೂಡಿದ್ದ ಗಾಡಿಯಲ್ಲಿ ಕುಳಿತು ಕಾಡಿನ ದಾರಿಯಲ್ಲಿ ಮಾಸ್ತ್ಯಮ್ಮ ದೇವಿಯ ಗುಡಿಗೆ ಸಾಗುತ್ತಿದ್ದಾಗ, ಇದ್ದಕ್ಕಿದ್ದಂತೆಯೇ ನನ್ನ ಆರನೆಯ ಇಂದ್ರಿಯ ಜಾಗೃತವಾಯಿತು. ಯಾರೋ ನಮ್ಮನ್ನು ಗಮನಿಸುತ್ತಿದ್ದಾರೆ ಎಂಬ ಭಾವನೆ ನನ್ನಲ್ಲಿ ಗಟ್ಟಿಗೊಳ್ಳತೊಡಗಿತು. ಗಾಡಿ ಹೊಡೆಯುತ್ತಿದ್ದ ಅಪ್ಪನ ಬೆನ್ನಿಗಂಟಿ ಕುಳಿತಿದ್ದ ನಾನು ಈ ಬಗ್ಗೆ ಅವನ ಕಿವಿಯಲ್ಲಿ ಪಿಸುಗುಟ್ಟಿದೆ. ಎತ್ತುಗಳ ಹಗ್ಗ ಎಳೆದು ಗಾಡಿಯ ವೇಗ ತಗ್ಗಿಸಿದ ಅಪ್ಪ ಅಷ್ಟೇ ಮೆತ್ತಗಿನ ದನಿಯಲ್ಲಿ, 'ನೀ ಹೇಳದು ಸರಿ. ರಸ್ತೆ ಅಂಚಿಗಿರ ಬಿದಿರ ಮಟ್ಟಿಗಳನ್ನ ದಿಟ್ಟಿಸಿ ನೋಡು... ಎಂಥ ಕಾಣ್ತು ಹೇಳು...' ಎಂದ. ಗದ್ದಲ ಮಾಡುತ್ತಿದ್ದ ಅಣ್ಣ, ಅಕ್ಕ ಕೂಡ ಮಾತು ನಿಲ್ಲಿಸಿ ಅತ್ತ ದೃಷ್ಟಿ ತೂರಿದರು. ರಸ್ತೆಯ ಇಕ್ಕೆಲಗಳಲ್ಲಿ ಉದ್ದಕ್ಕೂ ಬಿದಿರು ಮೆಳೆಗಳು ದಟ್ಟೈಸಿದ್ದವು. ದಪ್ಪ ದಪ್ಪ ಬಿದಿರ ಬುಡಗಳ ಮರೆಯಲ್ಲಿ ಹೊಳೆಯುವ ಪಿಳಿ ಪಿಳಿ ಕಣ್ಣುಗಳು, ನಿಮಿರುತ್ತಿದ್ದ ಕಿವಿಗಳು, ಬಡಿದುಕೊಳ್ಳುತ್ತಿದ್ದ ಮೊಂಡ ಬಾಲಗಳು ನಮಗೆ ಕಾಣಿಸಿದವು. ಅತ್ಲಾಗೊಂದ್ನಾಕು, ಇತ್ಲಾಗೊಂದ್ನಾಕು ಜಿಂಕೆಗಳು ನಮ್ಮನ್ನೇ ಗಮನಿಸುತ್ತ ಬಹುಶಃ ಕುತೂಹಲದಿಂದ ನಿಂತಿದ್ದವು. 'ಅರೆ! ಎಷ್ಟೆಲ್ಲಾ ಜಿಂಕೆ!!'– ನಾವು ಕೂಗುವುದರೊಳಗಾಗಿ ನಮ್ಮ ಪ್ರತಿಕ್ರಿಯೆ ಹೀಗೆ ಇರಬಹುದು ಎಂದು ಊಹಿಸಿದ್ದ ಅಪ್ಪ 'ಶ್! ಕೂಗಡಿ, ಸುಮ್ಮಂಗೆ ನೋಡಿ' ಎಂದ.

ನಾವು ನಿಂತರೆ ಅವು ಪರಾರಿಯಾಗುತ್ತವೆಂಬ ಅರಿವಿದ್ದ ಅಪ್ಪ ನಿಧಾನವಾಗಿ ಗಾಡಿ ಹೊಡೆಯುತ್ತಲಿದ್ದ. 'ಅಪ್ಪಾ, ಗಾಡಿ ನಿಲ್ಸಾ, ಒಂದ್ಸಲ ನಿಲ್ಸಾ' ಎಂದು ನಾವು ಕುಸುಕುಸು ಶುರು ಮಾಡಿಯೇ ಬಿಟ್ಟೆವು. ನಮ್ಮ ಈ ಜಾಗರೂಕ ವರ್ತನೆ ಮತ್ತು ಇದ್ದಕ್ಕಿದ್ದಂತೆ ಉಂಟಾದ ಮೌನದ ವಾತಾವರಣದಲ್ಲಿ ಅಪಾಯದ ವಾಸನೆ ಗ್ರಹಿಸಿದ ಜಿಂಕೆಗಳು ರಸ್ತೆಯ ಅತ್ಲಾಗಿಂದ ಇತ್ಲಾಗೆ ಅಡ್ಡಾದಿಡ್ಡಿ ಜಿಗಿದು, ಮನಸ್ಸೋ ಇಚ್ಛೆ ಚದುರಿಯೇ ಬಿಟ್ಟವು. 'ನೋಡಿ, ನಾವು ಅವನ್ನು ಗಮನಿಸದು ಅವಕ್ಕೆ ಗೊತ್ತಾಗ್ಲಾಗ. ನಮ್ಮ ಪಾಡಿಗೆ ಕೆಲಸ ಮಾಡ್ತಾ ಸೂಕ್ಷ್ಮವಾಗಿ ಅವನ್ನು ಗಮನಿಸವು. ಆವಾಗ ಅವೂ ಅಲ್ಲೇ ನಿಲ್ತ'– ಅಪ್ಪ ಪರಿಸರ ಪಾಠದ ಒಂದು ನೀತಿ ಬೋಧಿಸಿದ.

ರಸ್ತೆಯಂಚಿನಲ್ಲಿ ಮೇಯುತ್ತಿರುವ ಜಿಂಕೆಗಳು ಯಾರಾದರೂ ಬರುವ ಸೂಚನೆ ಸಿಕ್ಕಿದ್ದೇ ಈ ಬದಿಯಿಂದ ಆ ಬದಿಗೆ ದಾಟಿ ಓಡಿ ಹೋಗಿದ್ದನ್ನು ನಾನು

ಹಲವು ಬಾರಿ ಗಮನಿಸಿದ್ದೇನೆ. ಈ ವರ್ತನೆ, ಓಡಾಡುವ ಜನರ ಮತ್ತು ಅವರ ಬಳಿಯಿರಬಹುದಾದ ನಾಯಿಗಳ ಗಮನವನ್ನು ಮುದ್ದಾಂ ಅವುಗಳ ಮೇಲೆ ಎಳೆದು ತರುತ್ತಿತ್ತು. ಹಲವು ಬಾರಿ ಖುದ್ದು ಅವನ್ನು ಅಪಾಯದಲ್ಲಿ ಸಿಕ್ಕಿಸುತ್ತಿತ್ತು. ಅವುಗಳ ಈ ಪೆದ್ದ ವರ್ತನೆಯ ಬಗ್ಗೆ ಅಪ್ಪನಲ್ಲಿ ಪ್ರಸ್ತಾಪಿಸಿದಾಗ, ತಾನೂ ಇದನ್ನು ಗಮನಿಸಿರುವುದಾಗಿ ಆತ ಹೇಳಿದ. ಈ ಕಾರಣದಿಂದಾಗಿಯೇ ಅವು ಬೇಟೆಗಾರರಿಗೆ ಸುಲಭವಾಗಿ ಬಲಿಯಾಗುತ್ತಿರುವ ಬಗ್ಗೆ ವಿಷಾದ ವ್ಯಕ್ತಪಡಿಸಿದ.

ಕಾಡು ಕಣಗಿಲು, ಅತ್ತಿ ಮರಗಳ ಹಣ್ಣೆಂದರೆ ಜಿಂಕೆಗಳಿಗೆ ಮಹಾ ಪ್ರೀತಿ. ಅತ್ತಿ ಹಣ್ಣಾಗುವ ಕಾಲದಲ್ಲಿ ಗದ್ದೆಗಳ ಅಂಚಿನಲ್ಲಿರುವ ಆ ಮರಗಳ ಕೆಳಗೆ ಮುಂಜಾವಿನಲ್ಲಿ ಜಿಂಕೆಗಳ ಜಾತ್ರೆಯೇ ಸೇರುತ್ತಿತ್ತು. ಟಣ್ ಟಣ್ ಎಂದು ನೆಗೆಯುತ್ತ, ಒಂದು ಐದ್ಹತ್ತು ನಿಮಿಷದಲ್ಲಿ ಇದ್ದ ಹಣ್ಣುಗಳನ್ನೆಲ್ಲ ತಿಂದು ನೆಲ ಸಾಫ್ ಮಾಡಿ ಜಾಗ ಖಾಲಿ ಮಾಡುತ್ತಿದ್ದವು ಅವು. ಬೇಗ ಎದ್ದು ಹೋಗಿ, ಕದ್ದು ಕೂತು ನೋಡಿದಾಗಲಷ್ಟೇ ಈ ಮನೋಹರ ದೃಶ್ಯ ಲಭ್ಯವಾಗುತ್ತಿತ್ತು.

ಇನ್ನು ಏಕಮುಖವಾಗಿ ಎತ್ತರಕ್ಕೆ ಬೆಳೆವ ಕಣಗಿಲು ಮರದ ಕೆಳಗೂ ಅಷ್ಟೇ. ರಾತ್ರಿಯಿಡೀ ಬಿದ್ದಿರುತ್ತಿದ್ದ ಅರಿಶಿಣ ಬಣ್ಣದ, ಗೋಲಿ ಗಾತ್ರದ ಹಣ್ಣುಗಳನ್ನು ತಿನ್ನಲು ಬೆಳಿಗ್ಗೆ ಹಿಂಡುಗಟ್ಟಲೇ ಜಿಂಕೆಗಳು ಬರುತ್ತಿದ್ದವು. ಅವುಗಳ ಕಾಲ್ತುಳಿತ, ಕಾದಾಟದಿಂದಾಗಿ ಹಣ್ಣಿನ ಸುಗ್ಗಿಯ ಕಾಲದಲ್ಲಿ ಆ ಮರಗಳ ಅಡಿಯ ನೆಲ ಈಗಷ್ಟೇ ಕೆತ್ತಿದ ಹಾಗೆ ಇರುತ್ತಿತ್ತು. ಸುತ್ತಲ ನೆಲವೆಲ್ಲ ಎಳೆ ಹುಲ್ಲು, ಗರಿಕೆ ಚಿಗುರುಗಳಿಂದ ನಳನಳಿಸುತ್ತಿದ್ದರೆ ಕಣಗಿಲು ಮರದಡಿ ವೃತ್ತದಾಕಾರದಲ್ಲಿ ಕಾಲುದಾರಿಯಷ್ಟು ಬೋಳಾಗಿರುತ್ತಿತ್ತು ನೆಲ.

ವಿಪರ್ಯಾಸವೆಂದರೆ ಕಣಗಿಲು, ಅತ್ತಿ ಹಣ್ಣುಗಳ ಮೇಲಿನ ಈ ಮೋಹವೇ ಜಿಂಕೆಗಳಿಗೆ ಬಹಳಷ್ಟು ಸಲ ಡೆತ್ ಟ್ರ್ಯಾಪ್ ಆಗುತ್ತಿತ್ತು. ಹನುಮಾಪುರದ ಬಹುಸಂಖ್ಯಾತ ಜನರಿಗೆ ಜಿಂಕೆ ಮಾಂಸವೆಂದರೆ ಅದೇನು ಪ್ರೀತಿಯೋ! ಕಣ್ಣಿಗೆ ಬಿದ್ದ ಯಾವೊಂದು ಜಿಂಕೆಯನ್ನೂ ಅವರು ಬದುಕಗೊಡುತ್ತಿರಲಿಲ್ಲ. ಕಾಡಿನೊಳಗಣ ಜಿಂಕೆ ಬೇಟೆಯ ವಿದ್ಯಮಾನ ನಮಗೆ ತಿಳಿಯುತ್ತಿರಲಿಲ್ಲ ನಿಜ, ಆದರೆ ನಮ್ಮ ಮನೆಯ ಆಸುಪಾಸಿನಲ್ಲೇ ಎಷ್ಟೋ ಬಾರಿ ನಮ್ಮ ಕಣ್ಣೆದುರೇ ಆ ಜನ, ಮತ್ತವರ ನಾಯಿಗಳು ಜಿಂಕೆ ಹಿಡಿದಾಗ ನಮಗೆ ತೀರಾ ವ್ಯಥೆಯಾಗುತ್ತಿತ್ತು.

ಹಲವು ಸಲ ಊರವರ ನಾಯಿಗಳು ಬೆನ್ನು ಹತ್ತಿದಾಗ ಜಿಂಕೆಗಳು ದಾರಿ ತಪ್ಪಿ ನಮ್ಮ ಕಂಪೌಂಡ್‌ನೊಳಗೆ ನುಗ್ಗುತ್ತಿದ್ದವು. ಅವು ಎತ್ತಲಿಂದ ಬಂದವು, ಎತ್ತ ಓಡಿದವು ಅಥವಾ ಎಲ್ಲಿ ಅಡಗಿವೆ ಎಂದು ನಮಗೆ ಗೊತ್ತಿದ್ದರೂ, ಆ ನಾಯಿಗಳ ಒಡೆಯರು ಬಂದು ಕೇಳಿದಾಗ ನಾವು ಜಿಂಕೆ ಅಲ್ಲಿ ಬಂದಿಲ್ಲ ಎಂದೇ

ವಾದಿಸುತ್ತಿದ್ದೆವು. 'ಅಮ್ಮಾರು/ಹೆಗಡೇರು ಬಿಡ್ರೀ, ನೀವು ಸುಳ್ಳ್ ಹೇಳಾಕ್ಹತ್ತೀರಿ' ಎಂದು ಅವರು ಗೊಣಗಿಕೊಂಡರೂ, ಒಳನುಗ್ಗಿ ಹುಡುಕಾಡುವ ಧಾರ್ಷ್ಟ್ಯ ತೋರುತ್ತಿರಲಿಲ್ಲ. ಅತ್ತ ಆ ಜಿಂಕೆಯ ಪ್ರಾಣ ಉಳಿದುಕೊಂಡರೆ, ಇತ್ತ ಒಂದು ಬಡಜೀವ ಬದುಕಿಸಿದ ಧನ್ಯತಾಭಾವ ನಮ್ಮಲ್ಲಿ ಉಳಿದುಕೊಳ್ಳುತ್ತಿತ್ತು. ಆದರೆ ಹಲವು ಸಲ ನಮ್ಮ ನಾಯಿಗಳು ಬೊಗಳಿ, ಆ ಜಿಂಕೆಯನ್ನು ಇನ್ನಷ್ಟು ಬೆದರಿಸಿ, ಅದು ಹೊರ ಓಡುವಂತೆ ಮಾಡಿ ನಮ್ಮೆಲ್ಲಾ ಪ್ರಯತ್ನಗಳನ್ನೂ ಮಣ್ಣುಗೂಡಿಸುತ್ತಿದ್ದವು. ಅಂಥ ದಿನ ನಮ್ಮ ನಾಯಿಗಳಿಗೆ ಕಡ್ಡಾಯ ಉಪವಾಸದ ಶಿಕ್ಷೆ.

ಒಮ್ಮೆ ಹೀಗಾಯ್ತು: ಬೇಸಿಗೆಯ ಆ ದಿನ ಊರಿನ ಸುಮಾರು 20–25 ಜನ ನಮ್ಮನೆಯೆದುರಿನ ಕೆರೆಯಲ್ಲಿ ಮೀನು ಹಿಡಿಯಲು ಜಮಾಯಿಸಿದ್ದರು. ಅವರೊಂದಿಗೆ ಅವರ ಹೆಂಡಿರು–ಮಕ್ಕಳು, ನಾಯಿಗಳ ಗದ್ದಲವೂ ಸೇರಿತ್ತು. ಇತ್ತ ಅವರು ಮೀನು ಬೇಟೆಯಲ್ಲಿ ತೊಡಗಿದ್ದಾಗ ಅವರ ನಾಯಿಗಳು ಕಾಡಿಗೆ ನುಗ್ಗಿದವು. ಅಲ್ಲೊಂದು ನತದೃಷ್ಟ ಜಿಂಕೆ ಅವುಗಳ ಕಣ್ಣಿಗೆ ಬಿತ್ತು, ಸರಿ ಅದನ್ನು ಬೆನ್ನತ್ತಿದವು. ತಪ್ಪಿಸಿಕೊಳ್ಳಲು ಎರ್ರಾಬಿರ್ರಿ ಓಡಿದ ಜಿಂಕೆ ಸೀದಾ ನಮ್ಮ ಬೇಲಿಯೊಳಗೆ ನುಗ್ಗಿತು. ಮನುಷ್ಯರನ್ನಾದರೆ ನಾವು ತಡೆಯಬಹುದಿತ್ತು. ಆದರೆ ನಾಯಿಗಳಿಗೆ ನಮ್ಮ ಮಾತು ಪಾಲಿಸಬೇಕಾದ ಭಿಡೆ ಇಲ್ಲವಲ್ಲ, ಅವು ಹಿಂದೆಯೇ ನುಗ್ಗಿದವು. ದಿಕ್ಕುಗಾಣದ ಜಿಂಕೆ ಅಲ್ಲಿ ಇಲ್ಲಿ ಓಡಿ, ಕೊನೆಗೆ ನಮ್ಮ ತೋಟದ ಬೇಲಿ ದಾಟಿ, ಅದಕ್ಕೆ ಹೊಂದಿಕೊಂಡಿದ್ದ ಕೆರೆ ಏರಿ ಪ್ರವೇಶಿಸಿತು. ಅದರ ದುರಾದೃಷ್ಟಕ್ಕೆ ಅಲ್ಲಿ ಊರಿನ ಹೆಂಗಸರು, ಮಕ್ಕಳು ಇದ್ದರು. ಅವರು ಭೂಗುಟ್ಟಿ ಅದನ್ನು ಇನ್ನಷ್ಟು ಕಂಗೆಡಿಸಿದರು. ಬೆದರಿದ ಈ ಹರಿಣಿ ಬೇರೆ ಮಾರ್ಗವೇ ಇಲ್ಲದೇ, ಸೀದಾ ಎದುರಿನ ಕೆರೆಗೆ ನುಗ್ಗಿತು. ಮೊದಲೇ ಕ್ಷೀಣಿಸಿದ್ದ ಕೆರೆಯ ನೀರು ಮೀನು ಹಿಡಿಯುವವರ ಭರಾಟೆಯಿಂದಾಗಿ ಕೆಸರುಗಟ್ಟಿತ್ತು. ಅದು ಆ ಹೆದರಿದ ಹುಲ್ಲೆಯ ದುರಂತ ನಾಟಕದ ಕೊನೆಯ ವೇದಿಕೆಯಾಯ್ತು. ಜಿಂಕೆ ಕೆರೆಗೆ ಹಾರುತ್ತಲೇ ಮೀನು ಹಿಡಿಯುತ್ತಿದ್ದವರೆಲ್ಲ ವೃತ್ತಾಕಾರವಾಗಿ ಅದನ್ನು ಸುತ್ತುವರೆದರು. ಕೆಸರು ನೀರಿನಲ್ಲಿ ಈಜಲು ವಿಫಲ ಯತ್ನ ನಡೆಸುತ್ತಿದ್ದ ಅದನ್ನು ಸಮೀಪಿಸಿದ ಅವರು, ಅದರ ಕೋಡು ಹಿಡಿದು, ಬಲವಂತವಾಗಿ ಅದರ ಮೊಗವನ್ನು ಕೆಸರಲ್ಲಿ ಮುಳುಗಿಸಿ, ಉಸಿರು ಗಟ್ಟಿಸಿ...

ಮೂರು ನಿಮಿಷ ಒದ್ದಾಡಿದ ಆ ನಾಲ್ಕು ಹೊಳಪು ಕಾಲುಗಳು ಮರು ನಿಮಿಷದಲ್ಲಿ ನಿಶ್ಚಲವಾದವು. ಜಿಂಕೆ ಬೇಲಿ ದಾಟಿ ಕೆರೆ ಏರಿಗೆ ನುಗ್ಗಿದಾಗಿನಿಂದ 'ಅಯ್ಯೋ, ಅದಕ್ಕೇನೂ ಮಾಡಬೇಡ್ರೋ, ಅದನ್ನು ಬಿಟ್ಟು ಬಿಡ್ರೋ' ಎಂದು ಅಂಗಲಾಚುತ್ತಿದ್ದ, ಕೂಗುತ್ತಿದ್ದ, ಗದರಿಸುತ್ತಿದ್ದ ಅಮ್ಮನ ಕಂಠವೂ ದನಿಯನ್ನು ಕಳೆದುಕೊಂಡಿತು. ಕಣ್ಣೆದುರೇ ಕಿರಾತ ನರ್ತನ ಮಾಡಿದ ಕ್ರೌರ್ಯ, ನನ್ನ, ಅಣ್ಣ–

ಅಕ್ಕನ ಕಾಲುಗಳನ್ನು ಕಂಪನದ ಕೇಂದ್ರಗಳನ್ನಾಗಿ ಮಾಡಿತ್ತು. ನಮ್ಮ ಎಳೆಯ ಮನಗಳಿಗೆ ಆ ಘಟನೆ ನೀಡಿದ ಹೊಡೆತ ಅಪಾರ.

ಊರಿಗೆ ವಿದ್ಯುತ್ ಬಂದ ಮೇಲಂತೂ ಅಕ್ರಮ ವಿದ್ಯುತ್ ಬೇಲಿಗಳಿಗೆ ಸಿಕ್ಕು ಸತ್ತ ಜಿಂಕೆಗಳೆಷ್ಟೋ. ಒಮ್ಮೆ ಅಪ್ಪ-ಅಮ್ಮ-ಪುಟ್ಟ ಮರಿಜಿಂಕೆಯ ಸುಂದರ ಸಂಸಾರವೊಂದು ನಮ್ಮ ಮನೆ ಸುತ್ತ ಅಲ್ಲಿ ಇಲ್ಲಿ ಸುಳಿದಾಡುತ್ತ, ಮೇಯುತ್ತ ಸಂತಸ ಮೂಡಿಸಿತ್ತು. ಆದರೆ ಭತ್ತ ತೆನೆಗಟ್ಟುತ್ತಿದ್ದ ಆ ಸಮಯದಲ್ಲಿ ಅವುಗಳ ಇರುವಿಕೆ ಬಹುಶಃ ಸುತ್ತಲ ಹೊಲಗಳ ರೈತರಿಗೇನೂ ಸಂತಸ ಉಕ್ಕಿಸಿರಲಿಕ್ಕಿಲ್ಲ. ಒಂದು ಮುಂಜಾನೆ, 'ಇಂಥವನ ಹೊಲದಂಚಿಗೆ ಒಂದು ಜಿಂಕೆ ಕರೆಂಟ್ ತಾಗಿ ಸತ್ತು ಬಿದ್ದಿದೆಯಂತೆ' ಎಂದು ಅಪ್ಪ ಸುದ್ದಿ ತಂದ. ನಾನೂ ಅವನೊಟ್ಟಿಗೆ ನೋಡಲು ಹೋದೆ. ಕೊಬ್ಬಿದ ಮೈಯ ಹೆಣ್ಣು ಜಿಂಕೆಯೊಂದರ ದೇಹ ಅಲ್ಲಿತ್ತು. ಅದು ಬಹುಶಃ ನಮಗೆಲ್ಲ ಮುದ ನೀಡಿದ ಆ ಬಾಣಂತಿ ಜಿಂಕೆಯೇ ಇರಬೇಕು. ಅದರ ತುಂಬಿದ ಕೆಚ್ಚಲು, ಅನಾಥವಾಗಿರಬಹುದಾದ ಆ ಮರಿ ಜಿಂಕೆಯ ನೆನಪನ್ನು ಮೂಡಿಸಿ ಮನಸ್ಸನ್ನು ಭಾರವಾಗಿಸಿತು.

ಮತ್ತೊಂದು ಪ್ರಸಂಗ: ಒಂದಿನ ಕಾಡಿನ ಕಡೆಯಿಂದ ಲಗುಬಗೆಯಿಂದ ಬಂದ ಅಪ್ಪ, ಮನೆ ಬಳಿ ಏನೋ ಮಾಡುತ್ತಿದ್ದ ನನ್ನನ್ನು, ಅಮ್ಮನನ್ನು ಕರೆದು, 'ನಮ್ಮ ಗದ್ದೆಯಂಚಿನ ಅಗಳ (ಕಾಲುವೆ)ದಲ್ಲಿ ಒಂದು ಜಿಂಕೆ ಅಡಗಿ ಕೂತಿದ್ದು. ಬೇಕಾದ್ರೆ ಸದ್ದು ಮಾಡದೇ ಹೋಗಿ ನೋಡಿ ಬನ್ನಿ' ಎಂದ. ನಮಗೆ ಕುತೂಹಲ– 'ಎಲ್ಲಿತ್ತು, ಎಲ್ಲಿಂದ ಬಂತು'– ಇತ್ಯಾದಿ ಪ್ರಶ್ನೆಗಳಿಗೆ ಮೊದಲಿಟ್ಟೆವು. 'ಈಗ ಆನು ಕಾಡಿಂದ ಬರಬೇಕಾದ್ರೆ ಬೂಬಣ್ಣನ ನಾಯಿ ಅದನ್ನು ಬೆನ್ನಟ್ಟಿ ಬಂತು. ಅದು ಬಂದು ಅಗಳ ಇಳತ್ತು. ಹಿಂದಿಂದ ಕೂಗ್ತಾ ಬಂದ ನಾಯಿನ್ನ ಆನು ಬೆದರಿಸಿ ದೂರ ಕಳ್ಸಿದ್ದಿ' ಎಂದ ಅಪ್ಪ. 'ಬೂಬಣ್ಣ ಇದ್ದಿದ್ನಿಲ್ಯ' ನಾವು ಕೇಳಿದೆವು. 'ಅಂವ ಸ್ವಲ್ಪ ಹೊತ್ತು ಬಿಟ್ಟು ಬಂದ. ಜಿಂಕೆ ಬಗ್ಗೆ ವಿಚಾರಿಸ್ದ. ಆನು ಗೊತ್ತಿಲ್ಲೆ ಅಂದಿ. ಅಂವ ತನ್ನ ನಾಯಿನ್ನ ಕೂಗ್ತಾ ಊರ ಕಡೆಗೆ ಹೋದ' ಎಂದ. ನನಗೆ ಅನುಮಾನ– 'ಜಿಂಕೆ ಇನ್ನೂ ಅಲ್ಲಿರ್ತ' ಎಂದೆ. 'ಗೊತ್ತಿಲ್ಲೆ, ಆದರೆ ನಾಯಿ ಬಾಯಿ ಹಾಕಿತ್ತಕ್ಕು, ಅದರ ಕಾಲಿಗೆ ಸಣ್ಣ ಗಾಯ ಆಜು. ಹಂಗಾಗಿ ಅಲ್ಲೇ ಇದ್ರೂ ಇದ್ದಿಕ್ಕು' ಎಂದ ಅಪ್ಪ.

ನಾನು, ಅಮ್ಮ ಗಡಿಬಿಡಿಯಿಂದ ಅತ್ತ ಧಾವಿಸಿದೆವು. ಮನದಣಿಯೆ ಜಿಂಕೆಯನ್ನು ನೋಡಲು ಹೋದ ನಮ್ಮ ಕಣ್ಣಿಗೆ ಕಂಡಿದ್ದು ಮಾತ್ರ ಎಂಥ ಭೀಭತ್ಸ ದೃಶ್ಯ!! ಅಗಳಕ್ಕೆ ಇಳಿದಿದ್ದ ಬೂಬಣ್ಣನ ಕೈಯಲ್ಲಿ ರಕ್ತಸಿಕ್ತ ಚಾಕು. ಜಿಂಕೆಯ ಕುತ್ತಿಗೆ ಮುಕ್ಕಾಲು ಭಾಗ ಕತ್ತರಿಸಿ ಹೋಗಿತ್ತು. ಕತ್ತರಿಸಿದ ಕತ್ತಿನಿಂದ ಧಾರಾಕಾರ ಸುರಿಯುತ್ತಿದ್ದ ರಕ್ತ ಕಪ್ಪು ನೆಲವನ್ನು ಕೆಂಪಗೆ ತೋಯಿಸಿತ್ತು. ಅದರ ಉರುಟು ಕುತ್ತಿಗೆಯೊಳಗಿನ ಪೊಳ್ಳಿನಿಂದ ಪ್ರವಹಿಸುತ್ತಿದ್ದ ರಕ್ತಧಾರೆ, ಮಳೆಗಾಲದಲ್ಲಿ ಬಾಳೇಸರದ ಝರಿಗಳಲ್ಲಿ ಧುಮ್ಮಿಕ್ಕುತ್ತಿದ್ದ

ಕಣ್ಣೀರಿನ ಪ್ರವಾಹವನ್ನು ಆ ಕ್ಷಣ ನೆನಪಿಸಿತು ನನಗೆ. 'ಯಂಥಕ್ಕೆ ಅದರ ಕುತ್ತಿಗೆ ಕಡಿದ್ಯ ಬೂಬಣ್ಣ, ಬಿಟ್ಟಿದ್ರೆ ಎಲ್ಲಾದರೂ ಬದುಕ್ಯತ್ತಿತ್ತು' ಆಕ್ಷೇಪಿಸಿದಳು ಅಮ್ಮ. 'ನಾ ಕಡೀಲಿಲ್ಲಾಂದ್ರೂ ಅದು ಏನೂ ಬದುಕಂಗಿರಲಿಲ್ಲ ಅಮ್ಮಾರೇ, ನಮ್ಮ ನಾಯಿ ಅದರ ಕಾಲಿಗೆ ಗಾಯ ಮಾಡಿತ್ತು' ಎಂದನಾತ.

ಜಿಂಕೆ ಇತ್ತ ಬಂದಿಲ್ಲ ಎಂದು ಅಪ್ಪ ಹೇಳಿದ ಮೇಲೆ ಆತ ಮುಂದೆ ಸಾಗಿದ್ದನಂತೆ. ಅಷ್ಟರಲ್ಲಿ ಅವನ ನಾಯಿ ಜಿಂಕೆಯ ಸೂಟು ಹಿಡಿದು ವಾಪಸ್ ಬಂದು ಕೂಗಲಾರಂಭಿಸಿತಂತೆ. ಜಿಂಕೆ ಎದ್ದು ಓಡಬೇಕೆನ್ನುವಷ್ಟರಲ್ಲಿ ಅಲ್ಲಿ ಬಂದ ಬೂಬಣ್ಣ, ಅದು ಓಡದಂತೆ ಅದರ ಮುಂಗಾಲಿನ ಮೂಳೆಯನ್ನು ಲಟಕ್ಕೆಂದು ಮುರಿದನಂತೆ– ಅದನ್ನಾತ ಹೆಮ್ಮೆಯಿಂದ ಹೇಳಿಕೊಂಡ. 'ನಮ್ ಮಂದ್ಯಾಗ ನಾವ ಅದಕ್ಕ ಚಾಕು ಹಾಕಲಿಲ್ಲಾಂದ್ರ ತಿನ್ನಂಗಿಲ್ರೀ, ಅದ್ಕ ಅದರ ಕುತ್ಗೀ ಕೊಯ್ದೆ' ಎಂದ ಬೂಬಣ್ಣ, ಅಷ್ಟೊತ್ತಿಗೆ ಅಸು ನೀಗಿದ್ದ ಜಿಂಕೆಯ ಕಳೇಬರವನ್ನು ಹೊತ್ತೊಯ್ಯಲು ಅಣಿಯಾದ. ಜಿಗುಪ್ಸೆ ಹುಟ್ಟಿ ವಾಕರಿಕೆ ಬಂದಂತಾಗಿದ್ದರಿಂದ ನಾನು, ಅಮ್ಮ ಮನೆಯತ್ತ ಓಡಿದೆವು.

ಈಚಿನ ವರ್ಷಗಳಲ್ಲಿ ಮನೆ ಸುತ್ತಲಿನ ಕಾಡೆಲ್ಲ ಒತ್ತುವರಿಯಾಗಿ ಭತ್ತ, ಹತ್ತಿ ಬೆಳೆವ ಗದ್ದೆಯಾಗಿ ಮಾರ್ಪಟ್ಟ ನಂತರ ಜಿಂಕೆಗಳ ಈ ಒಡನಾಟ ಅಪರೂಪವಾಗಿ ಬಿಟ್ಟಿದೆ. ಹಿಂದೆ ತಮ್ಮದಾಗಿದ್ದ ನೆಲದತ್ತ ಇಂದು ಕಣ್ಣೆತ್ತಿ ನೋಡಲೂ ಭಯ ಬೀಳುತ್ತಿರಬೇಕು ಅವು. ಇತ್ತ ನಾವೂ ನಗರಾಭಿಮುಖಿಗಳಾಗಿ ಬೆಳೆದೆವಲ್ಲ. ಆದರೂ ಅಪರೂಪಕ್ಕೊಮ್ಮೆ ಬನ್ನೇರುಘಟ್ಟಕ್ಕೋ, ಇನ್ಯಾವುದೋ ವನ್ಯಧಾಮಕ್ಕೋ ಹೋದಾಗ, ಅಲ್ಲಿ ಕಣ್ಣಳತೆ ಅಗಲದ ಜಾಗದಲ್ಲಿ, ಕಬ್ಬಿಣದ ಬೇಲಿಯೊಳಗೆ ಭರ್ತಿಯಾದ ಹರಿಣಗಳ ಹಿಂಡನ್ನು ನೋಡಿದಾಕ್ಷಣ, ನನ್ನೂರಿನ ಅಡವಿಗಳಲ್ಲಿ ವಿಸ್ತಾರವಾಗಿ ವಿಹರಿಸುತ್ತಿದ್ದ ಆ ಚಂಚಲನೇತ್ರ ಚಿತ್ತಾಪಹಾರಿಗಳ ನೋಟ ನಯನದೆದುರು ನರ್ತಿಸುತ್ತದೆ.

ನನ್ನೂರಿನ ಸುತ್ತ ಈಗ ಬಾಳಲು ಬೇಕಾದ ಅನುಕೂಲತೆ, ಅನಿವಾರ್ಯತೆ ಜಿಂಕೆಗಳಿಗಿಲ್ಲ. ಬಾಳಿಸುವ ಬದ್ಧತೆ ಜನರಿಗಿಲ್ಲ. ಮಿಂಚಿನಂತಹ ಓಟದ ಚಿಗರೆ ಆಗಾಗ ನೆನಪಿನ ಪರದೆ ಮೇಲೆ ಮಿಂಚಿ ಮಾಯವಾಗುತ್ತಿರುತ್ತದೆ, ಅಷ್ಟೇ.

ಹನುಮ ಬ್ರಿಗೇಡ್ ಮತ್ತು ನಾಯಿ ಪುರಾಣ

ಹನುಮಾಪುರ ಎಂಬ ಹೆಸರನ್ನು ಸಾರ್ಥಕಗೊಳಿಸಲೋ ಎಂಬಂತೆ ನಮ್ಮೂರಿನಲ್ಲಿ ಹನುಮನ ಹೆಸರುಗೊಂಡ ಜನ ಹೇರಳವಾಗಿದ್ದರು. ಹನುಮಂತ, ಹನುಮಪ್ಪ, ಹನುಮ್ಯಾಗಳು... ಹನುಮಕ್ಕ, ಹನುಮಂತಿ, ಹನುಮವ್ವಗಳು ದಾರಿಗೊಮ್ಮೆ, ಮಾರಿಗೊಮ್ಮೆ ಕಾಣ ಸಿಗುತ್ತಿದ್ದರು. ಅಪ್ಪ ಹನುಮಂತ, ಅವ್ವ ಹನುಮಂತಿ, ಮಗ ಹನುಮಣ್ಣ ಇರುವ ಸಂಸಾರಗಳೂ ಇದ್ದವು.

ಇವರೆಲ್ಲಾ ಹನುಮನಿಗೆ ನಾಡಿನಲ್ಲಿದ್ದ 'ಹಮ್‌ನಾಮ್'ಗಳಾದರೆ ಕಾಡಿನಲ್ಲಿದ್ದ 'ಹಿಂಬಾಲಕ'ರ ಕತೆಯೇ ಬೇರೆ. ಈಗೇನಾದರೂ ರಾಮ–ರಾವಣರ ಯುದ್ಧ ನಡೆದಿದ್ದರೆ ಹನುಮಾಪುರ ಆಸುಪಾಸಿನ ಕಾಡಿನಿಂದ ಒಂದು ಭಾರಿ ಬ್ರಿಗೇಡ್ ಅನ್ನೇ ರಣರಂಗಕ್ಕೆ ರವಾನಿಸಬಹುದಿತ್ತೇನೋ. ಅಷ್ಟು ಸಮೃದ್ಧವಾಗಿತ್ತು ಇಲ್ಲಿನ ವಾನರ ಸೇನೆ.

ಆದರೂ ಮಂಗಗಳ ತಲೆ ಸಂಖ್ಯೆ ನಮ್ಮ ತಲೆ ಕೆಡಿಸುವಷ್ಟು ಇತ್ತೇ ಹೊರತು ವೈವಿಧ್ಯತೆ ಇರಲಿಲ್ಲ. ಇದ್ದಿದ್ದು ಎರಡೇ ವಿಧ. ಒಂದು ಗಡವ ಗಾತ್ರದ ಕರ್ಚೆ ಮಂಗ (ಮುಸುವ). ಇನ್ನೊಂದು ಆಕಾರದಲ್ಲಿ ಸಣ್ಣ, ಪೀಚಲು ಇದ್ದ ಬಿಳಿಚೆ ಮಂಗ (ಕೆಂಪು ಮಂಗ). ಈ ಪೈಕಿ ಕರ್ಚೆ ಮಂಗ ನಯ ನಾಜೂಕಿನ ಪರಿಚಯವಿಲ್ಲದ,

ಶಕ್ತಿ ಪ್ರದರ್ಶನವನ್ನಷ್ಟೇ ಅರಿತಿದ್ದ ಒರಟ. ಅದೇ ಬಿಳಿಚೆ ಮಂಗ ಕಡಲೆ ಹೊಲಕ್ಕೆ ನುಗ್ಗಿ, ಗಿಡಗಳ ಮಧ್ಯೆ ಅಡಗಿ ಕುಳಿತು ಕಾಯಿಗಳನ್ನಷ್ಟೇ ಕಿತ್ತು ತಿಂದು, ದೂರದಿಂದ ನೋಡುವ ಹೊಲದೊಡೆಯನಿಗೆ 'ಬೆಳೆ ಸುರಕ್ಷೆ' ಎಂಬ ಮಕ್ಮಲ್ ಟೋಪಿ ತೊಡಿಸುವಷ್ಟು ಚಾಣಾಕ್ಷ.

ಶಕ್ತಿಯೋ, ಯುಕ್ತಿಯೋ ಅಂತೂ ಇದ್ದ ವಿದ್ಯೆಯ ಪ್ರದರ್ಶಿಸಿ, ನಾವು ಬೆಳೆದ ಹಣ್ಣು ತರಕಾರಿಗಳನ್ನು ಕದ್ದು ಹೋಗುವಲ್ಲಿ ಇವು ತೋರುತ್ತಿದ್ದ ನಿಷ್ಠೆ ಅಪಾರ. ಹಿಂಡುಗಟ್ಟಿಕೊಂಡು 'ಘೂಕ್, ಘೂಕ್' ಎನ್ನುತ್ತ ಬಂದವೆಂದರೆ ಅವರೆಬಳ್ಳಿ, ಪೇರಲೆಮರ, ಮಾವಿನಮರಗಳನ್ನು ಚೊಕ್ಕ ಮಾಡದೇ ಕಳಚಿಕೊಳ್ಳುತ್ತಿರಲಿಲ್ಲ. ಅವುಗಳ ದಢಂಬಡಿಕೆಯಿಂದಾಗಿ ಎಷ್ಟೋ ಸಲ ಅವರೆ ಚಪ್ಪರವೇ ಮುರಿದು ಬಿದ್ದಿದ್ದುಂಟು.

ಅವುಗಳ ಲೂಟಿಯಿಂದಾಗಿ ನಮ್ಮ ಬೆಳೆ ಕನಸಿನ ಗಂಟಾಗುತ್ತದೆ ಎಂಬ ಅಂಶವನ್ನು ಒಂದು ಕ್ಷಣ ಮರೆತು, ಆ ಲೂಟಿಯ 'ಮೋಡಸ್ ಆಪರಂಡಿ'ಯನ್ನಷ್ಟೇ ವಿಶ್ಲೇಷಿಸಿದಾಗ ಮೆಚ್ಚುಗೆ ಮೂಡುವುದು ಸುಳ್ಳಲ್ಲ. ಮಳೆಗಾಲದಲ್ಲಿ ಸೌತೆ, ಹಾಲುಗುಂಬಳ, ಬೂದುಗುಂಬಳದಂತ ತರಕಾರಿ ಬೆಳೆದೆವೆಂದರೆ ಪ್ರಥಮ ನೈವೇದ್ಯ ಹನುಮನ ಬಂಧುಗಳಿಗೇ ಆಗುತ್ತಿತ್ತು. ಸೌತೆ, ಹೀರೆಕಾಯಿಗಳನ್ನು ಬಿಡಿ, ಸುಲಭಕ್ಕೆ ಕಚ್ಚಿ ಒಯ್ಯಬಹುದು. ಆದರೆ ಗುಡಾಣ ಗಾತ್ರಕ್ಕೆ ಬೆಳೆಯುವ ಬೂದುಗುಂಬಳಗಳನ್ನು ಆ ಕಾಯಿಗಳಿಗಿಂತ ಚಿಕ್ಕ ಸೈಜಿನ ಬಿಳಿಚೆ ಮಂಗಗಳು ಕದ್ದೊಯ್ಯುತ್ತಿದ್ದ ಪರಿ ಅಚ್ಚರಿ ಮೂಡಿಸುವಂಥದ್ದು.

ಬೇಲಿಯಂಚಿನಲ್ಲಿ, ಗೊಬ್ಬರ ಗುಂಡಿಗಳ ಅಂಚಿನಲ್ಲಿ ಬೆಳೆಸಿರುತ್ತಿದ್ದ ಬೂದುಗುಂಬಳಗಳನ್ನು ತಾಸುಗಟ್ಟಲೆ ಹೊಂಚು ಹಾಕಿ ಕುಳಿತು, ನರನಾಯಿಗಳಿಲ್ಲದ ಹೊತ್ತಿನಲ್ಲಿ ಕೊಯ್ಯುತ್ತಿದ್ದ ಅವು ಕ್ಷಣಮಾತ್ರದಲ್ಲಿ 'ಅಪರಾಧ ನಡೆದ ಸ್ಥಳದಿಂದ ಬಲಿಯನ್ನು, ಸಾಕ್ಷ್ಯಗಳನ್ನು ಮಾಯ' ಮಾಡುತ್ತಿದ್ದವು. ನಮ್ಮ ಮನೆಯ ಆಸುಪಾಸಿನಿಂದ ಕಾಡಿನಂಚಿನಲ್ಲಿದ್ದ ಬೇಲಿಯವರೆಗೆ ಆ ಕಾಯಿಗಳನ್ನು ಸಾಗಿಸಲು ಅವು ಅನುಸರಿಸುತ್ತಿದ್ದುದು ಮಾತ್ರ ಪಕ್ಕಾ ನಾಗರಿಕ ಪದ್ಧತಿ. ದೂರದ ತೋಟದಿಂದ ಅಡಿಕೆ ಗೊನೆ ಹೊರುವ ಅಥವಾ ದೂರದ ಹೊಲದಿಂದ ಭತ್ತದ ಹೊರೆ ಸಾಗಿಸುವ ಜನರ ರೀತಿಯಲ್ಲಿಯೇ ಅಷ್ಟಷ್ಟು ಮಾರು ದೂರಕ್ಕೆ ಒಂದೊಂದು ಮಂಗ ನಿಂತಿರುತ್ತಿತ್ತು. ಮೊದಲ ಮಂಗ ತನ್ನ ದೇಹಗಾತ್ರಕ್ಕಿಂತ ದೊಡ್ಡದಾದ ಕುಂಬಳಕಾಯನ್ನು ಉರುಳಿಸಿಕೊಂಡು ಬಂದು ಎರಡನೆಯದಕ್ಕೆ ಕೊಡುತ್ತಿತ್ತು. ಅಲ್ಲಿಂದ ಮೂರನೇ, ನಾಲ್ಕನೇ... ಬೇಲಿಗೆ ತಾಗಿ ನಿಂತ ಕೊನೆಯ ಮಂಗದವರೆಗೆ ಬೆಳೆದು ನಿಂತ ಭತ್ತದ ಗದ್ದೆಗಳ ಹಾಳಿ(ಬದು)ಯ ಮೇಲೆ ಆ ಕುಂಬಳಕಾಯಿ

ಉರುಳಿ ಹೋಗುತ್ತಿತ್ತು. ಬೇಲಿ ದಾಟಿದ ಮೇಲೆ ಅವರವರ ಸಾಮರ್ಥ್ಯಕ್ಕೆ ತಕ್ಕಂತೆ, 'ಗುರ್ರ್, ಕೆಸ್ಸ್...' ಹಿಮ್ಮೇಳದಲ್ಲಿ ಹಿಸ್ಸೆ ಪಂಚಾಯ್ತಿ ನಡೆಯುತ್ತಿತ್ತು.

ಪೇರಲೆ ಮರದಲ್ಲಿ ತೊಟ್ಟು ಕೊಂಬೆಗಂಟಿರುವಂತೆಯೇ ಹಣ್ಣನ್ನು ಚೊಕ್ಕ ತಿಂದು ಜಾಗ ಖಾಲಿ ಮಾಡುತ್ತಿದ್ದ ಬಿಳಿಚೆ ಮಂಗಗಳು, ದಾಳಿಂಬೆ, ಸೀತಾಫಲ, ತೋತಾಪುರಿ ಮಾವಿನಕಾಯಿ ಎಲ್ಲವನ್ನೂ ಗಪ್‌ಚಿಪ್ ಆಗಿ ಕೊಯ್ದು, ಸುಳಿವೇ ಕೊಡದೇ ಪರಾರಿ ಆಗುತ್ತಿದ್ದುದುಂಟು.

ಕರ್ಜೆ ಮಂಗಗಳಲ್ಲಿ ಇಂಥ ನಾಜೂಕುತನ ಕೇಳಲೇಬೇಡಿ. ಯಾವ ಗಿಡಕ್ಕೆ ಕೈ ಹಚ್ಚಿದರೂ ಅರ್ಧ ತಿಂದು, ಅರ್ಧ ಒಗೆದು, ಬಳ್ಳಿ/ಗಿಡ ಹರಿದು/ಮುರಿದು, ಕೂಗಾಡಿ... ವಾನರಾಯಣವೇ ಸೈ ಅದು.

ಹಾಗಂತ ನಮ್ಮ ಮನೆಯಲ್ಲಿ ಬೆಳೆದಿದ್ದನ್ನೆಲ್ಲ ಲೂಟಿ ಮಾಡಲು ಅವುಗಳಿಗೆ ಮುಕ್ತ ಅವಕಾಶ ಇತ್ತು ಎಂದಲ್ಲ. ಕರ್ಜೆ, ಬಿಳಿಚೆ ಬಂಧುಗಳ 'ದಂಡಯಾತ್ರೆ'ಯನ್ನು 'ದಂಡಪಿಂಡ ಯಾತ್ರೆ'ಯನ್ನಾಗಿಸಿ ನಲಿಯುವ ನಾಯಿಗಳು ನಮ್ಮಲ್ಲಿದ್ದವು. ಸಾಮಾನ್ಯವಾಗಿ ಒಂದು ಗಂಡು, ಒಂದು ಹೆಣ್ಣು ನಾಯಿಯ ಜೋಡಿ ನಮ್ಮಲ್ಲಿರುತ್ತಿತ್ತು. ಒಮ್ಮೆ ಒಂದು ಮಂಗ 'ಘೂಕ್' ಎಂದರೆ ಸಾಕು, 'ಭಕ್, ಭೌವ್' ಎನ್ನುತ್ತ ಬಾಲ ನಿಮಿರಿಸಿಕೊಂಡು ಓಡುತ್ತಿದ್ದ ಅವು ಹೆಚ್ಚಿನ ಸಲ ಮಂಗಗಳನ್ನು ಗಡಿ ದಾಟಿಸಿದ ಮೇಲೆಯೇ ಹಿಂದಿರುಗುತ್ತಿದ್ದವು.

ಮಾವಿನಕಾಯಿ/ಹಣ್ಣಿನ ಸೀಸನ್‌ನಲ್ಲಂತೂ ಮಂಗ–ನಾಯಿಗಳ ಈ ಕಿತ್ತಾಟ ನಮಗೊಳ್ಳೆ ಟಾಮ್ ಅಂಡ್ ಜೆರ್‍ರಿ ಕಾರ್ಟೂನ್ ಮಾದರಿಯಲ್ಲಿ ರಂಜಿಸುತ್ತಿತ್ತು. (ಟಾಮ್ ಅಂಡ್ ಜೆರ್‍ರಿ ಎಂಬ ಜಗತ್ಪ್ರಸಿದ್ಧ ಕಾರ್ಟೂನ್ ಪಾತ್ರಗಳಿವೆ ಎಂಬುದು ನಮಗ್ಯಾರಿಗೂ ಆಗ ಗೊತ್ತಿರಲೇ ಇಲ್ಲ, ಅದು ಬೇರೆ ವಿಷಯ). ಮೊದಲು ಒಂದು ಗಡವ ಬಂದು ಮರದ ಸರ್ವೇಕ್ಷಣೆ ನಡೆಸುತ್ತಿತ್ತು. 'ಕ್ಷೇತ್ರ' ಸಂಪದ್ಭರಿತವಾಗಿದೆ, 'ಶತ್ರು'ಗಳೂ ಸಮೀಪದಲ್ಲಿಲ್ಲ ಎನಿಸಿದೊಡನೆಯೇ ಅದು 'ಘೂಕ್, ಕ್ರೀಕ್' ಎಂದು ಸಂಕೇತ ರವಾನಿಸಿ ತನ್ನ ಬಳಗವನ್ನು ಕರೆಸಿಕೊಳ್ಳುತ್ತಿತ್ತು. ಅರೆ ನಿಮಿಷದಲ್ಲಿ, ಮರು ನಿಮಿಷದಲ್ಲಿ ಅಷ್ಟದಿಕ್ಕುಗಳಿಂದ ಮರ್ಕಟಗಳ 'ಮಾರ್ಚ್ ಫಾಸ್ಟ್' ಶುರು. ಗುರಿ ನಮ್ಮ ಮಾವಿನ ಮರಗಳು.

ಅಷ್ಟೊತ್ತಿಗಾಗಲೇ ವಾಸನಾವೀರರಾದ ನಮ್ಮ ನಾಯಿಗಳಿಗೆ ವಾನರ ಪಡೆಯ ಸೂಟು ಸಿಕ್ಕಿರುತ್ತಿತ್ತು. ಮೂಗಾಳಿ ಅನುಸರಿಸಿ ಮರುತ್ ವೇಗದಲ್ಲಿ ಧಾವಿಸಿ ಬಂದು ಮಾವಿನ ಮರದಡಿ ಅವು ತಂಬು ಹೂಡುತ್ತಿದ್ದವು. ನಾಯಿಗಳನ್ನು ನೋಡಿದ್ದೇ ಮಂಗಗಳಿಗೆ ಖರೇ ಖರೇ ಹೆಂಡ ಕುಡಿಸಿದಂತಾಗುತ್ತಿತ್ತೇನೋ. ಬೇಕೆಂದೇ ಅತ್ತ ನೆಗೆದು, ಇತ್ತ ನೆಗೆದು, ಕೊಂಬೆಗಳನ್ನೆಲ್ಲಾ ಗಲಗಲ ಅಲ್ಲಾಡಿಸಿ, ಸಿಕ್ಕಿದ ಮಾವಿನಕಾಯಿ, ಚಿಗುರು ಹರಿದು, ಕಚ್ಚಿ ಎಸೆದು... ಹನುಮಂತ ಹೊಕ್ಕ ಅಶೋಕವನದ ಸ್ಥಿತಿ ಮಾವಿನ ಮರಕ್ಕಾಗುತ್ತಿತ್ತು. ಇತ್ತ ಮರದಲ್ಲಿ ದೃಷ್ಟಿ ನೆಟ್ಟ ನಾಯಿಗಳಿಂದ ಹೈಜಂಪ್ ಪ್ರಾಕ್ಟೀಸ್, ಹಿಮ್ಮೇಳದಲ್ಲಿ 'ಭೌಭೌ' ಮಂತ್ರ ಘೋಷ.

ಕಾಯಿಗಳೆಲ್ಲ ಖಾಲಿಯಾದವೆನ್ನಿ ಅಥವಾ ಇದ್ದವು ಮನಸ್ಸಿಗೆ ಬರಲಿಲ್ಲ ಎನ್ನಿ. ಆಗ ಸೇನೆಯನ್ನು ಬೇರೆ ಮರದತ್ತ ತಿರುಗಿಸಿ ಹೊಸ ದಂಡ (ನಮಗೆ!) ಯಾತ್ರೆಗೆ ಹೊರಡಬೇಕಲ್ಲ, ಆ ಜವಾಬ್ದಾರಿಯನ್ನು ಸೇನಾಪತಿ ಗಡವ ಹೊತ್ತುಕೊಳ್ಳುತ್ತಿತ್ತು.

ಉಳಿದ ಮಂಗಗಳೆಲ್ಲ ಅದರಾಜ್ಞೆಯಂತೆ ತೆಪ್ಪಗೆ ಕುಳಿತು, ಮೂಕ ಪ್ರೇಕ್ಷಕರಾದಾಗ ಅದು ಬೇಕೆಂದೇ ಅತ್ತ ಇತ್ತ ನೆಗೆದು ನಾಯಿಗಳ ದೃಷ್ಟಿಯನ್ನು ತನ್ನತ್ತ ಸೆಳೆದುಕೊಳ್ಳುತಿತ್ತು. ಅರ್ಧ ಮರ ಇಳಿದು, ಮತ್ತೆ ಹತ್ತಿ, ನೆಗೆದಾಡಿ, ಛೇಡಿಸಿ, ಹಲ್ಲು ಕಿರಿದು... ಅಂತೂ ನಾಯಿಗಳನ್ನು ಸಾಧ್ಯವಾದಷ್ಟೂ ಪ್ರಚೋದಿಸಿ ಕೆರಳಿಸುತ್ತಿತ್ತು.

'ಮಂಗ್ಯಾ ನನ ಮಗನ, ಕೈಗೊಮ್ಮಿ ಸಿಗು ನೀನು, ಸಿಗಿದು ಸಿಂಗಾರ ಮಾಡ್ಕೋತಿನಿ' ಎಂದು ಶತ್ರು ಶುನಕಗಳು ಯುಗಳ ಗೀತೆ ಬೊಗಳುತ್ತ, 'ಹಲ್ಲಾಯುಧ'ವನ್ನು ಮಸೆಯುತ್ತ ಮಂಗಾಧಿಪತಿಯ ಆಮಿಷಕ್ಕೆ ಮರುಳಾಗುತ್ತಿದ್ದರೆ, ಇತ್ತ ಕಪಿಸೇನೆ ಕಳ್ಳರೀತಿಯಲ್ಲಿ ಮರ ಇಳಿದು ಖಾಲಿಯಾಗಿರುತ್ತಿತ್ತು. ಎಲ್ಲ ಸುರಕ್ಷಿತವಾಗಿ ತಪ್ಪಿಸಿಕೊಂಡವು ಎಂದು ಖಾತ್ರಿಯಾದೊಡನೆಯೇ ಈ ಗಡವ 'ಮಂಗಾಟ' ನಿಲ್ಲಿಸಿ ಏಕ್‌ದಂ ತಪಸ್ಸಿಗೆ ಕುಳಿತು ಬಿಡುತ್ತಿತ್ತು. ಮೋಸ ಹೋದ ನಾಯಿಗಳು ಮೋಸಗಾರನಿಗೆ ಪಾಠ ಕಲಿಸಲು ಅಲ್ಲೇ ಕಾಯುತ್ತ ಕುಳಿತರೆ ಊಟ ತಪ್ಪುತ್ತಿತ್ತು. ಊಟಕ್ಕೆದ್ದು ಹೋದವೋ, ಒಂದು ಮರಿಗೆ ಅನ್ನದ ಜೊತೆ ಅಷ್ಟೇ ಪ್ರಮಾಣದ ಚಳ್ಳೆಹಣ್ಣು ಫ್ರೀ, ಗಡವನ ಕೊಡುಗೆಯಾಗಿ!

ಏನೇ ಇರಲಿ, ನಮ್ಮ ಈ ಬೊಗಳುವ ನಾಯಿಗಳಿಗೆ ಕಚ್ಚಲೂ ಬರುತ್ತಿತ್ತು. ಮಂಗ ಸ್ವಲ್ಪ ಎಚ್ಚರ ತಪ್ಪಿ ನಡೆದುಕೊಳ್ಳುವುದನ್ನೇ ಕಾಯುತ್ತಿದ್ದ ಅವು ಕ್ಷಣಮಾತ್ರದಲ್ಲಿ ಅದರ ಮೇಲೆ ಬಿದ್ದು, ಕುತ್ತಿಗೆಯನ್ನು ತಮ್ಮ ಕೋರೆಹಲ್ಲುಗಳಿಂದ ಕಚ್ಚಿ ಹಿಡಿದು, ಉಸಿರು ಹೋಗುವವರೆಗೂ ಬಿಡುತ್ತಿರಲಿಲ್ಲ. ಇಂಥ ಹೋರಾಟದ ಸಂದರ್ಭದಲ್ಲಿ ಮಂಗವೇ ಇವುಗಳ ಕಿವಿ ಹರಿದದ್ದು, ಮೈ ಪರಚಿ ಗೀರೆಬ್ಬಿಸಿದ್ದು ಇದೆ. ಆದರೂ ವರ್ಷಕ್ಕೆ ಏನಿಲ್ಲವೆಂದರೂ ಅರ್ಧ ಡಜನ್ ಮಂಗಗಳನ್ನಾದರೂ ಹಿಡಿದು, ಹಳೆ ಬಾಕಿಯನ್ನೆಲ್ಲಾ ವಸೂಲು ಮಾಡುತ್ತಿದ್ದವು ಅವು. ಹಿಂದೆ ತಪ್ಪಿ ಹೋದ ಅನ್ನ, ತಿಳಿಯ ಊಟಕ್ಕೆ ಪ್ರತಿಯಾಗಿ ಗಮ್ಮತ್ತಾದ ಬಾಡೂಟವನ್ನೇ ಮೂರ್‍ನಾಲ್ಕು ದಿನಗಳವರೆಗೆ ಕಂತಿನ ಮೇಲೆ ಉಂಡು ಬರುತ್ತಿದ್ದವು. 'ಬಡೆ' (ಮಂಗ, ದನ, ಎಮ್ಮೆ, ಹಂದಿ ಇತ್ಯಾದಿಗಳ ಕೊಳೆತ ಮಾಂಸ) ಸವಿಯ 'ಬಡಾಖಾನಾ' ನಡೆಸಿದ ನಂತರದ ಐದಾರು ದಿನಗಳವರೆಗೆ ಅವು ಭಿಡೆ ಇಲ್ಲದೇ ಬಿಡುತ್ತಿದ್ದ ಹೂಸು ವಾಸನೆ ಮಾತ್ರ, 'ಅಯ್ಯಯ್ಯೋ', ಬೇಡವೇ ಬೇಡ! ನಾಸಿಕ ರಂಧ್ರಗಳಲ್ಲಿ ನಿರ್ದಾಕ್ಷಿಣ್ಯವಾಗಿ ನುಗ್ಗಿ ನೆತ್ತಿಗೇರಿ, ನರನಾಡಿಗಳನ್ನೆಲ್ಲಾ ನಿರ್ದಯೆಯಿಂದ ನಡುಗಿಸುವ ಉಗ್ರತೆ ಅದಕ್ಕಿರುತ್ತಿತ್ತು. ಅದರ ನೆನಪು ಮಾಡಿಕೊಂಡರೂ ಕೈ ಮೂಗನ್ನು ಅದುಮುತ್ತದೆ.

ಬಡೆ ಮೇಲಿನ ಈ ಆಶೆ ಬಹಳ ಸಲ ನಮ್ಮ ನಾಯಿಗಳಿಗೆ ಮೃತ್ಯುಪಾಶವಾಗಿದ್ದಿದೆ. ನಮ್ಮ ಮನೆಯೆದುರಿನ ಕೆರೆ ಬೇಸಿಗೆಯಲ್ಲಿ ಸುತ್ತಲ ಹೊಲಗಳಿಗೆ ಬರುವ ರೈತರಿಗೆ, ಅವರ ಎತ್ತುಗಳಿಗೆ ನೀರಿನ ಆಧಾರವಾಗಿತ್ತು. ಹಾಗೇ ಸಮೀಪದ ಕಾಡಿನಿಂದ ಹಂದಿ,

ನರಿ, ಮೊಲ ಮತ್ತಿತರ ಪ್ರಾಣಿಗಳೂ ಸಂಜೆ ವೇಳೆ ಅಲ್ಲಿ ಬಂದು ಠಳಾಯಿಸುತ್ತಿದ್ದವು. ಹಂದಿ ಬರುವ ದಾರಿಯನ್ನು ಗುರುತಿಸಿಕೊಂಡಿರುತ್ತಿದ್ದ ಕೆಲವರು ಅದಕ್ಕೊಂದು ಡೆತ್‌ಟ್ರ್ಯಾಪ್ ಸಿದ್ಧಪಡಿಸುತ್ತಿದ್ದರು. ಕಾತೂರು, ಮುಂಡಗೋಡು ಸಂತೆಗಳಿಂದ ಆಡಿನ ಕರುಳನ್ನು ತಂದು, ಅದರೊಳಗೆ ಮದ್ದು, ಬಿಳಿಗಲ್ಲಿನ ಚಿಕ್ಕ ಚಿಕ್ಕ ಚೂರುಗಳನ್ನು ತುಂಬಿ, ಬಾಯಿ ಕಟ್ಟಿ ತಯಾರಿಸಿದ ಸ್ಪೆಷಲ್ 'ಸಾಸೇಜ್' ಬಾಂಬ್ ಅದು. ಈ ವಿಶೇಷ ಸಾಸೇಜ್ ಅನ್ನು ಕೆರೆಯಂಗಳದಲ್ಲಿ ಗುದ್ದು ತೋಡಿಯೋ, ಜಡಕುಗಟ್ಟಿದ ಕಳ್ಳಿ ಮಟ್ಟಿಗಳ ಬೇರುಗಳ ಬುಡದಲ್ಲೋ ಅವಿತಿಡುತ್ತಿದ್ದರು. ಮಾಮೂಲಿನಂತೆ ಕೋರೆಯಿಂದ ಕೆದಕುತ್ತ ಬರುವ ಹಂದಿ ಅದಕ್ಕೆ ಬಾಯಿ ಹಾಕಿದಾಕ್ಷಣ 'ಬಿಗ್ ಬ್ಯಾಂಗ್!' ಮುಂದಿನ ಪಯಣ ಬೇಟೆಗಾರನ ಬಾಣಲೆಗೇ ಸೈ.

ಆದರೆ ನಮ್ಮ ದುರಾದೃಷ್ಟಕ್ಕೆ ಹಲವೊಮ್ಮೆ ಹಂದಿ ಬರುವುದಕ್ಕೂ ಮೊದಲೇ ವಿಹಾರಕ್ಕೆಂದೋ, ವಿಸರ್ಜನೆಗೆಂದೋ, ಬೇಟೆ ಹುಡುಕಿಕೊಂಡೋ ಕೆರೆಯಂಗಳಕ್ಕೆ ಹೋಗುತ್ತಿದ್ದ ನಾಯಿಗಳಿಗೆ ಈ ಕೊಳೆತ ಮಾಂಸದ 'ಪರಿಮಳ' ಕೈ ಬೀಸಿ ಕರೆಯುತ್ತಿತ್ತು. ಬಡೆ ಸಿಕ್ಕಿತೆಂದು ಭಾರಿ ಖುಷಿಯೊಂದಿಗೆ ಮೂಗರಳಿಸುತ್ತ ಹೋದ ನಾಯಿಗಳು ಸೀದಾ ಆ ಬಾಂಬಿಗೆ ಬಾಯಿ ಹಾಕುತ್ತಿದ್ದವು. ಮರು ನಿಮಿಷದಲ್ಲಿ ಅವುಗಳ ಮುಸುಡಿ ಮೂವತ್ತು ಚೂರಾಗುತ್ತಿತ್ತು.

ಕನಿಷ್ಠ ಎರಡು ಮೂರು ವರ್ಷಕ್ಕೊಮ್ಮೆ ನಮ್ಮದೊಂದಾದರೂ ನಾಯಿ ಇಂಥ ಬಾಂಬ್ ಸ್ಫೋಟಕ್ಕೆ ಬಲಿಯಾಗುತ್ತಿತ್ತು. ಹಗಲಲ್ಲಿ, ಮುಸ್ಸಂಜೆಯಲ್ಲಿ ಕೆರೆ ಕಡೆಯಿಂದ 'ಢಮಾರ್' ಎಂಬ ಸದ್ದು ಕೇಳಿತೆಂದರೆ ನಾವು ವಿಷಾದದ ದೊಡ್ಡ ಹೊರೆ ಹೊತ್ತುಕೊಂಡು ಕೆರೆಯಂಗಳಕ್ಕೆ ದೌಡಾಯಿಸುತ್ತಿದ್ದೆವು. ಹೆಚ್ಚಿನ ಸಂದರ್ಭದಲ್ಲಿ ಬಾಂಬ್‌ಗೆ ಬಾಯಿ ಹಾಕಿದ ನಾಯಿ ಆ ಕ್ಷಣದಲ್ಲೇ ಕೊನೆಯುಸಿರೆಳೆದರೂ, ಕೆಲವೊಮ್ಮೆ ಛಿಂದಿಯಾದ ಮುಖ, ಬಸವಳಿದ ಶರೀರ, ಅದರೊಳಗೆ ಕುಟುಕು ಜೀವ ಹೊತ್ತು ಬದುಕುಳಿಯುತ್ತಿದ್ದುದೂ ಉಂಟು. ಅದು ಒಂದೆರಡು ದಿನ ಮಾತ್ರ. ಆದರೆ ಆ ಅಲ್ಪ ಅವಧಿಯಲ್ಲಿ ಅದು ಅನುಭವಿಸುತ್ತಿದ್ದ ಯಾತನೆ ನೋಡಿದಾಗ 'ಸ್ಥಳದಲ್ಲೇ ಸತ್ತಿದ್ದರೆ ಒಳ್ಳೆಯದಿತ್ತು' ಎಂಬ ಭಾವನೆ ಬಲಗೊಳ್ಳುತ್ತಿತ್ತು. ನಮ್ಮ ಮನೆಯಲ್ಲಿದ್ದ ಬೆಳ್ಳ, ಆತನ ಸಂಗಾತಿಯಾಗಿದ್ದ ಕೆಂಪಿ, ಕೆಂಪ, ಕರಿಯ, ಮೋತಿ, ಟೀಪು...ಗಳೆಲ್ಲ ಬಲಿಯಾಗಿದ್ದು ಇಂಥ ಬಾಂಬ್‌ಗಳಿಗೇ.

ಮುದ್ದಿನ ನಾಯಿ ಮದ್ದಿಗೆ ಬಲಿಯಾದ ಆ ಕ್ಷಣದ ಚಡಪಡಿಕೆ, ದುಃಖ, ರೋಷಗಳನ್ನೆಲ್ಲಾ ನೆನೆದಾಗ ಈಗಲೂ ವಿಚಿತ್ರ ತಳಮಳ ಉಂಟಾಗುತ್ತದೆ. ಎಷ್ಟೋ ಬಾರಿ ಸುತ್ತಲ ಹೊಲಗಳಿಗೆ ಬರುತ್ತಿದ್ದವರ ನಾಯಿ ಬಲಿಯಾಗಿ, ಶಬ್ದ ಕೇಳಿ ಆತಂಕದಿಂದ ಓಡಿ ಬಂದ ನಮಗೆ ಅನಿರೀಕ್ಷಿತ ರಿಲೀಫ್ ನೀಡಿದ್ದೂ ಇದೆ.

ನಾಯಿಗಳಿಗೆ ಮಾರಣಾಂತಿಕವಾದ ಈ ಬೇಟೆ ವಿಧಾನವನ್ನು ಕೈ ಬಿಡುವಂತೆ ಅಪ್ಪ ಊರ ಜನರಿಗೆ ಹಲವು ಬಾರಿ ಕೋರಿಕೊಂಡಿದ್ದರೂ ಪ್ರಯೋಜನವಾಗಿರಲಿಲ್ಲ. ಒಬ್ಬರಲ್ಲದಿದ್ದರೆ ಇನ್ನೊಬ್ಬರು ಬಾಂಬ್ ಊರುತ್ತಿದ್ದರು. ಕಡೆಕಡೆಗೆ ಬೇಸತ್ತ ಅಪ್ಪ ಒಂದು ವರ್ಷವಂತೂ ನಾಯಿ ಸಾಕುವ ಗೋಜಿಗೇ ಹೋಗಲಿಲ್ಲ. ಆದರೆ ಮಿತಿ ಮೀರಿದ ಮಂಗನ ಉಪಟಳ ಮತ್ತೆ ನಾಯಿಗಳನ್ನು ಸಾಕಲು ಕಾರಣವಾಯ್ತು.

ಒಮ್ಮೆ 'ಕರಡಿ' ಎಂಬ ಚುರುಕಿನ ನಾಯಿಯೊಂದಿತ್ತು. ಮಿರುಗುವ ಕಪ್ಪು ಮೈ, ಬಿರುಸಾದ ದಪ್ಪ ಕೂದಲು ಇದ್ದ ಕಾರಣಕ್ಕೆ ಅದಕ್ಕೆ ಆ ಹೆಸರು. ಹೊರಗಿನ ಒಬ್ಬರಿಗೂ ಸರಗೋಲು (ಅಗಳಿ) ದಾಟಿ ಬರಲು ಅವಕಾಶ ನೀಡದಿರುತ್ತಿದ್ದ ಅದು ಮನೆಯವರ ಪ್ರೀತಿಗೆ ಸೋತು ಶರಣಾಗುತ್ತಿತ್ತು. ಒಂದು ಕೆಟ್ಟ ಮುಹೂರ್ತದಲ್ಲಿ ಅದೂ ಹೀಗೆ ಸಾಸೇಜ್ ಬಾಂಬಿಗೆ ಬಾಯಿ ಹಾಕಿತು. ಆಸ್ಫೋಟದ ಸದ್ದು ಕೇಳಿದ್ದೇ ಅಪ್ಪ, ಗೋಪಾಲಣ್ಣ ಮಾಮೂಲಿನಂತೆ ಕೆರೆಯಂಗಳಕ್ಕೆ ಓಡಿದರು. ವಿಲಿವಿಲಿ ಒದ್ದಾಡುತ್ತಿದ್ದ 'ಕರಡಿ'ಯ ಮುಖ ಸಿಕ್ಕಾಪಟ್ಟೆ ಘಾಸಿಗೊಂಡಿದ್ದರೆ, ಕೆಳದವಡೆ ಛಪ್ಪನ್ ಚೂರಾಗಿತ್ತು. ಅದನ್ನು ತಕ್ಷಣ ಮನೆಗೆ ಹೊತ್ತುಕೊಂಡು ಬಂದ ಅಪ್ಪ ಗಾಯವನ್ನು ಡೆಟ್ಟಾಲ್ ನೀರಿನಿಂದ ತೊಳೆದು, ಸೋಫ್ರಾಮೈಸಿನ್ ಹಚ್ಚಿ ಬ್ಯಾಂಡೇಜ್ ಮಾಡಿ, ಅಗತ್ಯ ಬಿದ್ದ ಒಂದೆರಡು ಕಡೆ ಸಾದಾ ಸೂಜಿ, ಟ್ವೈನ್ ದಾರದಿಂದಲೇ ಹೊಲಿಗೆ ಹಾಕಿ ಉಪಚಾರ ಮಾಡಿದ. ತೀರಾ ಕಚ್ಚಾ ಚಿಕಿತ್ಸೆ ಅದು. ತಕ್ಷಣಕ್ಕೆ ಪಶುವೈದ್ಯರ ಕಡೆ ಕರೆದುಕೊಂಡು ಹೋಗಲು ಅನುಕೂಲ, ಸಮಯ ಇರದ ಕಾರಣ ಕೈಗೊಂಡಿದ್ದು. ಆದರೆ 'ಕರಡಿ'ಯನ್ನು ಹೇಗಾದರೂ ಉಳಿಸಿಕೊಳ್ಳಬೇಕು ಎಂಬ ಪ್ರಾಮಾಣಿಕ ಅಂತಃಕರಣದಿಂದ ಕೂಡಿದ್ದು.

ದಿನಕ್ಕೆರಡು ಸಲ ಅಪ್ಪ ಅದರ ಬ್ಯಾಂಡೇಜ್ ಬದಲಿಸುತ್ತಿದ್ದ. ಖುಲ್ಲಾ ಗಾಯಗಳಿಗೆ ಕಾಯಿಬೆಲ್ಲ ಹಚ್ಚುತ್ತಿದ್ದ. ಈ ಕಾಯಿಬೆಲ್ಲವಾದರೂ ಎಂಥ ಖಾತ್ರಿ ಔಷಧಿ! ಕಾಯಿನೀರನ್ನು ಕುದಿಸಿ, ಕುದಿಸಿ ತಯಾರಿಸಿದಂಥ ಬೆಲ್ಲದಂಥ ಅಂಟಾದ ಔಷಧಿ ಅದು. ಕೆತ್ತಿದ, ತರಚಿದ, ಕೊಯ್ದು ಇತ್ಯಾದಿ ಚರ್ಮದ ಮೇಲ್ಮೈ ಗಾಯಗಳಿಗೆ ರಾಮ ಬಾಣ. ಹಸಿ ಗಾಯಕ್ಕೆ ಅದನ್ನು ಹಚ್ಚಿದಾಗ ಹದ ಉರಿ. ಒಣಗುತ್ತಿರುವ ಗಾಯಕ್ಕೆ ಹಚ್ಚಿದರೆ ಉಚ್ಚೆ ಹೊಯ್ದುಕೊಳ್ಳುವಷ್ಟು ಉರಿಯಾಗುತ್ತಿತ್ತು. ಆದರೂ ದಿನಕ್ಕೆರಡು ಸಲ ಹಚ್ಚಿಕೊಂಡೆವೆಂದರೆ ನಾಲ್ಕೈದು ದಿನಗಳಲ್ಲಿ ಎಂಥ ಗಾಯವಾದರೂ ಮಾಯ.

ಇಂಥ ಕಾಯಿಬೆಲ್ಲ ಹಚ್ಚುವಾಗಲೂ 'ಕರಡಿ' ಒಂದೆರಡು ಸಲ 'ಕುಂಯ್' ಎಂದು ಮುಲುಗುಡುತ್ತಿತ್ತೇ ವಿನಃ ಕೂಗಿಕೊಳ್ಳುತ್ತಿರಲಿಲ್ಲ. ಸ್ಫೋಟದ ಕ್ಷಣದ ಉರಿಯ ಮುಂದೆ ಕಾಯಿಬೆಲ್ಲ ಹಚ್ಚಿದಾಗಿನ ಉರಿ ನಗಣ್ಯವಾಗಿತ್ತೇನೋ.

ಇನ್ನು ಅದರ ಬಾಯಿ ಚಪ್ಪಾಗಿತ್ತಲ್ಲ, ಹಾಗಾಗಿ ಏನೂ ತಿನ್ನಲು ಸಾಧ್ಯವಾಗುತ್ತಿರಲಿಲ್ಲ. ಕೆಳದವಡೆಯ ಎಡಬದಿ, ಹಲ್ಲುಗಳ ಸಮೇತ ಜೋತಾಡುತ್ತಿತ್ತು. ಹಾಗಾಗಿ ನಾವು ಹಾಲನ್ನು, ಅನ್ನದ ಗಂಜಿಯನ್ನು ದನಕ್ಕೆ ಇಂಜೆಕ್ಷನ್ ಕೊಡುವ ಸಿರಿಂಜ್‌ನಲ್ಲಿ ತುಂಬಿ ಸೀದಾ ಅದರ ಗಂಟಲಿಗೆ ಇಳಿಸುತ್ತಿದ್ದೆವು. ಈ ಮಧ್ಯೆ ಅಪ್ಪ ಮುಂಡಗೋಡಿನ ಪಶುವೈದ್ಯರ ಬಳಿ ಹೋಗಿ ಅದಕ್ಕೆ ಇಂಜೆಕ್ಷನ್ ಬರೆಸಿಕೊಂಡು ಬಂದು ಮೂರು ಬಾರಿ ಚುಚ್ಚಿದ್ದ.

ಅಂತೂ ಸುಮಾರು ಇಪ್ಪತ್ತು ದಿನದ ನಂತರ 'ಕರಡಿ'ಯ ಗಾಯಗಳೆಲ್ಲ ಮಾಯ್ದವು. ಒಂದು ತಿಂಗಳಾಗುವಷ್ಟರಲ್ಲಿ ಅದು ಮತ್ತೆ ಕರೆದಾಕ್ಷಣ ಬಾಲವಾಡಿಸಿಕೊಂಡು ಬರುವಷ್ಟು, ಜೊತೆಗಾತಿ ಜೊತೆ ಚೆನ್ನಾಟವಾಡಿಕೊಂಡು ವಿಹರಿಸುವಷ್ಟು ತಯಾರಾಯಿತು. ಅದಾಗಿ ಸುಮಾರು ನಾಲ್ಕು ವರ್ಷಗಳವರೆಗೆ ಮಾಮೂಲಾಗಿ ಬದುಕಿದ 'ಕರಡಿ' ಸಹಜ ಸಾವನ್ನೇ ಕಂಡಿತು. ಆದರೆ ಆ ಅವಘಡದ ಕುರುಹಾಗಿ ಹಲ್ಲುಗಳನ್ನೆಲ್ಲಾ ಕಳೆದುಕೊಂಡ ಕೆಳದವಡೆಯ ಎಡಭಾಗ ಚಿಂದಿಯಾಗಿ, ಕೊನೆಯವರೆಗೂ ಹೊರ ಚಾಚಿಕೊಂಡು ಜೋತಾಡುತ್ತಲೇ ಇತ್ತು.

ನಮ್ಮ ನಾಯಿಗಳಿಗಿದ್ದ ಮತ್ತೊಂದು ದೊಡ್ಡ ಆಪತ್ತು ಕಿರುಬ. ಕಾಡಿನಲ್ಲಿ ಗಣನೀಯ ಸಂಖ್ಯೆಯಲ್ಲಿದ್ದ ಕಿರುಬಗಳಿಗೆ ನಾಯಿಮಾಂಸವೆಂದರೆ ಪರಮಾನ್ನದಂತೆ. ಆಗಾಗ ಊರಿಗೆ ನುಗ್ಗಿ ನಾಯಿ ಕದ್ದೊಯ್ಯುವ ಚಾಳಿ ಅವಕ್ಕಿರುತ್ತಿತ್ತು. ಒಂದೆರಡು ಬಾರಿ ಹಾಡುಹಗಲಿನಲ್ಲಿ ಕಾಡಿಗೆ ಹೋದ ನಮ್ಮ ನಾಯಿಗಳು ಹಿಂತಿರುಗದೇ ಇದ್ದರೆ, ಇನ್ನು ಹಲವಾರು ಸಲ ರಾತ್ರಿ ಸರಿಹೊತ್ತಿನಲ್ಲಿ ಕಿರುಬವೇ ನಮ್ಮ ಮನೆಯ ಆವರಣಕ್ಕೆ ನುಗ್ಗಿ ನಾಯಿಗಳನ್ನು ಹೊತ್ತೊಯ್ದಿತ್ತು.

ರಾತ್ರಿ ಹೊತ್ತು ಬಚ್ಚಲ ಒಲೆಯ ಬುಡದಲ್ಲಿ ಅಥವಾ ಹೆಬ್ಬಾಗಿಲ ಕಟ್ಟೆಯ ಮೇಲೆ ಹಾಸಿರುತ್ತಿದ್ದ ಗೋಣಿ ಚೀಲದ ಮೇಲೆ ಬೆಚ್ಚಗೆ ಮಲಗಿರುತ್ತಿದ್ದ ನಾಯಿಗಳಿಗೆ ಇಹಪರದ ಅರಿವು ಇರುತ್ತಿರಲಿಲ್ಲ. ಅಂಥ ಸಮಯದಲ್ಲಿ ಹೆಜ್ಜೆ ಮೇಲೆ ಹೆಜ್ಜೆ ಇಟ್ಟುಕೊಂಡು, ಕೊಂಚವೂ ಸದ್ದು ಮಾಡದೇ ಮೃತ್ಯುರೂಪದಲ್ಲಿ ಕಿರುಬ ಅವುಗಳ ಬಳಿಗೆ ಬರುತ್ತಿತ್ತು. ತೀರಾ ಹತ್ತಿರಕ್ಕೆ ಬಂದ ಮೇಲೆ ಎಚ್ಚರಗೊಂಡ ನಾಯಿ ಕೂಗಲು ಬಾಯಿ ತೆಗೆಯುವುದರೊಳಗೆ ಕಿರುಬ ಸೀದಾ ಅದರ ಕುತ್ತಿಗೆಗೇ ಬಾಯಿ ಹಾಕಿ ದನಿ ಅಡಗಿಸುತ್ತಿತ್ತು. ನಾಯಿಯ ಕುತ್ತಿಗೆಯನ್ನು ಕಚ್ಚಿ ಹಿಡಿದು, ಬಂದ ಹಾಗೇ ಕಳ್ಳ ಹೆಜ್ಜೆಗಳನ್ನಿಟ್ಟುಕೊಂಡು ಕ್ಷಣ ಮಾತ್ರದಲ್ಲಿ ಮಾಯವಾಗುತ್ತಿತ್ತು. ಬೆಳಗಾದ ಮೇಲೆ ನೋಡಿದರೆ ನಾಯಿ ನಮ್ಮ ಬಳಿ ಇರುತ್ತಿರಲಿಲ್ಲ, ಇರುತ್ತಿದ್ದುದು ಬಚ್ಚಲ ಬುಡದಲ್ಲಿ ಕೆದರಿದಂತೆ ತೋರುತ್ತಿದ್ದ ನಾಯಿಗಳ ಉಗುರಿನ ಗುರುತು, ಧೂಳಿನಲ್ಲಿ ಮೂಡಿರುತ್ತಿದ್ದ ಕಿರುಬದ ಹೆಜ್ಜೆ ಗುರುತು ಮಾತ್ರ. ಎರಡು ಪ್ರಸಂಗಗಳಲ್ಲಿ ನಾಯಿ

ಇದ್ದಕ್ಕಿದ್ದಂತೆ 'ಕುಂಯ್' ಎಂದು ವಿಚಿತ್ರವಾಗಿ ಕೂಗಿಕೊಂಡಿದ್ದನ್ನು, ಕೊಸರಾಡಿದ್ದನ್ನು ಕೇಳಿದ ಅಪ್ಪ ಹೊರಗೋಡಿದ್ದ. ಆದರೆ ಆತ ಬಾಗಿಲು ತೆಗೆದುಕೊಂಡು ಹೊರಗೆ ಬರುವ ಆ ಅರ್ಧ ನಿಮಿಷದ ಅಂತರದಲ್ಲಿ ಕಿರುಬ ನಾಯಿಗಳನ್ನೆತ್ತಿಕೊಂಡು ಪರಾರಿಯಾಗಿತ್ತು.

ಕಿರುಬದ ಕಾಟ ತಪ್ಪಿಸಲು ನಾಯಿಗಳನ್ನೇ ಮನೆಯ ಒಳ ಆವರಣದಲ್ಲಿ ಬಿಟ್ಟುಕೊಳ್ಳೋಣ ಅಥವಾ ಅವಕ್ಕೆ ಪ್ರತ್ಯೇಕ ಪಂಜರ ಮಾಡಿಸೋಣ ಎಂದು ಅಪ್ಪ ಯೋಚಿಸಿದ್ದೂ ಉಂಟು. ಆದರೆ ಹಾಗೆ ರಾತ್ರಿಯೆಲ್ಲಾ ಕೂಡಿಟ್ಟರೆ ನಾಯಿಗಳಿದ್ದು ಉಪಯೋಗ ಏನು ಎಂದೆನಿಸಿ ಆ ಯೋಚನೆ ಕೈಬಿಟ್ಟಿದ್ದ.

ಕಿರುಬ ಹೊತ್ತುಕೊಂಡಾದರೂ ಹೋಗಲಿ, ಬಾಂಬ್‌ಗಾದರೂ ಬಲಿಯಾಗಲಿ, ಮಂಗ ಮೈ ಪರಚಲಿ... ಏನೇ ಆದರೂ ನಾಯಿ ಸಾಕುವುದನ್ನು ಮಾತ್ರ ಬಿಡಬಾರದು ಎಂಬುದು ಅಪ್ಪನ ಧ್ಯೇಯವಾಯಿತು ಮುಂದೆ. ನಾಯಿಯ ಸಾಹಚರ್ಯ ಮತ್ತು ಮಂಗ-ನಾಯಿ ಕಿತ್ತಾಟ ಎರಡೂ ಅಲ್ಲಿರುವತನಕ ಅದೇ ರೀತಿ ಮುಂದುವರಿದುಕೊಂಡು ಬಂದಿತು.

ಎಮ್ಮೆ-ಎಮ್ಮೆಯ ಸಾಂಗತ್ಯ ನೆನೆಯುತ್ತ

ದೇವಗುಂಡಿಯಲ್ಲಿ ಪೂರ್ವಕ್ಕೆ ಮುಖ ಮಾಡಿ ನಿಂತ ನಮ್ಮ ಮನೆಯೆದುರು ದೊಡ್ಡ ಕೆರೆ. ಉತ್ತರ ಹಾಗೂ ಪಶ್ಚಿಮಕ್ಕೆ ಕಾಡು. ದಕ್ಷಿಣದಲ್ಲಿ ಹೊಲಗದ್ದೆಗಳು, ಅದೂ ಕಣ್ಣಿಗೆ ನಿಲುಕುವಷ್ಟು ದೂರ ಮಾತ್ರ, ಅಲ್ಲಿಂದ ಮುಂದೆ ಮತ್ತೆ ಕಾಡು. ಹೀಗಾಗಿ ಮನೆಯವರನ್ನು ಬಿಟ್ಟರೆ ಆಳುಗಳು ಕೆಲಸಕ್ಕೆ ಬಂದಾಗ, ಹತ್ತಿರದ ಹೊಲದವರು ನೀರಿಗೆ ಬಂದಾಗ, ಇಲ್ಲಾ ತುರ್ತು ಔಷಧವನ್ನೋ, ಹಾಲು-ಮಜ್ಜಿಗೆಯನ್ನೋ ಕೇಳಿಕೊಂಡು ಹನುಮಾಪುರ ಊರ ಹೆಂಗಸರು-ಮಕ್ಕಳು ಬಂದಾಗ ಮಾತ್ರ ಬೇರೆ ಜನಸಂಪರ್ಕ. ಬೇಸಿಗೆಯ ಸಂದರ್ಭದಲ್ಲಂತೂ ಒಂದೊಂದು ದಿನ ಕನಿಷ್ಠ ಒಬ್ಬ ಅನ್ಯ ವ್ಯಕ್ತಿಯ ದರ್ಶನವೂ ಆಗದಿದ್ದುದು ಉಂಟು.

ಇಂಥ ನೀರವ, ನೀರಸ ವಾತಾವರಣದಲ್ಲಿ ಒಮ್ಮೊಮ್ಮೆ ಇದ್ದಕ್ಕಿದ್ದಂತೆ ರಂಗು ತುಂಬಿಕೊಳ್ಳುತ್ತಿತ್ತು. ಅದು ಗೌಳೇರ ಆಗಮನದಿಂದ. ಗೌಳೇರು ಅಥವಾ ಗೌಳಿಗಳು ಮರಾಠಿ ಮಾತನಾಡುವ ಬುಡಕಟ್ಟು ಜನ. ನಮ್ಮ ಮುಂಡಗೋಡ ತಾಲ್ಲೂಕಿನಲ್ಲಿ ಅಲ್ಲಲ್ಲಿ ಅವರ ಸಮುದಾಯ ಇದೆ. ಹತ್ತು, ಇಪ್ಪತ್ತು ಎಮ್ಮೆಗಳನ್ನು ಸಾಕಿಕೊಂಡು, ಅವುಗಳ ಲಾಲನೆ-ಪಾಲನೆ ಮಾಡುತ್ತ, ಹಾಲು-ಖೋವಾ ಮಾರಿಕೊಂಡು ಜೀವನ ನಡೆಸುವ ಜನ ಇವರು. ಮಳೆಗಾಲ ಮುಗಿದು, ನೆಲದ ತೇವದ ಜೊತೆಗೆ

ಹಸಿರೂ ಬತ್ತಿ ಹೋಗುತ್ತಿದ್ದ ಸಮಯದಲ್ಲಿ ಇವರು ಹುಲ್ಲು ಹುಲುಸಾಗಿದ್ದ ಹೊಸ ಜಾಗ ಹುಡುಕಿಕೊಂಡು ತಂಡಗಳಲ್ಲಿ ತೆರಳುತ್ತಿದ್ದರು. ಎಲ್ಲೋ ಎರಡು ಮೂರು ವರ್ಷಕ್ಕೊಮ್ಮೆ ನಮ್ಮ ದೇವಗುಂಡಿಯ ಕಡೆಗೂ ಬರುತ್ತಿದ್ದ ಅವರು ಕಾಡಿನಂಚಿನಲ್ಲಿ ಒಂದೆಡೆ 'ದೊಡ್ಡಿ' ಕಟ್ಟಿಕೊಂಡು ವಾಸಿಸುತ್ತಿದ್ದರು.

ದೊಡ್ಡಿ ಎಂದಾಕ್ಷಣ ದೊಡ್ಡ ಕಲ್ಪನೆ ಮಾಡುವುದು ಬೇಡ. ತೀರಾ ಕಚ್ಚಾ ರೀತಿಯ ವಾಸದ ವ್ಯವಸ್ಥೆ ಅದು. ಒಂದು ಎಂಟಡಿ ಉದ್ದಗಲದ ಜಾಗದಲ್ಲಿ ನಾಲ್ಕು ಮೂಲೆಗೂ ಒಂದೊಂದು ಗೂಟ ಹುಗಿದು, ಆ ಗೂಟಗಳ ಮೇಲೆ ಒಂದಿಷ್ಟು ಗಳು ಅಡ್ಡಡ್ಡ ಇಟ್ಟು, ಅದರ ಮೇಲೆ ಸೊಪ್ಪಿನ ಚಪ್ಪರ ಕಟ್ಟುತ್ತಿದ್ದರು. ಅಷ್ಟು ಮಾಡಿದರೆ ತಲೆಗೊಂದು ಸೂರು ಸಿದ್ಧ. ಈ ಮನೆಗೆ ಗೋಡೆ ಬೇಕಲ್ಲ, ಅದಕ್ಕೂ ವ್ಯವಸ್ಥೆ ಇತ್ತು. ಇನ್ನೊಂದಿಷ್ಟು ಸೊಪ್ಪಿನ ಚಂಡೆಗಳನ್ನು ಮುರಿದು ತಂದು, ಗೂಟಗಳಿಗೆ ಅಡ್ಡಡ್ಡ ಕಟ್ಟಿದ್ದ ಬಿದಿರ ಗಳುಗಳಿಗೆ ಅವನ್ನು ಸಿಕ್ಕಿಸಿದರಾಯಿತು. ಅದೇ ಗೋಡೆ, ಅದರದ್ದೇ ಬಾಗಿಲು. ನೆಲದಲ್ಲಿಷ್ಟು ಹುಲ್ಲು, ಕಳೆ ಕಿತ್ತು, ಕೆತ್ತಿ, ಸಗಣಿ ಹಾಕಿ ಸಾರಿಸಿದರೆ ಊಟ ಮಾಡಲು, ಮಲಗಲು ತೊಂದರೆ ಇಲ್ಲ. ಅಡುಗೆ ತಯಾರಿ, ಪಾತ್ರೆ ತೊಳೆಯುವುದೆಲ್ಲ ದೊಡ್ಡಿಯ ಹೊರಗೆ.

ಹಗಲೆಲ್ಲ ಎಮ್ಮೆಗಳನ್ನು ದೊಡ್ಡಿಯಲ್ಲಿ ಕೂಡಿ ಇಡುತ್ತಿದ್ದ ಗೌಳೇರು ರಾತ್ರಿ ಅವನ್ನು ಅಡವಿ ಮೇಯಲು ಬಿಡುತ್ತಿದ್ದರು. ಬೆಳಿಗ್ಗೆ ಅಡವಿಯಿಂದ ಅವನ್ನು ಹೊಡೆದುಕೊಂಡು ಬಂದು ಹಾಲು ಹಿಂಡಿ, ಹತ್ತಿರದ ಊರಲ್ಲಿರುತ್ತಿದ್ದ ಡೇರಿಗೆ ಹೋಗಿ ಕೊಟ್ಟು ಬರುತ್ತಿದ್ದರು.

ಈ ಮಧ್ಯೆ ಗೌಳೇರ ಹೆಂಗಸರು ನೀರಿಗಾಗಿ ನಮ್ಮ ಮನೆಗೆ ಬರುತ್ತಿದ್ದರು. ಮದುವೆಯಾದವರೆಲ್ಲ ಹೆಂಗಸರು ಎನ್ನುವುದಾದರೆ ಅವರನ್ನೂ 'ಹೆಂಗಸರು' ಎನ್ನಬಹುದಿತ್ತು. ವಯೋಮಾನದ ದೃಷ್ಟಿಯಿಂದ ಅವರೆಲ್ಲ ಹೆಣ್ಣುಮಕ್ಕಳೇ. ಹತ್ತು, ಹನ್ನೆರಡು ವಯಸ್ಸಿನ ಆ ಬಾಲಕಿಯರೆಲ್ಲ ಪಟಗಚ್ಚೆ ಹಾಕಿ ಸೀರೆ ಉಟ್ಟು, ಕತ್ತಲ್ಲಿ ಪೋಣಿಸಿದ ಕರಿಮಣಿ ಸರ, ಮೇಲಿಂದಿಷ್ಟು ಹಿತ್ತಾಳೆಯ ಆಭರಣ ಹಾಕಿಕೊಂಡು ಬರುತ್ತಿದ್ದುದನ್ನು ಕಂಡರೆ ನಮಗೆ ಅಚ್ಚರಿ. ನಾನು, ಅಕ್ಕ ಅಪ್ಪ-ಅಮ್ಮನ ಸುಪರ್ದಿಯಲ್ಲಿ ಆರಾಮವಾಗಿ ಓಡಾಡಿಕೊಂಡು, ಮಜವಾಗಿರಬೇಕಾದರೆ ನಮ್ಮದೇ ವಯಸ್ಸಿನ ಹೆಣ್ಣುಮಕ್ಕಳು ಸಂಸಾರ, ಅಡುಗೆ ತಾಪತ್ರಯಗಳನ್ನೆಲ್ಲ ಹೊತ್ತುಕೊಂಡು, ಎರಡು-ಮೂರು ಫರ್ಲಾಂಗ್ ದೂರದ ನಮ್ಮ ಮನೆಗೆ ನೀರು ತರಲು ಬಂದರೆಂದರೆ ನಮ್ಮ ಕುತೂಹಲ ಮುಗಿಲು ಮುಟ್ಟುತ್ತಿತ್ತು. ಅವರ ಹೆಸರೇನು, ಯಾವಾಗ ಮದುವೆ ಆಗಿದ್ದು, ದೊಡ್ಡಿಯಲ್ಲಿ ಕಾಣುವ ಆ ಮೂರು/ನಾಲ್ಕು/ಐದು ಗಂಡಸರ ಪೈಕಿ ಇಂತಿಂಥ ಹುಡುಗಿಯ ಗಂಡ ಯಾರು, ತಂದೆ-ತಾಯಿಯನ್ನು ಬಿಟ್ಟು ಇಲ್ಲಿ ಬಂದಿರಲು ಅವರಿಗೆ ಬೇಸರ ಬರುವುದಿಲ್ಲವೇ... ನಮ್ಮಲ್ಲಿ ಪ್ರಶ್ನೆಗಳ

ಪಟ್ಟಿಯೇ ಸಿದ್ಧವಿರುತ್ತಿತ್ತು. ಉತ್ತರ ಪಡೆಯುವುದು ಮಾತ್ರ ಸಾಧ್ಯವಿರಲಿಲ್ಲ. ಏಕೆಂದರೆ ಆ ಹುಡುಗಿಯರಿಗೆ ಕನ್ನಡ ಬರುತ್ತಿರಲಿಲ್ಲ, ನಮಗೆ ಮರಾಠಿ ಗೊತ್ತಿಲ್ಲ.

ಆದರೂ ಆಗಾಗ ಉಪಲಬ್ಧವಾಗುತ್ತಿದ್ದ ಸಹವಾಸದಿಂದಾಗಿ ಒಂದೆರಡು ಪ್ರಶ್ನಾರ್ಥಕ ವಾಕ್ಯಗಳನ್ನು ಕಲಿತುಕೊಂಡಿದ್ದೆವು. ಮೊದಲು ಕೇಳುತ್ತಿದ್ದ ಪ್ರಶ್ನೆ ನಿಸ್ಸಂದೇಹವಾಗಿ 'ತುಲಾ ನಾಂವ್ ಕಾಯ್' ಎಂದೇ. ಭಾಷೆ ಸರಿಯೋ, ತಪ್ಪೋ ನಮಗೆ ಗೊತ್ತಿರಲಿಲ್ಲ. ಆದರೂ ದಿನಾ ಅದೇ ಪ್ರಶ್ನೆ ಕೇಳುತ್ತಿದ್ದೆವು. ದಿನಾ ಏಕೆ, ಒಮ್ಮೆ ಉತ್ತರ ಪಡೆದರೆ ಸಾಲದೇ ಎಂದು ಯಾರಾದರೂ ಕೇಳಬಹುದು. ಒಮ್ಮೆಯಾದರೂ ಉತ್ತರ ದೊರಕಿದರೆ ತಾನೇ ಸುಮ್ಮನಿರೋದು. ಇನ್ನೂ ಮದುವೆಯಾಗದೇ(!?), ಫ್ರಾಕ್, ಮಿಡಿ ಹಾಕಿಕೊಂಡು ಓಡುತ್ತ, ಜಿಗಿಯುತ್ತ, ಕಿತಾಪತಿ ಮಾಡುತ್ತ ಇರುತ್ತಿದ್ದ ನಮ್ಮಿಬ್ಬರನ್ನು ಕಂಡರೆ ಅವರಿಗದೇನು ನಾಚಿಕೆಯೋ, ಮುಜುಗರವೋ, ಕೀಳರಿಮೆಯೋ ಅಥವಾ 'ಉಸಾಬರಿಯೇಕೆ' ಎಂಬ ಉಪೇಕ್ಷೆಯ ಭಾವವೋ ತಿಳಿಯದು. ನಮ್ಮ ಕುತೂಹಲವನ್ನು ಅವರೆಂದೂ ತಣಿಸುತ್ತಿರಲಿಲ್ಲ. ಬದಲಾಗಿ ಮುಸಿಮುಸಿ ನಕ್ಕು, ನಮಗೆ ತಿಳಿಯದ ಮರಾಠಿ ಭಾಷೆಯಲ್ಲಿ ಅದೇನೋ ಹೇಳಿ ಕಳಚಿಕೊಂಡು ಬಿಡುತ್ತಿದ್ದರು. ಆದರೆ ಅಮ್ಮ ಮಾತನಾಡಿಸಿದರೆ ಅಷ್ಟೋ, ಇಷ್ಟೋ ಮಾತನಾಡುತ್ತಿದ್ದರು. ಅಂತೂ ಒಂದು ವಾರದ ನಂತರ ನಮಗೆ ಆಕೆ ಚಿಮಣಾಬಾಯಿ, ಈಕೆ ಸಕ್ಕೂಬಾಯಿ– ಧೋಂಡುನ ಹೆಂಡತಿ, ಮತ್ತವಳು ನಕಲೂಬಾಯಿ– ವಿಠ್ಠೂನ ಹೆಂಡತಿ... ಎಂದು ಅರೆಬರೆ ದುಭಾಷಿ ಅಮ್ಮನ ಮೂಲಕ ತಿಳಿಯುತ್ತಿತ್ತು.

ಬೇಸಿಗೆಯಲ್ಲಿ ಒಮ್ಮೊಮ್ಮೆ ನಮ್ಮ ಮನೆಯಲ್ಲಿ ಕರೆವು ಇರುತ್ತಿರಲಿಲ್ಲ. ಆದರೆ ಹಾಲು–ಮಜ್ಜಿಗೆ ಇಲ್ಲದೇ ಊಟ ಮೆಚ್ಚದಲ್ಲ, ಹಾಗಾಗಿ ಸಮೀಪದಲ್ಲಿ ಎಲ್ಲಾದರೂ ದೊಡ್ಡಿ ಹಾಕಿಕೊಂಡು ಇರುತ್ತಿದ್ದ ಗೌಳೇರ ಬಳಿ ಹೋಗುತ್ತಿದ್ದೆವು. ಹಾಲು ತರುವ ಜವಾಬ್ದಾರಿ ಅಣ್ಣ–ಅಕ್ಕ, ನನ್ನದಿರುತ್ತಿತ್ತು. ನಾವೋ ಇಂಥದ್ದೊಂದು ಅವಕಾಶಕ್ಕಾಗಿ ಕೆರೆಯ ಬಳಿಯ ಕಪ್ಪೆಯಂತೆ ಕಾದಿರುತ್ತಿದ್ದೆವು. ನಮ್ಮ ಚಾಳಿ ಗೊತ್ತಿದ್ದ ಅಮ್ಮ ಹೊಗುವ ಮೊದಲೇ 'ದಿಕ್ಕು ನೋಡ್ತಾ ಕುತ್ಗಳಡಿ, ಹದಾ ಹೊತ್ತಿಗೆ ಮನೆಗೆ ಬನ್ನಿ' ಎಂದು ಎಚ್ಚರಿಸಿಯೇ ಕಳಿಸುತ್ತಿದ್ದಳು. ಒಂದು ಕಿವಿಯಿಂದ ಕೇಳಿದ್ದನ್ನು ಇನ್ನೊಂದು ಕಿವಿಯಿಂದ ಹೊರಕಳಿಸುತ್ತಿದ್ದ ನಾವು ಕೈಲೊಂದು ಚೊಂಬು ಹಿಡಿದು ಸೀದಾ ದೊಡ್ಡಿಯೆಡೆಗೆ ಓಡುತ್ತಿದ್ದೆವು.

ಅದು ಬೆಳಗಿನ ಸಮಯ. ಕಾಡಿನಿಂದ ಎಮ್ಮೆಗಳನ್ನು ಹೊಡೆದುಕೊಂಡು ಬಂದ ಗೌಳೇರು ಅವನ್ನು ದೊಡ್ಡಿಯಲ್ಲಿ ಕೂಡಿ ಹಾಕಿ ಹಾಲು ಕರೆಯುವ ಹೊತ್ತು. ಎಮ್ಮೆಗಳಿಗೆ ಮತ್ತು ಕರುಗಳಿಗೆ ಪ್ರತ್ಯೇಕ ಆವರಣ ಇರುತ್ತಿತ್ತು. ಆವರಣ ಎಂದರೆ ಚೌಕಾಕಾರದಲ್ಲಿ ನಾಲ್ಕು ಮೂಲೆಗೂ ಒಂದೊಂದು ಗೂಟ ಹುಗಿದು, ಅದಕ್ಕೆ

ಅಡ್ಡಲಾಗಿ ಮರದ ಎಳೆಗಳನ್ನು ಬಿಗಿದು ಕಟ್ಟಿದ ಜಾಗ ಅಷ್ಟೇ. ಅದಕ್ಕೊಂದು ಚಿಕ್ಕ ಸರಗೋಲು. ಒಂದೋ, ಎರಡೋ ಕೋಣ ಇದ್ದರೆ ಅವು ಹೊರಗೆ ಮರದ ಅಡಿ ಕಟ್ಟಿರುತ್ತಿದ್ದವು. ಎಲ್ಲ ಎಮ್ಮೆ, ಕರು, ಕೋಣಗಳ ಕಿವಿಗಳೂ, ಅವುಗಳ ಮಾಲೀಕರು ನಿರ್ಧರಿಸಿದ ಆಕಾರದಲ್ಲಿ ಹರಿದುಕೊಂಡಿರುತ್ತಿದ್ದವು. ಕೆಲವೊಂದಕ್ಕೆ ಹಿತ್ತಾಳೆಯ ರಿಂಗ್ ಕೂಡ ಇರುತ್ತಿತ್ತು.

ನಮ್ಮ ಮನೆಯಲ್ಲೆಲ್ಲ ಹಾಲು ಕರೆಯುವುದು ಭಾರಿ ಅಚ್ಚುಕಟ್ಟಾದ ರೀತಿಯಲ್ಲಿ. ಕೊಟ್ಟಿಗೆಯೇ ಜನ ಎದ್ದು, ಕುಂತು ಮಾಡುವಷ್ಟು ಚೊಕ್ಕ ಇರುತ್ತಿತ್ತು. ದನಗಳ ಉಚ್ಚೆ, ಸಗಣಿಯನ್ನು ಒಂದು ಚೂರು ಉಳಿಯಗೊಡದೇ ಆಗಾಗ ಸ್ವಚ್ಛ ಮಾಡುತ್ತಿದ್ದರು. ಜೊತೆಗೆ ಹುಲ್ಲು ಹಾಕಲು ಗೋದನಿಗೆ (ಗೋದಲಿ), ನೀರಿಗೆ ಕಲ್ಲಿನ ಬಾನಿ... ಎಲ್ಲೂ ಏನೂ ಕೊಚ್ಚೆ ಕಾಣುತ್ತಿರಲಿಲ್ಲ. ಹಾಲು ಕರೆಯುವಾಗಲೂ ಅಷ್ಟೇ, ಮೊದಲು ತಮ್ಮ ಕೈ ತೊಳೆದುಕೊಂಡು, ಹೂ ಬೆಚ್ಚಗಿನ ನೀರಲ್ಲಿ ಆಕಳ ಕೆಚ್ಚಲನ್ನು ಚೊಕ್ಕವಾಗಿ ತೊಳೆದು, ಮೊಲೆಗಳಿಗೆ ಬೆಣ್ಣೆ ಹಚ್ಚಿ (ಕೈ ಸರಾಗವಾಗಿ ಜಾರಬೇಕಲ್ಲ!), ಸ್ವಚ್ಛವಾದ ಚೊಂಬಿಗೆ ಹಾಲಿನ ಧಾರೆ ಸೇರುವಂತೆ ಕರೆಯುತ್ತಿದ್ದರು. ಹಾಲು ಕರೆಯುವುದು ಎಂದರೆ ಹೀಗೆ ಇರಬೇಕು ಎಂಬ ಪ್ರಜ್ಞೆ ನಮ್ಮಲ್ಲಿ ಇತ್ತು.

ಆದರೆ ಗೌಳೇರು ಹಾಲು ಕರೆಯುವ ಪರಿಯೋ? 'ಯದಕ್ಕೂ ಬ್ಯಾಡ ಸರ್ವಜ್ಞ!' ಎಮ್ಮೆಯ ಕೆಚ್ಚಲಿನ ಸಮೀಪದಲ್ಲಿ ಕುಕ್ಕರುಗಾಲಿನಲ್ಲಿ ಕುಳಿತಿರುತ್ತಿದ್ದ ಗೌಳಿಮಾಮಾ ತನ್ನೆರಡೂ ತೊಡೆಗಳ ನಡುವೆ ಕೊಳಕಾದ ಚೊಂಬೊಂದನ್ನು ಇಟ್ಟುಕೊಳ್ಳುತ್ತಿದ್ದ. ಸಗಣಿ, ಉಚ್ಚೆ, ಎಮ್ಮೆಯ ಮೈ, ಬಾಲ ಏನನ್ನಾದರೂ ಮುಟ್ಟಿ ಬಂದ ಕೈಯನ್ನು ಕೆಚ್ಚಲಿಗೆ ಹಚ್ಚಿ, ಅದನ್ನು ತೊಳೆಯದೇ ಹಾಗೇ 'ಚೊಂಯ್ ಚೊಂಯ್' ಎಂದು ಹಾಲು ಕರೆಯುತ್ತಿದ್ದ. ಇದನ್ನು ದೂರದಲ್ಲಿ ನಿಂತು ನೋಡುತ್ತಿದ್ದ ನಮ್ಮ ಮೂವರ ಮುಖದ ಮೇಲೆ ಅಷ್ಟಾವಕ್ರ ಗೆರೆಗಳು ಮೂಡಿ ಮಾಯವಾಗುತ್ತಿದ್ದವು. ಸರಿ, ಹೇಗ್ಹೇಗೋ ಹಾಲು ಕರೆದಾಯ್ತು, ಅದನ್ನು ಹಾಗೇ ಅಳೆದು ಕೊಡಬಾರದಾ? ಇಲ್ಲ, ನೀರು ಸೇರಿಸಿಯೇ ಕೊಡುತ್ತಿದ್ದರು. 'ನೀರು ಹಾಕೋದು ಬೇಡ, ಸ್ವಲ್ಪ ಕಡಿಮೆ ಇದ್ರೂ ಪರ್ವಾಗಿಲ್ಲ' ಎಂದು ನಾವು ಎಷ್ಟು ಹೇಳಿದರೂ, ಹಾಗೆ ಮಾಡುವುದು ತಮ್ಮ 'ವೃತ್ತಿಧರ್ಮ'ಕ್ಕೆ ವಿರುದ್ಧವಾದುದು ಎಂದೇ ಅವರು ವಾದಿಸುತ್ತಿದ್ದರು.

ನಮ್ಮ ಮನೆಯ ಆಸುಪಾಸಿನಲ್ಲೇ ಇದ್ದ ಸಂದರ್ಭದಲ್ಲಿ ಕನಿಷ್ಠ ಪಕ್ಷ ನಮ್ಮದೇ ಬಾವಿಯ ನೀರನ್ನು ಹಾಲಿಗೆ ಸೇರಿಸುತ್ತಿದ್ದಾರಲ್ಲ ಎಂದು ಸಮಾಧಾನಪಟ್ಟು ಕೊಳ್ಳಬಹುದಿತ್ತು. ಕೆಲವೊಮ್ಮೆ ನಮ್ಮ ಮನೆಗಿಂತ ಕಾಡಿನ ತೊರೆಯೇ ಹತ್ತಿರವಾಗಿದ್ದ ಪ್ರಸಂಗದಲ್ಲಿ ಅಲ್ಲಿಂದಲೇ ನೀರು ತಂದುಕೊಳ್ಳುತ್ತಿದ್ದ ಅವರು ಅದನ್ನೇ ಹಾಲಿಗೆ ಬೆರೆಸುತ್ತಿದ್ದರು. ಒಣ ಹವಾಮಾನದ ಮುಂಡಗೋಡಿನಲ್ಲಿ ಬೇಸಿಗೆಯಲ್ಲಿ ಹಳ್ಳದ ನೀರು ಸಿಗಬೇಕೆಂದರೆ ಅದು ಅಲ್ಲಲ್ಲಿ ಮಡುಗಟ್ಟಿಕೊಂಡಿದ್ದರೆ ಮಾತ್ರ. ಆ ಅಲ್ಪ ನೀರೂ ತರಗೆಲೆ ಬಿದ್ದು ಕೊಳೆತಂತಾಗಿ ಕಪ್ಪಾಗಿರುತ್ತಿತ್ತು. ಮೇಲಿಂದ ಒಂಥರಾ ಗೊಬ್ಬರದ ವಾಸನೆ ಬೇರೆ. ಆ 'ಗೋಬರ್ ಫ್ಲೇವರ್' ನೀರನ್ನೇ ನಮ್ಮ ಕಣ್ಣೆದುರು ಅವರು ಬಿಂದಾಸ್ ಆಗಿ ಬೆರೆಸುತ್ತಿದ್ದರೆ ನೋಡುತ್ತಿದ್ದ ನಮಗೆ ಹೊಟ್ಟೆ ತೊಳೆಸಿ ಬಂದಂತಾಗುತ್ತಿತ್ತು. ಆದರೂ ಗತಿ ಇಲ್ಲದೇ ಅದನ್ನು ತರುತ್ತಿದ್ದ ನಾವು ಮನೆಗೆ ಬಂದದ್ದೇ ಅಮ್ಮನಿಗೆ ಅಭಿನಯಪೂರ್ವಕವಾಗಿ ಎಲ್ಲವನ್ನೂ ವಿವರಿಸುತ್ತಿದ್ದೆವು.

'ಥೂ, ಎಂಥ ಗತಿ ಬಂತು' ಎಂದು ಅಸಹ್ಯಪಟ್ಟುಕೊಳ್ಳುತ್ತಿದ್ದ ಅಮ್ಮ, 'ನಿಂಗ ನೋಡ್ತಾ ನಿಂತಿದ್ದು ಸಾಕು, ನೀರು ಸೇರ್ಸದು ಬ್ಯಾಡದೇ ಬ್ಯಾಡ ಹೇಳಿ ಜೋರು ಮಾಡಲೆ ಬಂಜಿಲ್ಯ' ಎಂದು ನಮಗೇ ಗದರಿಸುತ್ತಿದ್ದಳು. ಆಮೇಲೆ ಅದನ್ನು ಅರಿಸಿ, ಕುದಿಸಿ, ಕುದಿಸಿ, ತನ್ನದೇ ರೀತಿಯಲ್ಲಿ ಪ್ಯಾಶ್ಚರೀಕರಿಸುತ್ತಿದ್ದಳು. ಗೌಳೇರ ದೊಡ್ಡಿಯಿಂದ ತಂದ ಹಾಲನ್ನು ನಾವ್ಯಾರೂ ನೇರವಾಗಿ ಕುಡಿಯುತ್ತಿರಲಿಲ್ಲ. ಮಜ್ಜಿಗೆಯನ್ನು, ಅದರಿಂದ ಮಾಡಿದ ಪಳದ್ಯ, ತಂಬುಳಿಯಂಥ ಪದಾರ್ಥಗಳನ್ನು ಮಾತ್ರ ಬಳಸುತ್ತಿದ್ದೆವು.

ಅಸಹ್ಯಪಟ್ಟುಕೊಂಡೂ ಗೌಳೇರ ದೊಡ್ಡಿಯಿಂದ ಹಾಲು ತರುವ ಪರಿಸ್ಥಿತಿ ಹೆಚ್ಚೆಂದರೆ ಎರಡು ಮೂರು ವಾರ ಇರುತ್ತಿತ್ತು. ಅಷ್ಟೊತ್ತಿಗೆ ಮನೆಯಲ್ಲಿ ಯಾವುದಾದರೂ ಒಂದು ದನ ಕರು ಹಾಕುತ್ತಿತ್ತು. 'ಸದ್ಯ, ಹಾಲಿಗೆ ಒಂದು ವ್ಯವಸ್ಥೆಯಾಯಿತು' ಎಂದು ಅಮ್ಮ ನಿಟ್ಟುಸಿರು ಬಿಡುತ್ತಿದ್ದಳು. ನಮಗೆ ಎಳೆಗರು ಮನೆಗೆ ಬಂದ, ಗಿಣ್ಣು ತಿನ್ನುವ ಅವಕಾಶ ಸಿಕ್ಕಿದ ಖುಷಿ ಇದ್ದರೂ, ಗೌಳೇರ ದೊಡ್ಡಿಗೆ ಹೋಗಲು ಒಂದು ನೆಪ ತಪ್ಪಿಹೋಯ್ತಲ್ಲ ಎಂದು ಬೇಸರವಾಗುತ್ತಿತ್ತು.

ಆದರೂ ಎರಡು ಮೂರು ದಿನಕ್ಕೊಮ್ಮೆ ಅಮ್ಮನ ಕಣ್ಣು ತಪ್ಪಿಸಿ ದೊಡ್ಡಿಯ ಕಡೆ ದೌಡಾಯಿಸುತ್ತಿದ್ದೆವು. ಅಷ್ಟೊತ್ತಿಗಾಗಲೇ ಗೌಳಿಮಾಮಾಗಳ ಸ್ನೇಹ ಸಂಪಾದಿಸಿರುತ್ತಿದ್ದ ಅಣ್ಣ ಅವರ ಬಿದಿರು ಲಾಠಿ ತಿರುಗಿಸುತ್ತ, ಎಮ್ಮೆ ಕರುಗಳನ್ನು ಬೆದರಿಸುತ್ತ ಹುಡುಗಾಟಿಕೆಗೆ ಶುರುವಿಟ್ಟುಕೊಳ್ಳುತ್ತಿದ್ದ. ನಾನು, ಅಕ್ಕ ಆ ವೇಳೆಗೆ ಪರಿಚಯವಾಗಿರುತ್ತಿದ್ದ ನಕಲೂಬಾಯಿ/ಸೋನುಬಾಯಿ/ಧೂಳಿಬಾಯಿ...ಗಳೆಡೆ ಒಂದೊಂದು ನಗೆಬಾಣ ಎಸೆದು, ನಿಧಾನಕ್ಕೆ ದೊಡ್ಡಿಯ ಒಳಗೊಂದು ಕಾಲು ಇಡುತ್ತಿದ್ದೆವು. ಅವರು ಮರದ ಪರಾತದಲ್ಲಿ ರೊಟ್ಟಿ ತಟ್ಟುವುದನ್ನು, ಅಡ್ಡಾದಿಡ್ಡಿ ಕಲ್ಲು ಹೂಡಿ ಮಣ್ಣಿನ ಮಡಕೆಯಲ್ಲಿ ಅನ್ನ ಬೇಯಿಸುವುದನ್ನು ಅದೇನೋ 'ಭಾರಿ ವಿನೂತನ ವಿದ್ಯಮಾನ' ಎನ್ನುವಂತೆ ಕಣ್ಣು ಕಿಸಿದುಕೊಂಡು ನೋಡುತ್ತಿದ್ದೆವು. ಬೇಸಿಗೆಯಲ್ಲಿ ಕಾಡಿನಲ್ಲಿ ಹೇರಳವಾಗಿರುತ್ತಿದ್ದ ಕವಳಿ ಕಾಯಿಗಳನ್ನು ತಂದು ಅವರು ಸಾರು ಮಾಡುತ್ತಿದ್ದರೆ ನಮಗೆ ಭಾರಿ ಅಚ್ಚರಿ. ಮನೆಗೆ ಬರುತ್ತಿದ್ದಂತೆಯೇ 'ನಮ್ಮನೆಲ್ಲೂ ಕವಳಿ ಕಾಯಿ ಸಾರು ಮಾಡು' ಎಂದು ಅಮ್ಮನಿಗೆ ದುಂಬಾಲು ಬೀಳುತ್ತಿದ್ದೆವು. 'ಆ ಕವಳಿ ಕಾಯಿ ಆಮಶಂಕೆಗೆ ಮೂಲ. ರಕ್ತ, ಸುಂಬಳ ಹೇಲಾಟ ಶುರು ಆಗ್ತು ನೋಡಿ. ಹಣ್ಣೇ ಅಷ್ಟು ಪಿತ್ತ, ಇನ್ನು ಕಾಯಿದು ಸಾರು ಮಾಡಿದ್ರೆ ಅಷ್ಟೇ'– ಅಮ್ಮ ನಮ್ಮ ಬೇಡಿಕೆಯನ್ನು ನಿರ್ದಯೆಯಿಂದ ಗುಡಿಸಿ ಗೊಬ್ಬರಗುಂಡಿಗೆ ಹಾಕುತ್ತಿದ್ದಳು. ಮೇಲಿಂದ 'ಆ ಗೌಳೇರ ದೊಡ್ಡಿ ಹತ್ತಿರ ಠಳಾಯಿಸದು, ಹಿಂಗಿದ್ದೇ ಬ್ಯಾಡ್ದೇ ಹೋದ್ದ ನೋಡಿ ಬಂದು ಪೀಡಿಸದು... ಬೇರೆ ಕೆಲ್ಸ ಇಲ್ಲೆ ನಿಂಗಕ್ಕೆ. ಇನ್ನೊಂದಿವ್ಸ ಅಲ್ಲಿಗೆ ಹೋದ್ರೆ ನೋಡಿ' ಎಂದು ಎಚ್ಚರಿಸುತ್ತಿದ್ದಳು. ಯಥಾ ಪ್ರಕಾರ ನಮ್ಮ ಕಿವಿ ಸುರಂಗದ ಕಾರ್ಯ ನಿರ್ವಹಿಸುತ್ತಿತ್ತು... ಆ ವಿಷ್ಯ ಬಿಡಿ.

ದೊಡ್ಡಿ ಎಂದಾಕ್ಷಣ ನನ್ನ ದಡ್ಡತನದ ಒಂದು ಪ್ರಸಂಗ ನೆನಪಿಗೆ ಬರುತ್ತದೆ. ಶಾರದೆ ದನ ಕಳೆದಿತ್ತು, ವಾರದ ನಂತರ ಅದರ ಕಳೇಬರ ಪತ್ತೆಯಾಯಿತು ಎಂದೆನಲ್ಲ, ಆ ದಿನ ಅಪ್ಪ ಆ ಬಗ್ಗೆ ಅಮ್ಮನಿಗೆ ವಿವರಿಸುತ್ತಿದ್ದ. 'ಶಾರದೆ (ಕಳೇಬರ) ಸಿಕ್ಕಿದ್ದು ಎಲ್ಲಿ' ಅಮ್ಮ ಕೇಳಿದಳು. 'ಹಳ್ಳ ದಾಟಿದ ಮೇಲೆ ಕಲ್ಲಳ್ಳಿಗೆ ಹೋಪ ದಾರಿಯಲ್ಲಿ ಎಡಕ್ಕೆ ಒಂದು ದಡ್ಡಿ ಇದ್ದು ನೋಡಿದ್ಯ, ಅಲ್ಲೇ ಹತ್ತಿರದಲ್ಲಿ' ಎಂದ ಅಪ್ಪ. 'ಹೌದಾ'– ಅಮ್ಮನ ಉದ್ಗಾರ... ಅಪ್ಪ ವಿವರಿಸುತ್ತ ಮುಂದೆ ಹೋದ, ಕೇಳುತ್ತಿದ್ದ ನಾನು ಮಾತ್ರ ಆ 'ದಡ್ಡಿ' ಎಂಬ ಶಬ್ದ ಹಿಡಿದುಕೊಂಡು ಹಿಂದೆಯೇ ಉಳಿದುಬಿಟ್ಟೆ. 'ಅಲ್ಯಾವ ದಡ್ಡಿ ಇದ್ದಾಳೆ, ಅವಳೇನು ಯಾವಾಗಲೂ ಅಲ್ಲಿಯೇ ಇರುತ್ತಾಳಾ, ಅಮ್ಮನಿಗೆ ಅವಳ ಪರಿಚಯ ಹೇಗೆ, ಹುಲಿ ನಮ್ಮ ಶಾರದೆಯನ್ನು ಕೊಂದರೂ ಆ ದಡ್ಡ ಹುಡುಗಿಗೆ ತಿಳಿಯಲಿಲ್ಲವಾ'– ನನ್ನ ಮನಸ್ಸಿನೊಳಗೆ ಪ್ರಶ್ನೆಯೇ ಪ್ರಶ್ನೆ. ಆದರೆ ದನ ಸತ್ತುಹೋಯಿತೆಂಬ ನೋವಿನಲ್ಲಿದ್ದ ಅಮ್ಮ–ಅಪ್ಪನ ಬಳಿ ಆ ಬಗ್ಗೆ ಪ್ರಶ್ನಿಸಲು ಮನಸ್ಸಾಗಲಿಲ್ಲ. ಒಂದೆರಡು ದಿನಗಳ ನಂತರ ಭಿಡೆ ಬಿಟ್ಟು ಅಣ್ಣನ ಬಳಿ 'ಅದು ಯಾವ ದಡ್ಡಿ' ಎಂದು ಕೇಳಿದೆ. 'ಗೌಳೇರ ದಡ್ಡಿ' ಅಣ್ಣ ಟಕ್ಕಂತ ಉತ್ತರ ಕೊಟ್ಟ, ಆಗಲೇ ಅಂತೂ ನನ್ನ ತಲೆಯೆಂಬ ಟ್ಯೂಬ್‌ಲೈಟ್‌ನಲ್ಲಿ ಹೊಳೆದದ್ದು– ಅಪ್ಪ ಹೇಳಿದ ದಡ್ಡಿ ಯಾವುದೇ ದಡ್ಡ ಹೆಂಗಸಲ್ಲ, ಬದಲಾಗಿ ಗೌಳೇರ ದೊಡ್ಡಿ ಎಂದು. ದೊಡ್ಡಿ ಎಂಬ ಶಬ್ದ ನಮ್ಮ ಹವ್ಯಕ ಭಾಷೆಯಲ್ಲಿ ಅಪಭ್ರಂಶವಾಗಿ ದಡ್ಡಿ ಆಗಿದ್ದು ಮತ್ತು ನಮ್ಮ ಭಾಷೆಯಲ್ಲಿ ನಪುಂಸಕ ಲಿಂಗ ವಾಚಕವೇ ಸ್ತ್ರೀಲಿಂಗ ವಾಚಕಕ್ಕೂ ಬಳಕೆಯಾಗುತ್ತಿದ್ದುದು ನನ್ನ ಗೊಂದಲಕ್ಕೆ ಕಾರಣವಾಗಿತ್ತು. ದೊಡ್ಡಿ ಬಗ್ಗೆ ಅನಗತ್ಯ ತಲೆ ಕೆಡಿಸಿಕೊಂಡು ನಾನು ದಡ್ಡಿಯಾಗಿದ್ದೆ.

ಒಮ್ಮೆ ನಮ್ಮ ಜಮೀನಿನ ಪಕ್ಕದ ಕೃಷ್ಣಪ್ಪನ ಹೊಲದಲ್ಲಿ ಗೌಳೇರ ನಾಲ್ಕೈದು ಸಂಸಾರಗಳು ಎಮ್ಮೆ, ಕರುಗಳ ಸಮೇತ ಬಂದು ದೊಡ್ಡಿ ಕಟ್ಟಿದ್ದವು. ಯಥಾ ಪ್ರಕಾರ ನಮ್ಮ ಮನೆಗೆ ನೀರಿಗೆ, ಕೆಲವೊಮ್ಮೆ ತುರ್ತು ಅಕ್ಕಿಗಾಗಿ ಬರುವುದು ನಡೆದಿತ್ತು. ನಾವು ಮೂವರು ದಿನಕ್ಕೆ ನಾಲ್ಕು ಸಲ ಅಲ್ಲಿ ಠಳಾಯಿಸುತ್ತ, ಅವರ ಚರ್ಯೆಗಳನ್ನೆಲ್ಲಾ ತಲೆ ತುಂಬಿಸಿಕೊಳ್ಳುವುದೂ ನಡೆದೇ ಇತ್ತು. ಒಂದಿನ ಅಪರಾಹ್ನ ಮೂರು ಗಂಟೆಯ ಹೊತ್ತು. ದೊಡ್ಡವರೆಲ್ಲ ಚಹಾ ಮುಗಿಸಿ ತಂತಮ್ಮ ಕೆಲಸದಲ್ಲಿ ತೊಡಗಿದ್ದರೆ, ನಾವಿನ್ನೂ ಮಲಗಿಯೇ ಇದ್ದೆವು. 'ಹೆಗಡೀರೇ, ಹೆಗಡೀರೇ' ಎಂಬ ಆರ್ತ ಕರೆ ನಮ್ಮನ್ನು ಬಡಿದೆಬ್ಬಿಸಿತು. ನಾವು ಎದ್ದು ನೋಡುವಷ್ಟರಲ್ಲಿ ಗೌಳೇರ ಮುದುಕಿಯೊಬ್ಬಳು ಅಳುತ್ತಳುತ್ತ ಅಮ್ಮನ ಬಳಿ ಮರಾಠಿಯಲ್ಲಿ ಏನೋ ಹೇಳುತ್ತಿದ್ದಳು. ಮಾತಿಗೊಮ್ಮೆ ಹೊಟ್ಟೆಯ ಮೇಲೆ ಕೈ ಆಡಿಸುತ್ತ, ದೊಡ್ಡಿಯ ಕಡೆ ತೋರಿಸುತ್ತ ಏನೇನೋ ಹೇಳೇ ಹೇಳಿದಳು ಆಕೆ. ಅಮ್ಮನಿಗೆ ಏನೇನೂ ಅರ್ಥವಾಗಲಿಲ್ಲ, ನಮಗಂತೂ ಅದು ಜಪಾನಿ ಭಾಷೆ– ಅರ್ಥವಾಗುವ ಪ್ರಶ್ನೆಯೇ ಇಲ್ಲ. ಆದರೂ ಆಕೆ ಪದೇ ಪದೇ

ಹೊಟ್ಟೆಯ ಬಳಿ ಕೈ ತಗೊಂಡು ಹೋಗುತ್ತಿದ್ದುದನ್ನು ನೋಡಿದ ಅಮ್ಮ, 'ಮುದ್ಕಿಗೆ ಹೊಟ್ಟೆನೋವಕ್ಕು. ಹೋಗಿ ಅಪ್ಪನ ಕರೆದು ಔಷಧಿ ಇದ್ರೆ ಕೊಡಲು ಹೇಳಿ' ಎಂದು ನಮ್ಮನ್ನು ಅಪ್ಪ ಇದ್ದಲ್ಲಿಗೆ ಅಟ್ಟಿದಳು.

ಒಳ್ಳೆ ರಸ್ತೆ, ವಾಹನ ಸೌಲಭ್ಯ ಏನೂ ಇಲ್ಲದಿದ್ದ ನಮ್ಮ ಊರಲ್ಲಿ ಸಣ್ಣಪುಟ್ಟ ಅನಾರೋಗ್ಯಗಳ ಸಂದರ್ಭದಲ್ಲಿ ಬೇಕಾದೀತೆಂದು ಅಪ್ಪ ತುರ್ತು ಔಷಧಗಳನ್ನು ಇಟ್ಟುಕೊಂಡಿರುತ್ತಿದ್ದ. ಕೆಮ್ಮು, ನೆಗಡಿ, ಜ್ವರ, ಹೊಟ್ಟೆನೋವುಗಳಂಥ ಸಾಮಾನ್ಯ ತೊಂದರೆಗಳ ಮಾತ್ರೆಗಳು, ವಿವಿಧ ಮುಲಾಮುಗಳು, ಬ್ಯಾಂಡೇಜ್ ಸಾಮಗ್ರಿಗಳೆಲ್ಲಾ ನಮ್ಮ ಮನೆಯಲ್ಲಿ ಯಾವಾಗಲೂ ಇರುತ್ತಿದ್ದವು. ಹಾಗಾಗಿ ಊರ ಜನ ಕೂಡ ಅಗತ್ಯವಿದ್ದಾಗ ಬಂದು ಔಷಧ ಒಯ್ಯುತ್ತಿದ್ದರು. ಪೇಟೆಯ ವೈದ್ಯರು ಇಂಜೆಕ್ಷನ್ ಬರೆದುಕೊಟ್ಟರೆ, ಅದನ್ನು ಖರೀದಿಸಿ ತಂದು, ಅಪ್ಪನ ಬಳಿ ಬಂದು ಚುಚ್ಚಿಸಿಕೊಂಡು ಹೋಗುತ್ತಿದ್ದರು. ಈ ಮುದುಕಿಯೂ ಅದೇ ಕಾರಣಕ್ಕೆ ಬಂದಿರಬೇಕೆಂದು ಅಂದುಕೊಂಡೆವು ನಾವು.

ವಾಸ್ತವದಲ್ಲಿ ಗೌಳಿ ಮುದುಕಿ ಬಂದಿದ್ದು ಔಷಧ ಕೇಳಿಕೊಂಡೇ. ಆದರೆ ಆಕೆಗಲ್ಲ, ಅವರ ಎಮ್ಮೆಗೆ. ಗಬ್ಬಿದ್ದ ಅವರ ಎಮ್ಮೆಯೊಂದು ಕರು ಹಾಕಲು ಬಂದಿತ್ತು. ನೀರು ಹೋಗಿ ಮೂರು ತಾಸಾಗಿದ್ದರೂ ಕರು ಇನ್ನೂ ಹೊರಬಂದಿರಲಿಲ್ಲ. ಹಿಂದಿನೆರಡು ಕಾಲು ಹೊರಬಂದಿದ್ದರೆ, ಮುಂದಿನ ಕಾಲುಗಳು ಮತ್ತು ತಲೆ ಎಮ್ಮೆಯ ದೇಹದೊಳು ಸಿಕ್ಕಿಕೊಂಡಿದ್ದವು. ಎಷ್ಟು ಹೊತ್ತಾದರೂ ಹೆರಿಗೆ ಮುಂದುವರಿಯುವ ಲಕ್ಷಣವೇ ಕಾಣದಾಗ, ಆ ಪ್ರೊಸೆಸ್ ಸುರಳೀತವಾಗಲು ಏನಾದರೂ ಔಷಧ ಕೊಡಿ ಎಂದು ಕೇಳಿಕೊಂಡು ಗೌಳಿಮಾಮಿ ನಮ್ಮಲ್ಲಿಗೆ ಬಂದಿದ್ದಳು.

ಎಮ್ಮೆ, ದನಗಳಿಗೆ ಹೆರಿಗೆ ಮಾಡಿಸಿ ಅಪ್ಪನಿಗೆ ಅನುಭವ ಇರಲಿಲ್ಲ, ಅವುಗಳ ಹೊಟ್ಟೆ ಝಾಡಿಸುವುದಕ್ಕೆ ಹೊರತಾಗಿ ಬೇರೆ ಔಷಧವೂ ಮನೆಯಲ್ಲಿರಲಿಲ್ಲ. ಆದರೂ ವಿಷಯ ತಿಳಿಯುತ್ತಲೇ ಅಪ್ಪ, ಗೋಪಾಲಣ್ಣ ದೊಡ್ಡಿಯೆಡೆಗೆ ಓಡಿದರು. ಹಿಂದೆಯೇ ನಮ್ಮ ಸವಾರಿ. ಅಲ್ಲಿನ ದೃಶ್ಯ ಭಯಂಕರವಾಗಿತ್ತು. ಆ ಗೌಳಿಮಾಮಿಯ ಮಗ ಭಾಗುನ ಜೊತೆಗೆ ಇತರ ದೊಡ್ಡಿಯ ಮಾಮಾಗಳು, ಅವರ ಪುಟ್ಟ ಹೆಂಡತಿಯರು ಎಲ್ಲ ಸುತ್ತ ನಿಂತು ಕಂಗಾಲಾಗಿ ನೋಡುತ್ತಿದ್ದರು. ಶರೀರದಲ್ಲಿ ಸಿಕ್ಕಿಕೊಂಡಿದ್ದ ಕರುವನ್ನು ಹೊರದೂಡಲು ಎಮ್ಮೆ ಹರಸಾಹಸ ಮಾಡುತ್ತಿತ್ತು. ವೇದನೆ ತಡೆಯಲಾರದೇ ತನ್ನನ್ನು ಕಟ್ಟಿದ್ದ ಗೂಟದ ಸುತ್ತ ಆಲೆಕೋಣ ಸುತ್ತುವಂತೆ ಸುತ್ತುತ್ತಿತ್ತು. ಒದ್ದಾಡಿ, ಒದ್ದಾಡಿ ಸುಸ್ತಾಗಿ ಆಗಲೇ ತೇಲುಗಣ್ಣು, ಮೇಲುಗಣ್ಣು ಬಿಡಲಾರಂಭಿಸಿತ್ತು. ನಾವು ಹೋಗುವ ಹೊತ್ತಿಗೆ ಕರುವಿಗೆ ಇನ್ನೂ ಜೀವವಿತ್ತು. ಆಗಾಗ ಅದು ಹೊರಬಂದಿದ್ದ ತನ್ನೆರಡೂ ಹಿಂಗಾಲುಗಳನ್ನು ದಢಬಢ ಒದೆಯುತ್ತಿತ್ತು. ಸ್ವಲ್ಪ ಹೊತ್ತಾದ ಮೇಲೆ ಅದೂ ನಿಂತು ಹೋಯಿತು. ಇನ್ನು

ತಡ ಮಾಡಿದರೆ ತಾಯಿಯ ಜೀವವೂ ಹೋಗಬಹುದು ಎಂದುಕೊಂಡ ಅಪ್ಪ, ಗೋಪಾಲಣ್ಣ ಭಾಗುನ ಸಹಾಯದಿಂದ ಸಾವಕಾಶವಾಗಿ ಆ ಸತ್ತ ಕರುವನ್ನು ಹೊರಗೆಳೆಯಲಾರಂಭಿಸಿದರು. ಕರುವಿನ ಮುಂಗಾಲುಗಳು, ಮುಖ ಒಳಗೆ ಎಲ್ಲೆಲ್ಲಿ, ಯಾವ ರೀತಿಯಲ್ಲಿ ಸಿಕ್ಕಿಕೊಂಡಿದ್ದವೋ, ಏನೇನು ಗೋಜಲಾಗಿತ್ತೋ ಏನೋ? ಎಷ್ಟೇ ಸಾವಕಾಶವಾಗಿ, ನಯವಾಗಿ ಎಳೆದರೂ ಪ್ರತಿ ಬಾರಿಗೊಮ್ಮೆ ಎಮ್ಮೆ ಕಾಡೇ ನಡುಗುವುಷ್ಟು ವಿಕಾರವಾಗಿ ಕಿರುಚಿಕೊಳ್ಳುತ್ತಿತ್ತು.

ಎಮ್ಮೆ ಪಡುತ್ತಿದ್ದ ಅಪಾರ ವೇದನೆ, ನಿಂತು ನೋಡುತ್ತಿದ್ದ ಅಮ್ಮನ ಮುಖದಲ್ಲಿ ಪ್ರತಿಫಲಿಸಿ ಆಕೆಯಲ್ಲಿ ವಿಚಿತ್ರ ಸಂಕಟವನ್ನು ಹುಟ್ಟುಹಾಕಿದ್ದರೆ, ನಮ್ಮ ಕಣ್ಣೆಂಬ ಕೆರೆಗಳು ಕೋಡಿ ಬಿದ್ದಿದ್ದವು. ನಾವಿದನ್ನು ಇನ್ನೂ ಹೆಚ್ಚು ಹೊತ್ತು ನೋಡಬಾರದೆಂದು ಆಕೆ ನಮ್ಮನ್ನು ಮನೆಗೆ ಹೊರಡಿಸಲು ಶತಂಪ್ರಯತ್ನ ಮಾಡಿದಳು. ಊಹೂಂ, ನಮ್ಮ ಕಾಲುಗಳು ಬೇರು ಬಿಟ್ಟಿದ್ದವು. ಅತ್ತ, ಮನೆಯಲ್ಲಿ ಒಲೆ ಮೇಲೆ ಬೇಯಿಸಲು ಇಟ್ಟಿದ್ದ ಗಂಜಿ ಬೇರೆ ಅಮ್ಮನನ್ನು ಸೆಳೆಯುತ್ತಿತ್ತು. ನಮ್ಮ ಮನೆಯಲ್ಲೆಲ್ಲ ಎಮ್ಮೆ, ದನ ಕರು ಹಾಕಿದ ನಂತರದಲ್ಲಿ ಅವಕ್ಕೆ ಕಾಳುಮೆಣಸು, ಜೀರಿಗೆ ಹಾಕಿ ಬೇಯಿಸಿದ ಅಕ್ಕಿಯ ಗಂಜಿ ತಿನ್ನಿಸುತ್ತಾರೆ, ಹೊಟ್ಟೆ ಒಣಗಲಿ ಎಂದು. ಹಾಗೆಯೇ ನಂಜಾಗದಿರಲಿ ಎಂದು ಬೂದುಗುಂಬಳವನ್ನು ಕಡಿದು, ಅದಕ್ಕೆ ಒಳ್ಳೆಣ್ಣೆ ಸೇರಿಸಿ ತಿನ್ನಿಸುತ್ತಾರೆ ಕೂಡ. ಈ ಎಲ್ಲ ತಯಾರಿಗಳನ್ನು ಅರ್ಧಂಬರ್ಧ ಮಾಡಿಟ್ಟು ಬಂದಿದ್ದ ಅಮ್ಮ ನಮ್ಮನ್ನು ಅಲ್ಲೇ ಬಿಟ್ಟು ಮನೆಯೆಡೆ ಹೆಜ್ಜೆ ಹಾಕಿದಳು.

ಇತ್ತ ಐದಾರು ಸಲ ಎಳೆದು ನೋಡಿದರೂ ಕರು ಹೊರಬರದಿದ್ದಾಗ, ಮುಂದೇನು ಮಾಡುವುದು ಎಂದು ತೋಚದೇ ಅಪ್ಪ ಮತ್ತಿತರರು ಕೈಚೆಲ್ಲಿದರು. ಮರಣದ ಕಳೆ ಎಮ್ಮೆಯ ಮುಖವನ್ನು ಆವರಿಸಿಕೊಳ್ಳುತ್ತಿದ್ದರೆ, ಸೂತಕದ ಛಾಯೆ ಸುತ್ತ ನಿಂತಿದ್ದ ಎಲ್ಲರ ಮುಖವನ್ನು ಕಪ್ಪಾಗಿಸಿತ್ತು. ಒಂದೈದು ನಿಮಿಷಗಳ ನಂತರ ಇದ್ದಕ್ಕಿದ್ದಂತೆ ಏನಾಯಿತೋ, ದಭಕ್ಕೆಂದು ಕರು ತಾಯಿಯಿಂದ ಕಳಚಿಕೊಂಡು ಕೆಳಗೆ ಬಿತ್ತು. ಹಿಂದೆಯೇ ಆಣೆಕಟ್ಟಿನ ಕ್ರೆಸ್ಟ್‌ಗೇಟ್ ತೆರೆದಾಕ್ಷಣ ರಭಸದಿಂದ ಮುನ್ನುಗ್ಗುವ ನೀರಿನ ತೆರದಲ್ಲಿ ರಕ್ತದುಚ್ಚಾಟ. ಎಲ್ಲರೂ ಅವಾಕ್ಕಾಗಿ ನೋಡುತ್ತಿದ್ದಂತೆಯೇ, ಐದಾರು ನಿಮಿಷ 'ಪಚ, ಪಚ, ಪಚ' ಎಂದು ಥೇಟ್ ಎಮ್ಮೆ ಉಚ್ಚೆ ಹೊಯ್ಯುವ ರೀತಿಯಲ್ಲಿಯೇ ಅದರ ಮೈಯಿಂದ ಹರಿದು ಬಿದ್ದ ರಕ್ತ, ಕಪ್ಪು ನೆಲವನ್ನು ನೆನೆಸಿ ಇನ್ನಷ್ಟು ದಟ್ಟಗಪ್ಪು ಮಾಡಿತು. ಇಷ್ಟು ಹೊತ್ತು ಬೇನೆಗೆ ಭಾಷ್ಯ ಬರೆದಿದ್ದ ಜೋಡಿ ಕಣ್ಣುಗಳು ಅಂತಿಮವಾಗಿ ಒಮ್ಮೆ ನಭದತ್ತ ದೃಷ್ಟಿ ತೂರಿ ಮತ್ತೆ ನೆಲ ಸೇರುತ್ತಿದ್ದಂತೆಯೇ, ದುರಂತ ನಾಟಕ ಇಲ್ಲಿಗೆ ಪರಿಸಮಾಪ್ತಿಯಾಯ್ತು ಎನ್ನುವಂತೆ ರೆಪ್ಪೆಯ ದಪ್ಪನ ಪರದೆ ಇಳಿಬಿದ್ದಿತು.

ಎಮ್ಮೆ ಧಡ್ಡಂತ ನೆಲಕ್ಕೆ ಬಿದ್ದು, ನಿಶ್ಚಲವಾಗಿ ನಿಮಿಷಗಳೇ ಉರುಳಿದರೂ ಎಲ್ಲೂ ಯಾವ ಚಲನೆಯೂ ಇರಲಿಲ್ಲ, ಗಾಳಿಯೊಂದನ್ನು ಬಿಟ್ಟರೆ. ನಾವು ಮೂವರಷ್ಟೇ ಅಲ್ಲ, ಎಲ್ಲರ ಕಾಲುಗಳಿಗೂ ಬೇರು ಬಂದಿದ್ದವು. ಎಲ್ಲರೂ ಮರಗಟ್ಟಿ ಹೋಗಿದ್ದರು. ಮರಗಳ ನಡುವೆ ಮಾತಿಗೂ ಬರ. ಇಂಥ ಶಾಪಗ್ರಸ್ತ, ನಿಂತು ಹೋದ ಕಾಲಕ್ಕೆ ಕೀಲಿ ಕೊಟ್ಟಿದ್ದು 'ಅಯ್ಯೋ ರಾಮಾ, ಕಡೆಗೂ ಹೋಗಿಬಿಡ್ತಲ್ಲೇ' ಎಂಬ ವ್ಯಥೆಯ ಆಲಾಪ. ಸೂತಕದ ದಿಗ್ಬಂಧನದಿಂದ ಬಿಡಿಸಿಕೊಂಡು ಕತ್ತು ಹೊರಳಿಸಿ ನೋಡಿದರೆ ಅಲ್ಲಿ ಅಮ್ಮ, ಗೌರತ್ತಿಗೆ ನಿಂತಿದ್ದರು. ಅಮ್ಮನ ಕೈಯಲ್ಲಿ ಇನ್ನೂ ಹಬೆಯಾಡುತ್ತಿದ್ದ ಗಂಜಿಯ ಬೋಗುಣಿ. ಗೌರತ್ತಿಗೆಯ ಕೈಯಲ್ಲಿ ಬೂದುಗುಂಬಳದ ಕಡಿಗಳು ತುಂಬಿದ್ದ ಬಟ್ಟಲು.

ಅಮ್ಮ ತರುವ ಪುಡಿ ಔಷಧಿ ತನ್ನ ನೋವಿಗಿನಿತೂ ಸಾಲದೆಂದು, ಸಕಲ ನೋವುಗಳಿಂದ ಶಾಶ್ವತ ಮುಕ್ತಿ ಪಡೆವ ದಾರಿ ಹುಡುಕಿಕೊಂಡು ಎಮ್ಮೆ ದೂರ ಸಾಗಿದ್ದರೆ, ಮತ್ತೆ ಆ ಔಷಧವನ್ನು ಮನೆಗೊಯ್ಯಲು ಮನಸ್ಸಾಗದೇ, ಬೇರೆ ಎಮ್ಮೆಗಳಿಗೆ ಅದನ್ನು ಉಣಿಸಲೂ ಆಗದೇ ದಾರಿಗಾಣದ ಅಮ್ಮ ನಿಂತೇ ಇದ್ದಳು.

‘ಬರ’ಬಾರದ್ದು ಬಂದಾಗ...

ಆಗ ಬಹುಶಃ 1987ನೇ ಇಸ್ವಿ, ಜೂನ್ ತಿಂಗಳು ಕಳೆಯುತ್ತ ಬಂದರೂ ನಾಲ್ಕು ಹನಿ ಮಳೆಯೂ ಇಳೆಗಿಳಿದಿರಲಿಲ್ಲ. ಹಳ್ಳ, ಕೆರೆ, ಬಾವಿಗಳೆಲ್ಲ ಬರಿದಾಗಿ ಭಣಗುಡುತ್ತಿದ್ದವು. ಈ ಹೊತ್ತಿಗೆ ಹಸಿರಾಗಿ ಹಸನ್ಮುಖ ತೋರಬೇಕಿದ್ದ ಹೊಲಗದ್ದೆಗಳೆಲ್ಲ ಹಸಿವಿನಿಂದ ಹಕ್ಕಳೆತ್ತಿದ್ದವು. ಸರಿ, ಮಾಮೂಲಿನಂತೆ ಪೂಜೆ, ಪ್ರಾರ್ಥನೆ, ಪರ್ಜನ್ಯ ನಡೆಯಿತು. ಮಳೆ ಸುರಿಯಲಿಲ್ಲ. ಮಂತ್ರ ಫಲ ಕೊಡದಿದ್ದಾಗ ತಂತ್ರದ ಮೊರೆ ಹೊಕ್ಕರು ಜನ.

ಮಳೆಯ ಮುನಿಸಿನ ಕಾರಣವೇನಿರಬಹುದೆಂದು ಹಿರಿತಲೆಗಳ ಜಿಜ್ಞಾಸೆ ಶುರುವಾಯಿತು. ಇದ್ದ, ಬಿದ್ದ, ನಿತ್ಯ, ಸತ್ಯ ಸಂಗತಿಗಳನ್ನೆಲ್ಲ ಎತ್ತಿಕೊಂಡು ಬಂದು ವಿಚಾರಣೆಗೆ ಗುರಿಪಡಿಸಿದಾಗ ‘ಸತ್ತ’ ಸಂಗತಿಯೊಂದು ಭೂತಾಕಾರ ತಳೆದು ಇವರೆದುರು ನಿಂತಿತು. ಅದು ನಿಜಕ್ಕೂ ‘ಭೂತ’ದ, ಭೂತಕಾಲದ ಸಂಗತಿಯೇ. ‘ಸತ್ತ’ ಸಂಗತಿಯೂ ಹೌದು, ಏಕೆಂದರೆ ಎರಡು ವರ್ಷದ ಹಿಂದೆ ಸತ್ತಿದ್ದ ಚೆನ್ನಪ್ಪನಿಗೆ ಸಂಬಂಧಿಸಿದ್ದು. ತಳವಾರ ಚೆನ್ನಪ್ಪ ಎರಡು ವರ್ಷಗಳ ಹಿಂದೆ ಅರಾಯುಷ್ಯದಲ್ಲಿ ಮೃತಪಟ್ಟಿದ್ದ. ಸಾಯುವ ಮೊದಲು ಅವನಿಗೆ ತೊನ್ನಾಗಿತ್ತು ಮತ್ತು ಅವನ ಶವವನ್ನು ಅವರ ಜಾತಿಯ ಜಾಯಮಾನದ ಪ್ರಕಾರ ಹೂಳಿದ್ದರು.

‘ತೊನ್ನು ಇದ್ದ ವ್ಯಕ್ತಿಯನ್ನು ಸುಡದೇ ‘ಮಣ್ಣು’ ಮಾಡಿದರೆ ಶವದ ಮೇಲಿನ ಬಿಳಿ ಕಲೆಗಳು ಮಳೆಯನ್ನು ಸೆಳೆದುಕೊಂಡು ಬಿಡುತ್ತವೆ, ಆಗ ಮಳೆ ಭುವಿಗಿಳಿಯದೇ ಬರಗಾಲ ಬರುತ್ತದೆ’ ಎಂಬ ಜನರ ನಂಬಿಕೆಯನ್ನು ಎರಡೇ ವರ್ಷದಲ್ಲಿ ಬಂದ

ಬರಗಾಲ ಬಲಗೊಳಿಸಿತು. (ಚಿನ್ನಪ್ಪ ಮೃತಪಟ್ಟ ಮರುವರ್ಷ ಮಾಮೂಲಿನಂತೆ ಮಳೆಯಾಗಿತ್ತು. ಬಹುಶಃ ಆಗ ಚಿನ್ನಪ್ಪನ ತೊನ್ನನ್ನು ಮಳೆಯ ಮಾಲೀಕ ಇಂದ್ರ ಇಗ್ನೋರ್ ಮಾಡಿದ್ದನೇನೋ!)

ಇಳೆಗಿಳಿಯದೇ ಮುಳಿಸಿಕೊಂಡು ಮುಷ್ಕರ ಹೂಡಿದ್ದ ಮಳೆಯ ಮನವೊಲಿಸಬೇಕೆಂದರೆ ಇದ್ದಿದ್ದು ಒಂದೇ ದಾರಿ– ಮೊದಲು ಮಳೆಯನ್ನು ಸೆಳೆಯುವ ಆ ಬಿಳಿಯ ಕಲೆಗಳನ್ನು ನಾಶಪಡಿಸಬೇಕು– ಊರ ಜನ ಒಮ್ಮತದ ತೀರ್ಮಾನಕ್ಕೆ ಬಂದರು. ಚಿನ್ನಪ್ಪನ ತೊನ್ನನ್ನು ಇನ್ನಿಲ್ಲವಾಗಿಸಲು 'ಮಿಷನ್' ನಿಗದಿಯಾಯಿತು. ಬಡ ಚಿನ್ನಪ್ಪ ಬದುಕಿದ್ದಾಗ ತೊನ್ನನ್ನು ತೊಲಗಿಸಲಾಗಲಿಲ್ಲ, ಸತ್ತ ಮೇಲೆ ಸಾಧ್ಯವಾಗಲಿತ್ತು. ಹೇಗೆ? ಹೂತಿದ್ದ ಶವವನ್ನು ಹೊರ ತೆಗೆದು ವಿಧಿವತ್ತಾಗಿ ಅಗ್ನಿಸಂಸ್ಕಾರ ಮಾಡಲು ಯೋಜಿಸಿದ್ದರು ಜನ.

ಅಂತೂ ಒಂದು ನಿರ್ದಿಷ್ಟ ದಿನ ನಿಗದಿಪಡಿಸಿ, ಕಾಡ ನಡುವಿನ ಸ್ಮಶಾನದಿಂದ ಚಿನ್ನಪ್ಪನ ಹೆಣವನ್ನು ಅಗೆದು ತೆಗೆದು, ಅದನ್ನು ವಾಪಸ್ ಊರಿಗೆ ಕೊಂಡೊಯ್ದು, ಮೆರವಣಿಗೆಯಲ್ಲಿ ಮತ್ತೆ ಮಸಣಕ್ಕೆ ತಂದು, ತಮಟೆ ಸದ್ದಿನ ಹಿಮ್ಮೇಳದೊಂದಿಗೆ ಅಗ್ನಿಗರ್ಪಿಸಲಾಯಿತು. ಚಿತೆಯಿಂದ ಎದ್ದ ಕೆಂಪು–ಹಳದಿ ಜ್ವಾಲೆ ಕೊನೆಯಾಗುವಲ್ಲಿ ಹುಟ್ಟಿಕೊಂಡ ಕಪ್ಪು ಹೊಗೆ ಆಗಸದತ್ತ ಹೊರಟಂತೆ ನೆರೆದಿದ್ದ ಜನರೂ ಅತ್ತ ಕಣ್ಣು ನೆಟ್ಟರು, ಕರಿಮೋಡದ ನಿರೀಕ್ಷೆಯಲ್ಲಿ.

ಕಾಕತಾಳೀಯ ನೋಡಿ, ಇದಾಗಿ ಒಂದು ವಾರವೂ ಕಳೆದಿರಲಿಲ್ಲ. ವಾತಾವರಣ ಏಕ್‌ದಂ ಬದಲಾಯಿತು. ಆಗಸದ ತುಂಬ ಊದಿಕೊಂಡ ಕರಿಮೋಡದ ಬಲೂನುಗಳು ಕೋಲ್ಮಿಂಚಿನ ಅಂಚು ಚುಚ್ಚಿ 'ಢಮ್, ಢಮಾರ್' ಎಂದು ಗುಡುಗುಡಿಸುತ್ತ ಒಡೆದುಕೊಂಡವು. ಒಳಗೆ ತುಂಬಿಕೊಂಡ ಮಳೆಯ ಬೀಜಗಳು ಚೆಲ್ಲಾಪಿಲ್ಲಿಯಾಗಿ ಸುತ್ತ ಹತ್ತಾರು ಮೈಲು ತುಂಬ ಹರಡಿಕೊಂಡು ಹನುಮಾಪುರವೇನು, ತಾಲ್ಲೂಕಿನಾದ್ಯಂತ ಮಳೆಯೋ ಮಳೆ. ತೊನ್ನನ್ನು ತೊಲಗಿಸಿದ್ದರಿಂದಲೇ ಮಳೆ ಬಂತು ಎಂದು ಸಂಭ್ರಮಿಸಿದರು ಜನ.

ಬಾಳೇಸರದಲ್ಲಿದ್ದುಕೊಂಡು ಶಾಲೆಗೆ ಹೋಗುತ್ತಿದ್ದ ಅಣ್ಣ–ಅಕ್ಕ ಮತ್ತು ನನಗೆ ಈ ಸುದ್ದಿ ಗೊತ್ತಿರಲಿಲ್ಲ. ಅಕ್ಟೋಬರ್ ರಜೆಯಲ್ಲಿ ಹನುಮಾಪುರಕ್ಕೆ ಬಂದಾಗ ಅಪ್ಪ ಈ ಬಗ್ಗೆ ಹೇಳಿದ. ನಮಗೆ ಆಶ್ಚರ್ಯ, ಅನುಮಾನ. 'ಅದ್ಹೇಗೆ ಎರಡು ವರ್ಷದ ಹಿಂದಿನ ಶವವನ್ನು ಇವರು ಹೊರತೆಗೆದರು? ಅದರ ಮಾಂಸಮಜ್ಜೆಗಳೆಲ್ಲ ಕೊಳೆತುಹೋಗಿರಲಿಲ್ಲವೇ? ಚರ್ಮವೇ ಇಲ್ಲದ ಮೇಲೆ ತೊನ್ನಿನ ಕಲೆಗಳನ್ನು ಸುಡುವುದೆಲ್ಲಿಂದ ಬಂತು?...' ಪ್ರಶ್ನೆಗಳ ಬಾಣಗಳನ್ನು ಅಪ್ಪನತ್ತ ತೂರತೊಡಗಿದೆವು. ಆ ಶವದ ಸ್ಥಿತಿಗೆ ಸಂಬಂಧಿಸಿದಂತೆ ನಮ್ಮ ಅನುಮಾನಗಳಿಗೆ ಅಪ್ಪನಲ್ಲಿ

ಸಹಮತವಿತ್ತೇ ಹೊರತು ಪ್ರತ್ಯಕ್ಷ ಸಾಕ್ಷ್ಯದ ಉತ್ತರವಿರಲಿಲ್ಲ. ಏಕೆಂದರೆ ಘಟನೆ ನಡೆಯುವ ಸಂದರ್ಭದಲ್ಲಿ ಅಪ್ಪ ಊರಲ್ಲಿರಲಿಲ್ಲ. ಇದು ನಡೆಯುವ ಮಾಹಿತಿ ಇದ್ದಿದ್ದರೆ ಗೋಪಾಲಣ್ಣನಾದರೂ ಕುತೂಹಲದಿಂದ ಹೋಗುತ್ತಿದ್ದನೇನೋ, ಅವನಿಗೂ ವಿಷಯ ಗೊತ್ತಿರಲಿಲ್ಲ.

ಅಪ್ಪ–ಗೋಪಾಲಣ್ಣನವರ ಜೊತೆ ಈ ಬಗ್ಗೆ ಚರ್ಚೆ ನಡೆಸುತ್ತಿದ್ದ ಹೊತ್ತಿಗೆ ಸರಿಯಾಗಿ ಹನುಮಾಪುರದ ಹಿರಿ ತಲೆ ಮಳಗಿ ಫಕೀರಪ್ಪ ನಮ್ಮನೆಗೆ ಬಂದ. ಆತನನ್ನು ನೋಡಿದ್ದೇ ಅಪ್ಪ, 'ಅದೇ, ನಿಂಗಕ್ಕೆ ಉತ್ತರ ಕೊಡಬಲ್ಲಂವ ಬಂದ ನೋಡಿ, ಈ ಕೆಲಸದಲ್ಲಿ ಫಕೀರಪ್ಪಂದೇ ಪೌರೋಹಿತ್ಯ' ಎಂದ. ಉತ್ತರದ ನಿಧಿ ತುಂಬಿದ ತಾಮ್ರದ ಚೊಂಬು ಸೀದಾ ನಮ್ಮ ನೇಗಿಲನ್ನೇ ಹುಡುಕಿಕೊಂಡು ಬಂದು ಸಿಕ್ಕಿಕೊಂಡಂತಾಯಿತು. 'ಹೌದನ ಫಕೀರಪ್ಪ' ಎನ್ನುತ್ತ ನಮ್ಮ ಪ್ರಶ್ನಾ ಶರಗಳ ಗುರಿ ಬದಲಾಯಿಸಿದೆವು. ಮೊದಲೇ ಈ ಬಗ್ಗೆ ಹೇಳಿಕೊಳ್ಳುವುದೆಂದರೆ ಬಲು ಪ್ರೀತಿ ಫಕೀರಪ್ಪನಿಗೆ. ಇನ್ನು ನಮ್ಮ ಅತ್ಯಾಸಕ್ತಿಯನ್ನು ನೋಡಿದ ಮೇಲಂತೂ ಇಳಿ ವಯಸ್ಸಿನ ತೆಳು ಮೈ, ಗುಳಿ ಬಿದ್ದ ಕೆನ್ನೆ, ಬಿಳಿಯಾದ ಕೂದಲಲ್ಲೆಲ್ಲ ಹೊಸ ಹುರುಪಿನ ತಂಗಾಳಿ ಸುಳಿದಂತಾಗಿ, ಬೊಚ್ಚು ಬಾಯನ್ನು ಬಿರಿಯುತ್ತ ಮಾತಿಗೆ ಮೊದಲಿಟ್ಟ. 'ಬರ'ಬಾರದ್ದು ಬಂದಾಗಿನಿಂದ ಹಿಡಿದು, ಹಿಂದೆ ಹೆಣ ಹುಗಿದದ್ದು, ಈಗ ಅಗೆದದ್ದು, ತೆಗೆದದ್ದು, ಅಗ್ನಿಗರ್ಪಿಸಿದ್ದು ಎಲ್ಲ ಪಟ್ಟಿ ಮಾಡಿ, ಮುಗಿಲು ಹರಿದು ಮಳೆ ಸುರಿದವರೆಗಿನ ಸಂಗತಿಗಳನ್ನು ಕಾಲು ಬಾಲ ಹಚ್ಚಿ ನಮ್ಮೆದುರು ಬಿಚ್ಚಿಟ್ಟ.

ನಾವು ಮತ್ತದೇ ಹಳೆ ಪ್ರಶ್ನೆಗಳನ್ನು ಹಾಕಿದೆವು. 'ಹೆಣ ಮಣ್ಣು ಮಾಡೋ ಮುಂದ ಹ್ಯಾಂಗಿತ್ತೋ ಹಂಗ ಇತ್ತು' ಎಂದ ಅಂವ. 'ಸತ್ತ ಎಲ್ಲಾ ಪ್ರಾಣಿಯೂ ಮಣ್ಣಿಗೆ ಸೇರಿದ ಮೇಲೆ ಕೊಳೆತು ಹೋಗುತ್ತದೆ. ಉಳಿಯುವುದು ಅಸ್ಥಿಪಂಜರ ಮಾತ್ರ. ಅದೂ ಸುಸ್ಥಿತಿಯಲ್ಲಿ ಇರಬೇಕಿಲ್ಲ. ಇದೆಲ್ಲಾ ನಮ್ಮ ಪುಸ್ತಕಗಳಲ್ಲಿ ಇದೆ' ಎಂದು ನಾವು ವಾದಿಸಿದೆವು. ಫಕೀರಪ್ಪ ಬಿಟ್ಟುಕೊಡಬೇಕಲ್ಲ, 'ಏ ಇಲ್ರೀ, ಹೀಂಗ ತೊನ್ನು ಆಗಿ ಸತ್ತವ್ರು ಕೊಳಿಯಂಗಿಲ್ಲ, ಬೆಳೀತಾರ' ಅಂದನಂವ. 'ಏನು ಬೆಳೀತಾರೆ' ಮೂರು ಕಂಠಗಳಿಂದ ಒಂದೇ ಪ್ರಶ್ನೆ ಹೊರಟಿತು. 'ಉಗುರು, ಕೂದ್ಲಾ...' ಫಕೀರಪ್ಪನ ಮಾತನ್ನು ತುಂಡರಿಸಿದ ನಾವು 'ಹೋ ಫಕೀರಪ್ಪಾ, ಹದಾಕೆ ಪಟಾಕಿ ಹೊಡಿ ನೀನು' ಎಂದೆವು. 'ಇಲ್ರೀ, ಬೇಕಾರೆ ಊರ ಮಂದೀನ ಕೇಳಿ ನೋಡ್ರಿ ನೀವು. ಚೆನ್ನಪ್ಪನ ಉಗುರು ಗೇಣುದ್ದ ಬೆಳೆದಿತ್ರೀ, ಕೂದ್ಲಾ ಈಟುದ್ದ' ಎನ್ನುತ್ತ ಮೊಳ ಹಾಕಿದ ಅಂವ.

ಇಷ್ಟೇ ಸಾಕಿತ್ತು ನಮಗೆ ತಮಾಷೆ ಮಾಡಿ ನಗಲಿಕ್ಕೆ. ಅಂಥಾದ್ರಲ್ಲಿ ಭಾರಿ ನಗೆಪಟಾಕಿ ಸರವನ್ನೇ ಅಂವ ನಮ್ಮೆದುರು ಸಿಡಿಸಿದ: 'ಅಷ್ಟ ಅಲ್ರೀ, ಮಣ್ಣು ಮಾಡೂ ಮುಂದ ಅಂವನ ಎದೀ ಮ್ಯಾಗ ಯೀಳ್ಯೆದೆಲಿ ಪಟ್ಟಿ ಇಟ್ಟಿದ್ರಲ್ರೀ,

ಅದು ಸ್ಯೆತ ಹಂಗ ಹಚೂ...ಗಾಗಿತ್ರೀ (ಹಸಿರಾಗಿಯೇ ಇತ್ತು)'– ಫಕೀರಪ್ಪನ ಮಾತು ಮುಗಿಯುವುದರೊಳಗೆ ನಮ್ಮ ತುಟಿ ಸೀಳಿಕೊಂಡು ಹೊರಬಿದ್ದ ನಗು ಸುತ್ತೆಲ್ಲಾ ನರ್ತಿಸಿ, ವಾಪಸ್ ಬಾಯೊಳು ಹೊಕ್ಕು ಹೊಟ್ಟೆಯಲ್ಲೆಲ್ಲಾ ಹೊಯ್ದಾಡಿ ಹೊರಳಾಡಿಸಿತು. ಮುಂದೆ ಬಹಳ ದಿನಗಳವರೆಗೆ ಸುತ್ತಲಿನ ಹಿತ್ತಲು, ಹಿಂದಣ ಅಡವಿಯೆಲ್ಲಾ 'ಹಚೂ...ಗಾಗಿ' ಕಾಣುತ್ತಿತ್ತು ನಮಗೆ. ಅಷ್ಟೇ ಏಕೆ, ಆ ಒಂದು ಪದ ಮತ್ತು ಅದನ್ನು ಉಸುರಿದ ಫಕೀರಪ್ಪನ ಉತ್ಸಾಹಭರಿತ ಮುಖ, ಈಗೊಂದು ಕ್ಷಣದ ಹಿಂದೆ ದಾಟಿ ಬಂದ ಸಂಗತಿಯೇನೋ ಎಂಬಂತೆ ನನ್ನ ಮನದಲ್ಲಿ 'ಹಚೂಗಾಗಿ' ನಿಂತಿದೆ.

ಸುಮಾರು ನಲವತ್ತೈದು–ನಲವತ್ತಾರು ವರ್ಷಗಳ ಹಿಂದೆ ಸಹ ಇದೇ ಥರ 'ಮಣ್ಣು' ಮಾಡಿದ ಶವವನ್ನು ಹೊರತೆಗೆದು 'ಬೂದಿ ಮಾಡಿದ' (ದಹನ ಸಂಸ್ಕಾರ) ಘಟನೆ ನಡೆದಿತ್ತಂತೆ. ಅಪ್ಪ ಹನುಮಾಪುರ ಜಮೀನಿನ ದೇಖರೇಖೆ ನೋಡಿಕೊಳ್ಳಲು ಬಂದ ಹೊಸದರಲ್ಲಿ ಅದು. ಆಗಲೂ ಬರ ನಿವಾರಣೆಗಾಗಿ ಊರ ಜನ 'ಗಿರಿಗೋಲಿ ಸಿದ್ಧಿ' ಎಂಬ ತೊನ್ನು ರೋಗ ಇದ್ದು ಸತ್ತಿದ್ದ ವ್ಯಕ್ತಿಯ ಶವವನ್ನು ವರುಷಗಳ ನಂತರ ಹೊರ ತೆಗೆದು ಸುಟ್ಟಿದ್ದರಂತೆ. ಇದನ್ನು ಫಕ್ಕೀರಪ್ಪ

ತನ್ನ ಮಾತಿನ ಸಮರ್ಥನೆಗೋಸ್ಕರ ಹೇಳಿದ. ನಂತರ ಅಪ್ಪ ಸಹ ಘಟನೆ ನಡೆದ ಬಗ್ಗೆ ದೃಢೀಕರಿಸಿದ. ಆದರೆ ಆಗಲೂ ಅಪ್ಪ ಅದನ್ನು ವೀಕ್ಷಿಸಿರಲಿಲ್ಲವಂತೆ.

ಎಂಭತ್ತರ ದಶಕದ ದ್ವಿತೀಯಾರ್ಧ ಪೂರ್ತಿ ಮಳೆರಾಯನ ಮುಳಿಸಿನ ಹಾವಳಿ ಜೋರಿತ್ತು. ಜೂನ್ ಕಳೆದರೂ ಗದ್ದೆಯಲ್ಲಿ ಬಿತ್ತನೆ ಮಾಡುವುದು ಹೋಗಲಿ, ಹರಗಿ ಹಸನು ಮಾಡಲೂ ಹದಮಳೆ ಇರುತ್ತಿರಲಿಲ್ಲ. ಮನೆಯ ಮುಂದಿದ್ದ ಕೆರೆಯಂತೂ ಬೇಸಿಗೆ ಬರುತ್ತಿದ್ದಂತೆಯೇ ಒಣಗಿ ಸಾವಿರ ಸಾವಿರ ಸೀಳುಗಟ್ಟುತ್ತಿತ್ತು. ಮನೆಯ ಆವರಣದಲ್ಲೇ ಇದ್ದ ಬಾವಿ ಎಂದಿನಂತೆ ಶಿವರಾತ್ರಿಯ ಹೊತ್ತಿಗೇ ಒಣಗಿ ಹೋಗಿರುತ್ತಿತ್ತು. ಜಮೀನಿನ ನಡುಭಾಗದಲ್ಲಿದ್ದ ಕಲ್ಲು ಕಟ್ಟಿದ್ದ ಅಗಲ ಬಾವಿಯೂ ಬಿರು ಬಿಸಿಲಲ್ಲಿ ಬಾಯಾರಿ ತೇಕಲಾರಂಭಿಸುತ್ತಿತ್ತು. ಅದರೊಳಗಿನ ಮೂರು ನಿಶ್ಶಕ್ತ ಒರತೆಗಳ ಪೈಕಿ ಎರಡು ಮಾಮೂಲಿನಂತೆ 'ಸೀಸನಲ್' ಮುಷ್ಕರ ಹೂಡುತ್ತಿದ್ದವು. ಅಥವಾ ಕೆಲ ಪ್ರಾಣಿಗಳು ತೀವ್ರತರದ ಚಳಿಗಾಲದಲ್ಲಿ ಬಿಲದೊಳಗೆ ಹುದುಗಿ 'ಹೈಬರ್ನೇಟ್' ಆಗುವಂತೆ ಈ ಒರತೆಗಳೂ ಬಿಸಿಲ ಬೇಗೆಗೆ ಬೆದರಿ ಬಚ್ಚಿಟ್ಟುಕೊಳ್ಳುತ್ತಿದ್ದವೋ ಏನೋ?

ಉಳಿದೊಂದು ಒರತೆ 'ಏನೋ ಕಷ್ಟಪಟ್ಟು ಬಾವಿ ತೋಡಿ, ಕಲ್ಲು ಕಟ್ಟಿ ಕಾಪಾಡಿಕೊಂಡಿದ್ದಾರಲ್ಲ, ಬದುಕಿಕೊಳ್ಳಲಿ ಬಡಜೀವಗಳು' ಎಂಬಂತೆ ಕನಿಕರಿಸಿ, ಬೆಳಿಗ್ಗೆ ಒಂದು ನಾಲ್ಕು ಕೊಡದಷ್ಟು ನೀರನ್ನು ದಯಪಾಲಿಸುತ್ತಿತ್ತು. ಒಂದು ಸಲ ಅಷ್ಟು ನೀರು ಸೇದಿದ ಮೇಲೆ ಅಲ್ಲಿ ಒಂದು ತಂಬಿಗೆ ತುಂಬುವಷ್ಟೂ ನೀರು ಉಳಿದಿರುತ್ತಿರಲಿಲ್ಲ. ಆ ಬೇ(ಸಿ)ಗೆಗೆ ನಾಲ್ಕು ಕೊಡ ನೀರು ಎಲ್ಲಿಂದ ಸಾಕಾಗಬೇಕು? ಅಡಿಗೆಗೆ ಹೋಗಲಿ, ಕುಡಿಯಲೂ ಜಿಪುಣತನ ಮಾಡಬೇಕಾದ ಪರಿಸ್ಥಿತಿ.

ಮನೆಯಿಂದ ಒಂದು ಮೈಲಿಯಷ್ಟು ದೂರದಲ್ಲಿ ಹಳ್ಳವೊಂದು ಹರಿಯುತ್ತಿತ್ತು. ಬೇಸಿಗೆಯಲ್ಲಿ ಅದರ ಹರಿವೆಲ್ಲಾ ಬರಿದಾಗುತ್ತಿದ್ದರೂ ಅಲ್ಲಲ್ಲಿ ಮಡುಗಳಲ್ಲಿ ಸ್ವಲ್ಪ ನೀರಿರುತ್ತಿತ್ತು. ಬೆಳಗಿನ ಕೆಲಸಗಳನ್ನೆಲ್ಲಾ ಮುಗಿಸಿದ ಮೇಲೆ ಅಮ್ಮ, ಗೌರತ್ತಿಗೆ ಪ್ರತಿ ದಿನ ಹತ್ತೂವರೆ, ಹನ್ನೊಂದು ಗಂಟೆ ಹೊತ್ತಿಗೆ ನಮ್ಮನ್ನು ಕರೆದುಕೊಂಡು ಕೊಡ, ಬಕೇಟು, ಸಾಬೂನು, ಪಾತ್ರೆ, ಬಟ್ಟೆಗಳ ಸಮೇತ ಅಲ್ಲಿಗೆ ಹೋಗುತ್ತಿದ್ದರು. ಅಲ್ಲೇ ನಮ್ಮ ಸ್ನಾನ, ಜಲಕ್ರೀಡೆಯೆಲ್ಲ. ಅಮ್ಮ, ಗೌರತ್ತಿಗೆ ಪಾತ್ರೆ, ಬಟ್ಟೆ ತೊಳೆಯುವಷ್ಟು ಹೊತ್ತು ನಾವು ಮೂವರು ಮತ್ತು ಗೌರತ್ತಿಗೆಯ ಮಗ ಮಹೇಶ ಮನಸ್ಸೋ ಇಚ್ಛೆ ನೀರಾಡುತ್ತಿದ್ದೆವು. ಬಿದಿರಿನ ಅಂಡೆಗಳಲ್ಲಿ ಮರಳು, ನೀರು ಸೋಕಿಕೊಳ್ಳುವುದು, ನೀರಿಗಡ್ಡವಾಗಿ ಒಬ್ಬರ ಮೈ ಮೇಲೊಬ್ಬರು ಬಿದ್ದುಕೊಂಡು ಆಣೆಕಟ್ಟೆ ಕಟ್ಟುವುದು– ಸುಮಾರು ನೀರು ಸೇರಿದ ಮೇಲೆ ಒಬ್ಬರು ನಿಧಾನವಾಗಿ ಹೊಟ್ಟೆ ಎತ್ತಿ 'ಕ್ರೆಸ್ಟ್ ಗೇಟ್' ತೆರೆಯುವುದು, ಟವೆಲ್ ಹಾಸಿ ಮೀನು ಹಿಡಿಯುವುದು– ಅದಕ್ಕಾಗಿ ಅಮ್ಮನಿಂದ ಬೈಸಿಕೊಳ್ಳುವುದು... ಏನೆಲ್ಲಾ ಮೋಜು ಇರುತ್ತಿತ್ತು ಅಲ್ಲಿ.

ಮೇ ತಿಂಗಳು ಬಂತೆಂದರೆ ಆ ಮಡುಗಳಲ್ಲೂ ನೀರು ಖಾಲಿಯಾಗುತ್ತಿತ್ತು. ಆಗ ಅದೇ ಹಳ್ಳದ ಕೆಳಭಾಗದಲ್ಲಿದ್ದ 'ಮೊಸಳೆಗುಂಡಿ'ಗೆ ಹೋಗಬೇಕಾಗುತ್ತಿತ್ತು. ಅಲ್ಲಿದ್ದ ವಿವಿಧ ವಿನ್ಯಾಸದ ಕಲ್ಲು ಬಂಡೆಗಳು, ಜಾರುಬಂಡಿಯಾಡಲು ಆಹ್ವಾನಿಸುವಂತಿದ್ದ ಕಲ್ಲು ಹಾಸುಗಳು, ಧಾರಾಳ ನೀರು, ಮರಳು– ದಿನಾ ಸ್ನಾನಕ್ಕೆ ಹೋಗುವುದನ್ನೇ ಕಾಯುವಂತೆ ಮಾಡುತ್ತಿದ್ದವು. ನೀರಿಗೆ ಅದೆಂಥ ಬರವಿರಲಿ, ನಮ್ಮ ಮನೆಯಲ್ಲಿ ನೆಂಟರು ತಪ್ಪುತ್ತಿರಲಿಲ್ಲ. ಬೇಸಿಗೆ ರಜೆ ಹಾಗೂ ಮಾವಿನ ಹಣ್ಣಿನ ಸೀಸನ್ ಆಗಿರುತ್ತಿದ್ದುದರಿಂದ ಸಂಬಂಧಿಕರ ಮಕ್ಕಳು ಯಾರಾದರೂ ಬರುತ್ತಿದ್ದರು. ಹಾಗಾಗಿ ಮೊಸಳೆಗುಂಡಿಯ ಮೋಜಿನ ಚಿತ್ರಕ್ಕೆ ಮತ್ತಷ್ಟು ರಂಗೇರುತ್ತಿತ್ತು.

ಸ್ನಾನ ಮುಗಿಸಿ ವಾಪಸ್ಸು ಬರುವಾಗ ನಂನಮ್ಮ ಶಕ್ತ್ಯಾನುಸಾರ ಎಲ್ಲರ ಕೈಯಲ್ಲೂ ಒಂದೊಂದು ಕೊಡ, ಬಕೆಟ್, ಕನಿಷ್ಠ ಒಂದು ತಂಬಿಗೆಯಷ್ಟಾದರೂ ನೀರು, ತಲೆ–ಹೆಗಲ ಮೇಲೆ ತೊಳೆದ ಬಟ್ಟೆಗಳು, ಅಮ್ಮ–ಗೌರತ್ತಿಗೆ ಬಳಿ ಹೆಚ್ಚುವರಿ ಒಜ್ಜೆಯಾಗಿ ಒಂದಷ್ಟು ಪಾತ್ರೆಗಳು ಇದ್ದರೆ, ನನ್ನ ಬಳಿ ಮುದ್ದಾಂ ಒಂದ್ನಾಲ್ಕು ನುಣುಪು ಕಲ್ಲುಗಳು, ಯಾವ್ಯಾವುದೋ ಮರದ ಕಾಯಿಗಳು, ಕಪ್ಪೆಚಿಪ್ಪು ಇರುತ್ತಿದ್ದವು– ಅದೂ ಅಮ್ಮನಿಗೆ ಕಾಣದಂತೆ ಅಡಗಿಕೊಂಡು.

ನಾವು ಬಂದ ನಂತರ ಹೊಳೆಗೆ ಹೋಗುತ್ತಿದ್ದ ಅಪ್ಪ–ಗೋಪಾಲಣ್ಣ, ಎತ್ತುಗಳಿಗೆ ನೀರು ಕುಡಿಸಿ, ತಾವು ಸ್ನಾನ ಮುಗಿಸಿ ಬರುವಾಗ ಎರಡೆರಡು ಕೊಡ ನೀರು ಹೊತ್ತುಕೊಂಡು ಬರುತ್ತಿದ್ದರು. ಎರಡೂವರೆ ಮೈಲು ದೂರದಿಂದ ಹೊತ್ತುಕೊಂಡು ತರುವ ನೀರು– ಅದೆಷ್ಟೇ ಪ್ರಮಾಣದಲ್ಲಿರಲಿ, ನಮಗೆ ಶ್ರಮ, ಜವಾಬ್ದಾರಿತನ, ಜಾಗರೂಕತೆಗಳ ಪ್ರಾಕ್ಟಿಕಲ್ ಪಾಠ ಮಾಡುತ್ತಿತ್ತು. ಹಾಗಾಗಿ ಬಾವಿ ನೀರಿನ, ಬರದ ಬವಣೆಯ ಅರಿವಿದ್ದ ನಾವು ಹೋಗಲಿ, ತಂತಮ್ಮ ಮನೆಗಳಲ್ಲಿ ಪೈಪ್‌ನಲ್ಲೋ, ಹರಿಣಿಯಲ್ಲೋ ಹರಿದು ಬರುವ ಜಲಧಾರೆಯನ್ನು ಬರ ಮಾಡಿಕೊಳ್ಳುತ್ತಿದ್ದ ನಮ್ಮ ಸಂಬಂಧಿಕರ ಮಕ್ಕಳೂ ಹನುಮಾಪುರಕ್ಕೆ ಬರುತ್ತಿದ್ದಂತೆಯೇ 'ಜಲಜಾಗೃತ' ರಾಗುತ್ತಿದ್ದರು.

ಹಳ್ಳದಿಂದ ಹೊತ್ತುಕೊಂಡು ಬರುವ ನೀರು ಹೊರಗಿನ ಉಪಯೋಗಕ್ಕೇನೋ ಬರುತ್ತಿತ್ತು. ಆದರೆ 'ಕುಡಿವ ನೀರಿನ ಆಸರನ್ನು' ಇಂಗಿಸುತ್ತಿರಲಿಲ್ಲ. ಹಾಗಾಗಿ ಪ್ರತಿ ಸಂಜೆ ನಮ್ಮ ತಂಡ ಹನುಮಾಪುರದಲ್ಲಿ ಹಾಜರಿ ಹಾಕುವುದು ಅನಿವಾರ್ಯವಾಗಿತ್ತು. ಮನೆಯಲ್ಲಿದ್ದ ದೊಡ್ಡ ದೊಡ್ಡ ಹರವಿ, ಹಂಡೆ, ದಳ್ಳೆ, ಡ್ರಮ್, ಕೊಡಗಳನ್ನೆಲ್ಲಾ ಚಕ್ಕಡಿಯಲ್ಲಿ ಹೇರಿಕೊಂಡು ಅಪ್ಪ–ಗೋಪಾಲಣ್ಣ ಹನುಮಾಪುರಕ್ಕೆ ಹೋಗುತ್ತಿದ್ದರು. ಅವರ ಹಿಂ'ಬಾಲಕ'ನಾಗಿ ಅಣ್ಣ, ಹಿಂ'ಬಾಲಕಿ'ಯರಾಗಿ ಅಕ್ಕ, ನಾನು. ಆ ಊರಲ್ಲಿ ಸರ್ಕಾರ ಕೊರೆಸಿದ್ದ ಕೊಳವೆಬಾವಿಯ ಪಕ್ಕ ಗಾಡಿ ನಿಲ್ಲಿಸಿ, ಅಲ್ಲೇ ಎತ್ತುಗಳ ಕೊರಳು

ಹರಿದು (ನೊಗದಿಂದ ಬಿಡಿಸಿ), ನೀರು ಕುಡಿಸಿ, ನಂತರ ಕೊಡಗಳಲ್ಲಿ ನೀರು ಹೊತ್ತು ಹಂಡೆ-ದಳ್ಳೆಗಳನ್ನೆಲ್ಲ ತುಂಬಿಸುತ್ತಿದ್ದರು. ಎಲ್ಲ ತುಂಬಿಸಿಯಾದ ಮೇಲೆ ಮತ್ತೆ ಎತ್ತುಗಳ ಕೊರಳು ಕಟ್ಟಿ, ದೇವಗುಂಡಿಯತ್ತ ಧಾವಿಸುತ್ತಿದ್ದೆವು. ಹೆಚ್ಚು ಕಮ್ಮಿ ಒಂದು ಮೈಲು ಉದ್ದದ ಆ ಕೊರಕಲು ಹಾದಿಯಲ್ಲಿನ ಎದ್ದು ನಿಂತ ಕಲ್ಲುಗಳಿಗೆ, ಮರಗಳ ಬೇರುಗಳಿಗೆ ಗಾಲಿ ಬಡಿದು, ಧಡಕಿಯಾದೊಡನೆ ಹರವಿ-ಹಂಡೆಗಳೆಲ್ಲಾ ತೊಣಕಿ, ಮೇಲಿಂದಿಷ್ಟು ನೀರು ಚೆಲ್ಲುತ್ತಿತ್ತು. ಅಂತೂ ಮನೆ ಮುಟ್ಟುವಷ್ಟರ ಹೊತ್ತಿಗೆ ಅರ್ಧದಷ್ಟು ಮಾತ್ರ ಉಳಿದಿರುತ್ತಿದ್ದ ನೀರು, ಚೆಲ್ಲಿಹೋದ ಉಳಿದರ್ಧಕ್ಕೆ ಸಾಕ್ಷಿಯಾಗಿ ಅಣಕಿಸುತ್ತಿತ್ತು. ಹೀಗಾಗಿ ಸುತ್ತಲ ನೆಲವೆಲ್ಲ ಕಾದು ಬೆಂಡಾಗಿ ಹೊಪ್ಪಳಿಕೆ ಎದ್ದು ಬರುವಂತಿದ್ದರೆ ಹನುಮಾಪುರದಿಂದ ದೇವಗುಂಡಿಯವರೆಗಿನ ಹಾದಿ ಹೂಮಳೆಯಲ್ಲಿ ಮಿಂದಷ್ಟು ಹಸಿಯಾಗಿರುತ್ತಿತ್ತು. 'ತುಂಬಿದ ಕೊಡವೂ ತುಳುಕುತ್ತದೆ, ತುಂಬಿದ ಹರವಿ-ಹಂಡೆಗಳು ಇನ್ನಷ್ಟು ತುಳುಕುತ್ತವೆ' ಎಂಬುದು ಈ ಸಂದರ್ಭದಲ್ಲಿ ನಾನು ತಿಳಿದುಕೊಂಡ ಸತ್ಯ!

ಕೊಳವೆ ಬಾವಿಯ ಹ್ಯಾಂಡಲ್ ಹೊಡೆದೂ, ಹೊಡೆದೂ ತುಂಬಿಸಿಕೊಂಡಿದ್ದ ನೀರಿನ ಜೊತೆಗೆ ಅಪ್ಪ-ಗೋಪಾಲಣ್ಣನವರ ಶ್ರಮವೂ ಗಾಡಿಯ ಧಡಕಿಯೊಂದಿಗೆ ತೊಣಕಿ ಹೋಗುತ್ತಿದ್ದರೆ, ಅದರ ಹಲಗೆಗಳ ಅಡಿಯಿಂದ ಬಸಿಯುತ್ತಿದ್ದ ನೀರಿಗೆ ಇವರಿಬ್ಬರ ಮುಖದಿಂದ ಬಸಿಯುತ್ತಿದ್ದ ಆಯಾಸ ಬೆರೆತುಕೊಳ್ಳುತ್ತಿತ್ತು. ಇಂಥದ್ದೊಂದು ಹತಾಶೆಯ ಅವಸ್ಥೆ ಒಮ್ಮೊಮ್ಮೆ ಏಕ್‌ದಂ ಮೊಟಕುಗೊಳ್ಳುತ್ತಿತ್ತು, ರಸ್ತೆಯಲ್ಲಿ ಸುಳಿವ ಸುಳಿಮಿಂಚಿನಿಂದಾಗಿ. ಅದು ಮಿಂಚೇ- ಅದೇ ವೇಗ, ಅದೇ ಮೋಹಕತೆ, ಅದೇ ಮಾಯೆ. ಕತ್ತಲು ಅಡರಿಕೊಳ್ಳುವ ಮುನ್ನ ದಿನದ ಕೊನೆಯ ಮೇವನ್ನು, ಗಡ್ಡೆ-ಗೆಣಸನ್ನು ಮೆದ್ದು ಹೋಗಲು ಬಂದ ಮೊಲವೋ, ಜಿಂಕೆಯೋ, ಕೊಳ್ಳೆ ಹುಡುಕಿಕೊಂಡು ಬಂದ ನರಿಯೋ- ನಮ್ಮ ಗಾಡಿಯನ್ನು ಕಂಡೊಡನೆ ಗಬಕ್ಕನೆ ರಸ್ತೆಯ ಆ ಕಡೆಯಿಂದ ಈ ಕಡೆಗೆ ಓಡಿ, ನಮ್ಮ ದೃಷ್ಟಿಯನ್ನು ಅನಾಯಾಸ ಅತ್ತ ಸೆಳೆದು, ಹೆಗಲೇರಿದ್ದ ವಿಷಣ್ಣತೆಯ ಹೊರೆಯನ್ನು ಹಗುರಗೊಳಿಸಿ ಅರೆಕ್ಷಣದಲ್ಲಿ ಮರೆಯಾಗಿ ಬಿಡುತ್ತಿದ್ದವು. ಆ ಅರೆಗಳಿಗೆಯಲ್ಲಾದ ಸ್ಥಿತ್ಯಂತರ ರಾತ್ರಿ ನಿದ್ದೆಯ ಚಾದರವನ್ನು ಹೊದ್ದು ಮಲಗುವವರೆಗೂ ನಮ್ಮೊಂದಿಗೆ ಮುಂದುವರೆದು ಮುದ ನೀಡುತ್ತಿತ್ತು.

ಬರ ಎಂಬುದು ಹಬ್ಬ ಹರಿದಿನದಂತೆ ಪ್ರತಿ ವರ್ಷ ತಪ್ಪದೇ ಬರಲಾರಂಭಿಸಿತ್ತಾಗ. ಒಂದು ವರ್ಷವಂತೂ ಪರಾಕಾಷ್ಠೆ. ಹಳ್ಳದಲ್ಲೂ ನೀರಿಲ್ಲ. ಇದ್ದ ಅಲ್ಪ ಸ್ವಲ್ಪ ನೀರೂ ಎಲೆ ಬಿದ್ದು ಕೊಳೆತು ಹೋಗಿತ್ತು. ಮಾಸ್ತ್ಯಮ್ಮನ ಹಳ್ಳ, ಮೊಸಳೆಗುಂಡಿ ಸೇರಿದಂತೆ ಇದ್ದ ನೀರ ಸೆಲೆಗಳೆಲ್ಲ ಬತ್ತಿಹೋಗಿದ್ದವು. ಬತ್ತದೇ ಉಳಿದದ್ದು ಒಂದೇ- ಅಪ್ಪನ ಛಲ! ಜಮೀನಿನ ಕೆಳ ಅಂಚಿನ ಬಳಿ ಮೂರನೆ

ಬಾವಿ ತೆಗೆಯಲು ಅಪ್ಪ ಆರಂಭಿಸಿದ. ಯಾವ ಪ್ರಸಾದ, ಫಲ ನೋಡದೆಯೇ, ಮನೆಯಿಂದ ತೀರಾ ದೂರಾಯಿತು ಎಂಬ ಅಮ್ಮನ ಆಕ್ಷೇಪ, ಅಲ್ಲಿ ನೀರು ಬರಲು ಸಾಧ್ಯವೇ ಇಲ್ಲ ಎಂಬ ಕೆಲವರ ಟೀಕೆಗಳ ನಡುವೆಯೂ ಅಪ್ಪ ಅಣ್ಣನಿಂದ ಭೂಮಿ ಪೂಜೆ ಮಾಡಿಸಿ ಬಾವಿ ತೋಡಲಾರಂಭಿಸಿದ. ದಿನ ಕಳೆದಂತೆ ಬಾವಿ ಆಳವಾಗುತ್ತ ಹೋಯಿತೇ ಹೊರತು ದಪ್ಪನ ಒರತೆಯೊಂದು ದೊರೆಯಲಿಲ್ಲ. ಅಡ್ಡ ಬಂದಿದ್ದ ಬಂಡೆಯೊಂದನ್ನು ಹುಡಿಗರಿಸಿದ ಮೇಲೆ ಬಾವಿಗೆ ಬಂದಳು ಭಾಗೀರಥಿ. ಅದೊಂದು ಚಿಕ್ಕ ಒರತೆಯೇ ಆಗಿದ್ದರೂ ನಮ್ಮ ಮಟ್ಟಿಗೆ ಜೀವಸೆಲೆಯಾಗಿತ್ತು, ಜೀವನಸೆಲೆಯಾಗಿತ್ತು. ಮುಂದಿನ ಎರಡು ವರ್ಷಗಳಲ್ಲಿ ಆ ಬಾವಿಯನ್ನು ಹದಿನೈದಡಿ ಅಗಲಕ್ಕೆ ತೋಡಿಸಿ, ಇನ್ನೊಂದಿಷ್ಟು ಒರತೆಗಳನ್ನು ಅದಕ್ಕೆ ಸೇರಿಸಿ, ಸ್ವತಃ ಕಲ್ಲು ಕಟ್ಟಿದ ಅಪ್ಪ ಆ ಜಲಕರುವನ್ನು ಅಲ್ಲೇ ಶಾಶ್ವತವಾಗಿ ಕಟ್ಟಿ ಹಾಕಿದ. ಅದೇ ಈಗ ಅಲ್ಲಿನ 'ಕಾಮಧೇನು'.

ಅಪ್ಪ ಹುಟ್ಟಿ, ಹದಿ ಹರೆಯ ಕಳೆದ ಬಾಳೇಸರದಲ್ಲಿ (ಸಿದ್ದಾಪುರ ತಾಲ್ಲೂಕು) ನೀರೆಂದರೆ ನಿರಂತರ ಧಾರೆ ಎಂದೇ ಅರ್ಥ. ಮನೆ ಹಿಂದಿನ ಬೆಟ್ಟದ ಬುಡದಲ್ಲಿ ಇರುವ ಸಿಹಿ ನೀರ ಸೆಲೆಯೊಂದು ಅಕ್ಷಯ ಧಾರೆಯಾಗಿ ಊರಿನ ಎರಡೂ (ಎರಡೇ, ಜಾಸ್ತಿಯಿಲ್ಲ) ಮನೆಗಳಿಗೆ ಜೀವಾಧಾರವಾಗಿದೆ. ಅಲ್ಲಿ ಬಾವಿ, ಹಗ್ಗ, ಪಂಪ್‌ಗಳೆಲ್ಲ ಅನಗತ್ಯ ಷೋಕಿಗಳು. ಒರತೆಯಿಂದ ಪೈಪ್‌ನಲ್ಲಿ ಬಂದು ಬೀಳುವ ನೀರು ನಿರಾತಂಕವಾಗಿ ಎರಡನೇ ಮಹಡಿ ಏರಬಲ್ಲದು. ತೋಟದ ಬಸಿ ಕಾಲುವೆಗಳಲ್ಲಿ, ಮಂಡಗಾಲುವೆಗಳಲ್ಲಿ (ಮಧ್ಯದಲ್ಲಿ ಹಾಯ್ದು ಹೋಗುವ ದೊಡ್ಡ ಕಾಲುವೆ) ಎಲ್ಲೆಲ್ಲೂ ನಿತ್ಯ ನೂತನ ನೀರು. ತೋಟದ ಅಂಚಿಗಿರುವ 'ಅಘನಾಶಿನಿ'ಯಂತೂ ಮಳೆಗಾಲದಲ್ಲಿ ಅಡಿಕೆ ಮರಗಳ ಪಾದವನ್ನು ಕೆನ್ನೀರಿನಲ್ಲಿ ತೊಳೆದು ಹೋಗುತ್ತಾಳೆ. ಇಂಥ 'ಜಲಪ್ರಿಯ' ವಲಯದಿಂದ ಬಂದ ಅಪ್ಪ, ಈ ಸಮೃದ್ಧಿ ಇಲ್ಲದಿದ್ದರೂ ನೀರಿನ ಅಭಾವಕ್ಕೆ ಅರ್ಥ ಗೊತ್ತಿಲ್ಲದಷ್ಟು ಸುರಕ್ಷಿತವಾಗಿ ಶಿರಸಿ ಸಮೀಪದ ಹಳ್ಳಿಯೊಂದರಲ್ಲಿ ಬೆಳೆದಿದ್ದ ಅಮ್ಮ ಮುಂಡಗೋಡಿನ ಬಿರು ಬಿಸಿಲಿನ ಒಣ ವಾತಾವರಣಕ್ಕೆ, ಬರದ ಬವಣೆಗೆ ಹೇಗೆ ಒಗ್ಗಿಕೊಂಡರೋ? ನೆನೆದರೆ ಆಶ್ಚರ್ಯ, ಹೆಮ್ಮೆ ಎರಡೂ ಆಗುತ್ತದೆ.

ಅನಿವಾರ್ಯತೆ, ನಿಷ್ಠೆ, ಛಲ ಏನೆಲ್ಲ ಕಲಿಸುತ್ತದೆ!? ನಂಬಿಕೆಯಂತೂ ಬಲು ಪ್ರಭಾವಿ– ಅದು ಸ್ವಸಾಮರ್ಥ್ಯದ ಮೇಲಿರಬಹುದು, ದೇವರ ಮೇಲಿರಬಹುದು, ಭವಿಷ್ಯದ ಬಗ್ಗೆಯೂ ಇರಬಹುದು. ಜೀವನ ಪ್ರೀತಿಯ ತಾಯಿ ಅದು. ನಂಬಿಕೆ ಜೀವಜಲದಂತೆ, ಪ್ರಾಣವಾಯುವಿನಂತೆ, ಅದಿಲ್ಲದೇ ಬದುಕಿಲ್ಲ.

ಕಚ್ಚುವವರ ಕಥೆ

ಹನುಮಾಪುರ ಮತ್ತು ಕಾತೂರಿನ ನಡುವಿನ ಕಾಡುದಾರಿಯಲ್ಲಿ ಓಡಾಡುವಾಗ ಯಾವಾಗಲೂ ಸುತ್ತಲಿನ ಮರಗಿಡಗಳತ್ತ ನಿರ್ಲಕ್ಷ್ಯದ ನೋಟ ಹರಿಸುತ್ತಿದ್ದ ನಯನಗಳು ಒಂದು ನಿರ್ದಿಷ್ಟ ಜಾಗದಲ್ಲಿ ಮಾತ್ರ ಥಟ್ಟನೆ ಜಾಗೃತರಾಗುತ್ತಿದ್ದವು. ಕಣ್ಣು, ಕಿವಿ, ಮನಗಳೆಲ್ಲ ಒಂದುಗೂಡಿ ಪರಮ ಏಕಾಗ್ರತೆಯಿಂದ ಅತ್ತ ಕಡೆ ಲಕ್ಷ್ಯ ಹರಿಸುತ್ತಿದ್ದವು. ಹನುಮಾಪುರದಿಂದ ಅರ್ಧ ಮೈಲು ದೂರದಲ್ಲಿ ಹಾದು ಹೋಗುವ ಹೈ ಟೆನ್ಶನ್ ತಂತಿಗಳ ಸಮೀಪದಲ್ಲೇ ಇತ್ತು ಆ ಜಾಗ.

ಅಲ್ಲೊಂದು ಮುಗಿಲಿಗೆ ಮುತ್ತಿಕ್ಕುವ ಹೆದ್ದೇಗದ ಮರ. ಆ ಮರದ ರೆಂಬೆಗಳ ತುಂಬ ಸಾಲುಸಾಲಾಗಿ, ಒಂದರ ಪಕ್ಕದಲ್ಲಿ ಒಂದರಂತೆ ಇಪ್ಪತ್ತೈದು, ಮೂವತ್ತು ಹೆಜ್ಜೇನು ಗೂಡುಗಳು. ಇಡೀ ದಿನ ಭಾರಿ ಚಟುವಟಿಕೆ ಆ ಹೆಜ್ಜೇನು ಹಳ್ಳಿಯಲ್ಲಿ. ಸದಾಕಾಲ ಬಂದು, ಹೋಗುವ ಜೇನುಜಂಗುಳಿ. ಹೊರಬಿದ್ದ ಹೆಜ್ಜೇನುಗಳಿಂದ ಹೂವಿಂದ ಹೂವಿಗೆ ಹಾರಿ ಮಕರಂದಪಾನ, ಗೂಡ ಬಳಿ ಸನಿಹದ ವಿದ್ಯುತ್ ತಂತಿಗಳ 'ಝಂಯ್' ರವದ ಜೊತೆ ಸ್ಪರ್ಧಿಸುವ ಗುಂಜಾರವ ಗಾನ.

ಪ್ರತಿ ಸಲ ಆ ಮರದ ಬಳಿ ಹಾಯುವಾಗಲೂ 'ಜೇನು'ತಾ ದರ್ಶನ ಮಾಡುವುದು ನಮ್ಮ ರೂಢಿ. ಮರದ ಬುಡಕ್ಕೊಮ್ಮೆ ಹೋಗಿ ಕಣ್ಣನ್ನು ನೆತ್ತಿಗೇರಿಸಿ, ಕೊಂಬೆಗಳಲ್ಲಿ ದೃಷ್ಟಿ ಹರಿಸಿ ಗೂಡುಗಳ ಲೆಕ್ಕ ಮಾಡಿದಾಗಲೇ ಮನಸ್ಸಿಗೆ

ಸಮಾಧಾನ. ಈ ವರ್ಷದ ಗೂಡು ಹೆಚ್ಚೋ, ಹಿಂದಿನ ವರ್ಷದ್ದು ಹೆಚ್ಚೋ ಎಂದು ತುಲನೆ ಮಾಡುವುದು, 'ಹಿಂದಿನ ಸಲ ಆ ಹೆಣೆ (ಕೊಂಬೆ)ಯಲ್ಲಿ ಹೆಚ್ಚಿಗೆ ಇದ್ದಿತ್ತು, ಇನ್ನೊಂದು ಸಲ ಇದರಲ್ಲಿ ಇಂತಿಷ್ಟಿತ್ತು' ಎಂದೆಲ್ಲಾ ನೆನಪಿನ ಗುಡ್ಡೆಯೊಳ ಹೊಕ್ಕು, ಹಳತನ್ನೊಂದಿಷ್ಟು ಹೆಕ್ಕಿಕೊಂಡು ಹೊರ ತರುವುದು, ಈ ಸಲ ಇಂತಿಷ್ಟು ಜೇನು ಆಗಬಹುದಲ್ಲವಾ ಎಂದು ಲೆಕ್ಕಾಚಾರ ಹಾಕುವುದು... ಇವೆಲ್ಲಾ 'ಜೇನು'ತಾ ದರ್ಶನದ ಕಡ್ಡಾಯ ಕಾರುಬಾರುಗಳು.

ನನ್ನ ಬಾಲ್ಯದ ದಿನಗಳಲ್ಲಿ ಜೇನು ಹಾಗೂ ಮಿಸರಿ ತುಪ್ಪಗಳಿಗೆ ಮನೆಯಲ್ಲಿ ಎಂದೂ ಕೊರತೆ ಇರುತ್ತಿರಲಿಲ್ಲ. ಕಾರಣ ಕಾಡಿನಲ್ಲಿ ಹೆಜ್ಜೇನು, ತುಡವಿ ಹಾಗೂ ಕೋಲ್ಜೇನುಗಳು ಧಾರಾಳವಾಗಿದ್ದವು. ಆ ಪೈಕಿ ಹೆಜ್ಜೇನಿನದು ಚಕ್ರಾಧಿಪತ್ಯ. ಬೇಸಿಗೆಯ ದಿನಗಳಲ್ಲಿ ಎತ್ತರೆತ್ತರದ ಹೆದ್ದೇಗದ ಮರಗಳಲ್ಲಿ, ಬೀಟೆ, ನಂದಿ ಮರಗಳಲ್ಲಿ ಒಂದರ ಪಕ್ಕ ಒಂದರಂತೆ ಇಪ್ಪತ್ತು, ಇಪ್ಪತ್ತೈದು ಹೆಜ್ಜೇನು ಗೂಡುಗಳು ಜೋತಾಡುತ್ತಿರುತ್ತಿದ್ದವು. ಆ ಗೂಡುಗಳನ್ನು ದೂರದಿಂದ ನೋಡುತ್ತಿದ್ದಂತೆಯೇ ಬಾಯಲ್ಲಿ ಲಾಲಾರಸ ಒರತೆಯೇಳಬೇಕು. ಆದರೆ ರುಚಿಯಲ್ಲಿ ತುಡವಿ ತುಪ್ಪ ಅದರಪ್ಪ. ಮೋಹಕ ಪರಿಮಳ, ಶುಭ್ರ ಸಿಹಿಯ ತುಡವಿ ತುಪ್ಪ ಹೆಜ್ಜೇನು ತುಪ್ಪದಂತೆ ಬೇಗ ಹುಳಿಯಾಗದು. ತುಡವಿ ಗೂಡು ಹಾಗೂ ತುಪ್ಪದ ಪ್ರಮಾಣ ಹೆಜ್ಜೇನಿನೆದುರು ತೀರ ಚಿಕ್ಕದು, ಅದೊಂಥರ ಮಗಧ ರಾಜ್ಯವಾದರೆ ಇದು ಕಳಿಂಗದಂತೆ– ತೀರ ಚಿಕ್ಕದು, ಆದರೆ ಸ್ವತಂತ್ರ ಅಸ್ತಿತ್ವದ್ದು. ಇನ್ನು ಕೋಲ್ಜೇನು– ನಮಗೆ ಬೇಡವಾದ ಕಡೆಯಲ್ಲೇ ಅದು ಬಂದು ಗೂಡು ಕಟ್ಟುತ್ತಿದ್ದುದು. ತೋಟದ ಬಾಳೆ ಮರ, ಪೇರಲೆ ಮರ, ಉರುವಲು ಕಟ್ಟಿಗೆ ರಾಶಿ... ಇಂಥದ್ದೇ ಜಾಗಗಳನ್ನು ಅದು ಆಯ್ದುಕೊಳ್ಳುತ್ತಿದ್ದುದು. ಬೆಳೆದ ಬಾಳೆಗೊನೆಯನ್ನು, ಕಳಿತ ಪೇರಲೆಹಣ್ಣನ್ನು ಕೊಯ್ಯಲು ಬಿಡದೆ ಕಾಡುತ್ತಿದ್ದ ಅದು, ಒಲೆಗೆ ಬೇಕಾದ ಕಟ್ಟಿಗೆ ಆಯಲು ಹೋದಾಗೆಲ್ಲ 'ಝುಂಯ್'ಗುಟ್ಟಿ ಅಡ್ಡಾದಿಡ್ಡಿ ಹಾರಾಡಿ, ತನ್ನ ತಂಟೆಗೆ ಬಂದರೆ ಏನಾಗುತ್ತದೆಂಬುದರ ಝಲಕ್ ತೋರಿಸುತ್ತಿತ್ತು. ಇನ್ನು ಅದರ ತುಪ್ಪವೋ, ತುಡವಿ ತುಪ್ಪಕ್ಕಿಷ್ಟು ನೀರು ಬೆರೆಸಿ ಕೊಟ್ಟಂಥ ರುಚಿ. ಆದರೂ ಯಾವುದೂ ಇಲ್ಲದಾಗ ಅದೇ ಅಮೃತ.

ದೊಡ್ಡ ಪ್ರಮಾಣದಲ್ಲಿ ಜೇನು ಕುಯಿಲು ಮಾಡುವವರಿಗೆ ಹೆಜ್ಜೇನಿನ ಕುಯಿಲು ಹೆಚ್ಚು ಲಾಭದಾಯಕವಾಗಿದ್ದರೂ, ಹಳ್ಳಿಗಳಲ್ಲಿ ಮನೆ ಬಳಕೆಗೆ ಅದನ್ನು ಇಷ್ಟಪಡುವವರು ಕಡಿಮೆಯೇ. ಏಕೆಂದರೆ ಅದನ್ನು ವರ್ಷಗಟ್ಟಲೆ ಇಡುವಂತಿಲ್ಲ, ಬೇಗ ಹುಳಿ ಬರುತ್ತದೆ. ಇನ್ನು ಸೀಗೆ ಹೂವು ಬಿಡುವ ಕಾಲದಲ್ಲಂತೂ ಜೇನ್ನೊಣಗಳು ಅದರ ಮಕರಂದ ಹೀರಿದ ಪರಿಣಾಮ ಪೂರ್ವಾಶ್ರಮದ ಕಹಿರುಚಿಯೇ ಜೇನುತುಪ್ಪದಲ್ಲೂ ಮಿಳಿತವಾಗಿರುತ್ತದೆ. ರಸ ಒದಗಿಸಿದ ಆಯಾ

ಜಾತಿಯ ಹೂವುಗಳ ಕಚ್ಚಾ ವಾಸನೆಯೇ ಹೆಜ್ಜೇನಿನ ತುಪ್ಪದಲ್ಲೂ ಹಸಿಹಸಿಯಾಗಿ ಪ್ರತಿಫಲಿಸಿ, ಜೇನುತುಪ್ಪಕ್ಕಿರಬೇಕಾದ ಅನನ್ಯ ಪರಿಮಳ ಮಂಕಾಗಿಬಿಡುತ್ತದೆ. ಹಾಗಾಗಿ ಮನೆ ಬಳಕೆಗೆ ಅಪ್ಪ ಸಾಮಾನ್ಯವಾಗಿ ತುಡವಿ ತುಪ್ಪವನ್ನೇ ಹುಡುಕಿ ತರುತ್ತಿದ್ದುದು.

ಜೇನು ಕುಯಿಲು ನಡೆಯುತ್ತಿದ್ದುದೆಲ್ಲ ರಾತ್ರಿ ಹೊತ್ತಿನಲ್ಲೇ. ರಾತ್ರಿ ಊಟದ ನಂತರ ಅಪ್ಪ-ಗೋಪಾಲಣ್ಣ ಸಕಲ ಸಿದ್ಧತೆಯೊಂದಿಗೆ ನಿಗದಿಯಾದ ಮರದ ಬಳಿ ತೆರಳುತ್ತಿದ್ದರು. ಒಂದು ಕತ್ತಿ, ಮುಖ-ಮೈ ಮುಚ್ಚಿಕೊಳ್ಳಲು ಕಂಬಳಿ, ಬಕೆಟ್, ಹಗ್ಗ, ಕಾಯಿ ಸಿಪ್ಪೆ-ಇಂಗಾಳ ತುಂಬಿದ ಹೊಗೆ ಹಾಕುವ ತಟ್ಟೆ, ಟಾರ್ಚ್- ಇವೆಲ್ಲ ಕಾರ್ಯಾಚರಣೆಗೆ ಅಗತ್ಯವಾದ ಸಲಕರಣೆಗಳು. ಮರ ಹತ್ತಿ, ಹೊಗೆ ಹಾಕಿ ಜೇನ್ನೊಣಗಳನ್ನು ಓಡಿಸಿ, ಆಮೇಲೆ ಜೇನುಗೂಡನ್ನು ಕಿತ್ತು ಬಕೆಟ್‌ನಲ್ಲಿ ತುಂಬಿ ಕೆಳಕಳಿಸಿ, ಕೊನೆಯಲ್ಲಿ ಮರ ಇಳಿದು ಬರುತ್ತಿದ್ದ ಅಪ್ಪ. ಗೂಡಿಂದ ಎದ್ದು ಎರ್ರಾಬಿರ್ರಿ ಹಾರಾಡುವ ಜೇನುಗಳು ಕಚ್ಚುವ ಸಾಧ್ಯತೆ ಇರುವುದರಿಂದ ಈ ಕೆಲಸದಲ್ಲಿ ಜೊತೆಗೂಡಲು ನಮಗೆಂದೂ ಅವಕಾಶ ನೀಡುತ್ತಿರಲಿಲ್ಲ. ಆದರೂ ಅಣ್ಣ ಹಟ ಮಾಡಿ, ಕಂಬಳಿ ಮುಸುಕು ಹಾಕಿಕೊಂಡು ಒಂದೆರಡು ಬಾರಿ ಹೋಗಿದ್ದುಂಟು. ಜೇನು ಇಳಿಸಿಕೊಂಡು ಬಂದ ಮರುದಿನವೆಲ್ಲಾ ಅಪ್ಪನ ಎರಡೂ ಮುಂಗೈಗಳು ಊದಿ ಒಳ್ಳೆ ಗಾಳಿ ತುಂಬಿದ ಗ್ಲೌಸ್‌ನಂತೆ ಕಾಣುತ್ತಿದ್ದವು. ಒಂಚೂರು ಅರಿಷಿಣ, ಉಪ್ಪು ಬೆರೆಸಿ ಮೆತ್ತಿಕೊಂಡ ಆತ ಮಾಮೂಲಿಯಾಗಿ ಕೆಲಸ ಮಾಡಿಕೊಂಡಿರುತ್ತಿದ್ದ. ನಾವು ಮಾತ್ರ ಆ ಬಗ್ಗೆ ಜಾಸ್ತಿ ತಲೆ ಕೆಡಿಸಿಕೊಳ್ಳದೇ, ರಸ ಬಳಿಯುವ ಜೇನು ಹೊಟ್ಟನ್ನು ಬಾಯಿ ತುಂಬಿಸಿಕೊಂಡು, ಅಗಿದಗಿದು ಅನುಭವಿಸಿ ಆನಂದಿಸುತ್ತಿದ್ದೆವು. ಜಗಿದುಗಿದ ಹೊಟ್ಟು ಎಂದೂ ವ್ಯರ್ಥವಾಗುತ್ತಿದ್ದುದಿಲ್ಲ, ಅಮ್ಮ ಅದನ್ನೆಲ್ಲ ಕಾಯಿಸಿ, ಜೇನುಮೇಣದ ಉಂಡೆ ಕಟ್ಟಿ ಇಡುತ್ತಿದ್ದಳು. ಒಡೆದ ಕೊಡ, ಬಕೆಟು, ನಲ್ಲಿಗಳ ರಿಪೇರಿ ಸಂದರ್ಭದಲ್ಲಿ ಅದೇ ನಮ್ಮ ಪಾಲಿಗೆ 'ಎಂ-ಸೀಲ್'.

ಮಿಸರಿ ನೊಣ ಜೇನಿನಂತೆ ಸಮೃದ್ಧಿಯ ಒಡೆತನ ಪಡೆದು ಬಂದದ್ದಲ್ಲ. ಜೇನಿನಂತೆ ಎತ್ತರದ ಮರಗಳಲ್ಲಿ ಸಾಲು ಸಾಲು ಗೂಡು ಕಟ್ಟಿ, ತೂಗಾಡುತ್ತ ನೋಡುಗರ ಕಣ್ಣಲ್ಲಿ ಆಸೆಯನ್ನು, ಮನದಲ್ಲಿ ಭಯದ ಅಂಬನ್ನು ಏಕಕಾಲಕ್ಕೆ ನಾಟಿಸುವ ಧಾರ್ಷ್ಟ್ಯವೂ ಅದಕ್ಕಿಲ್ಲ. ಅದೇನಿದ್ದರೂ ಮುತ್ತುಗ, ತಡಸಲದಂಥ ಮರಗಳ ಪೊಟರೆಗಳಲ್ಲಿ, ಬಿದಿರಿನ ಪೊಳ್ಳು ಮೈಯಲ್ಲಿ ಅಡಗಿ ಗೂಡು ಕಟ್ಟಿ, ಪುಟ್ಟ ಲೋಟದಷ್ಟು ತುಪ್ಪ ಮಾಡುವ ಜಾತಿ. ಕೌಳಿ (ಫ್ರುಟ್ ಫ್ಲೈ)ಗಳಿಗಿಂತ ಕೊಂಚ ದೊಡ್ಡದಾದ, ದಟ್ಟ ಬಣ್ಣದ ಅಂಟಂಟು ಮೈನ ಮಿಸರಿ ನೊಣಗಳದು ಅಂಬಿಲ್ಲದ 'ಮಿಸರೇಬಲ್' ಸ್ಥಿತಿ. ಅವು ತಯಾರಿಸುವ ತುಪ್ಪಕ್ಕೆ ಒಂಥರಾ ಹುಳಿ-ಸಿಹಿ ಬೆರೆಸಿದ, ಬಿಸಿಲಿಗೆ ಬಾಡಿದ ರುಚಿ. ಆದರೆ ಜೇನಿಗಿಂತ ಹೆಚ್ಚು ಔಷಧೀಯ ಗುಣಗಳನ್ನು ಹೊಂದಿದ ಅದು ಪುಟ್ಟ ಮಕ್ಕಳ ಕೆಮ್ಮಿಗಂತೂ ರಾಮಬಾಣ. ಎಷ್ಟೇ ವರ್ಷವಿಟ್ಟರೂ

ಹಾಳಾಗದ ಹೆಗ್ಗಳಿಕೆ ಬೇರೆ. ನಾ ಕಂಡಂತೆ ಸ್ವರಕ್ಷಣಾ ಸಾಮರ್ಥ್ಯವಿಲ್ಲದ ಮಿಸರಿ ನೊಣಗಳಿಗೆ ದನ ಕಾಯುವ ಹುಡುಗರ, ಹೊಲಕ್ಕೆ ಊಟ ತಲುಪಿಸಲು ಬರುವ ಹುಡುಗರ ಕಾಟ ಖಾಯಂ ಇರುತ್ತಿತ್ತು. ನಮ್ಮ ಮನೆಯಲ್ಲಿ ಮಾಡಿನಂಚಿಗೆ ತೂಗು ಹಾಕಿದ ಬಿದಿರ ಅಂಡೆಯಲ್ಲಿ ಮಿಸರಿ ನೊಣವನ್ನು ಸಾಕುತ್ತಿದ್ದುದರಿಂದ, ಅದರ ತುಪ್ಪಕ್ಕಾಗಿ ಹೊರಗೆ ಹುಡುಕಿಕೊಂಡು ತಿರುಗಾಡಿದ್ದು ತುಂಬಾ ಕಡಿಮೆ.

ವಸಂತಕಾಲದಲ್ಲಿ ತಲೆ ತುಂಬ ಹೂ ಮುಡಿದ ಮತ್ತಿ, ಮುತ್ತುಗ, ಕಕ್ಕೆ, ಸಾಗವಾನಿ ಮತ್ತಿತರ ಮರಗಳಲ್ಲಿ, ಕವಳಿ ಮಟ್ಟಿಗಳಲ್ಲಿ ಮದುವಣಗಿತ್ತಿಯರ ಶೋಭೆ. ಈ ಮದುಮಕ್ಕಳು ಬಡಿಸುವ ಮಕರಂದದ ಊಟಕ್ಕೆ 'ಮಧುಕರ'ರ ಗೋಲೆಯದು ತಪ್ಪದ ಹಾಜರಿ. ಮಳೆಗಾಲದಲ್ಲಿ ಎಲ್ಲೋ ಮರೆಯಾಗುವ ಹೆಜ್ಜೇನುಗಳು ಚಳಿಗಾಲದಲ್ಲಿ ಅಲ್ಲೊಂದಿಲ್ಲೊಂದು ಒಂಟಿ ಗೂಡು ಕಟ್ಟಿದರೂ ಸೇನಾ ಸಮಾನ ಸಂಖ್ಯೆಯಲ್ಲಿ ಬರುವುದು ಬೇಸಿಗೆಯಲ್ಲಿ ಮಾತ್ರ. ಹೂವಿನ ಸಮೃದ್ಧಿಯಿಂದ ಶ್ರೀಮಂತವಾದ ಸ್ಥಳದಲ್ಲಿ, ಸುಲಭಕ್ಕೆ ಎಟುಕಲಾರದಷ್ಟು ಎತ್ತರದ ಮರವೊಂದನ್ನು ಹುಡುಕಿ, ಅದರಲ್ಲಿ ಕಾಲನಿ ಸ್ಥಾಪಿಸುವುದು ಅವುಗಳ ರೂಢಿ. ಮಾರ್ಚ್‌ನಿಂದ ಜೂನ್‌ವರೆಗಿನ ಅವಧಿಯಲ್ಲಿ ಗೂಡು ಕಟ್ಟಿ, ಮೊಟ್ಟೆಯಿಟ್ಟು ಮರಿ ಮಾಡಿ, ಆ ಮರಿಗಳ ಪೋಷಣೆಗೆ ಸಮದ್ಧ ತುಪ್ಪ ಮಾಡಿ, ಜೂನ್ ತುದಿಗೆ ಮಳೆ ಭಾರಿ ಬಿರುಸಾಗುವುದರೊಳಗೆ ತುಪ್ಪ ಹೀರಿ ಜಾಗ ಖಾಲಿ ಮಾಡುವ ನೇಮ ಅವರದ್ದು. ಮೇ ಕೊನೆಯ ವಾರದಿಂದ ಜೂನ್‌ನ ಮೊದಲ ಮೂರು ವಾರಗಳ ಅವಧಿಯಲ್ಲಿ ಸಾಮಾನ್ಯವಾಗಿ ಗೂಡುಗಳು ತುಪ್ಪದಲ್ಲಿ ತೋಯ್ದಿರುವುದು ನಿಶ್ಚಿತವಾಗಿದ್ದರಿಂದ ಅದನ್ನು ಜೇನು ಸುಗ್ಗಿಯ ಅವಧಿಯೆನ್ನಬಹುದು.

ಪ್ರತಿವರ್ಷ ಜೇನು ಸುಗ್ಗಿಯ ಸಮಯದಲ್ಲಿ ಅರಣ್ಯ ಇಲಾಖೆ ಅದರ ಕುಯಿಲಿನ ಗುತ್ತಿಗೆ ನೀಡುತ್ತದೆ. ಒಮ್ಮೆ ಗುತ್ತಿಗೆ ನಿಗದಿಯಾದ ಮೇಲೆ ಗುತ್ತಿಗೆದಾರರ ಹೊರತಾಗಿ ಯಾರೂ ಜೇನು ಕೊಯ್ಯುವಂತಿಲ್ಲ. ಆದರೆ ಎಲ್ಲ ಅರಣ್ಯ ಉತ್ಪನ್ನಗಳಂತೆ ಜೇನಿನದ್ದೂ ಕಳ್ಳ ಕುಯಿಲು ಸಾಮಾನ್ಯ. ಯಲ್ಲಾಪುರದ ಕಡೆಯ ವ್ಯಕ್ತಿಯೊಬ್ಬ ಸಾಮಾನ್ಯವಾಗಿ ನಮ್ಮೂರಿನ ಆಸುಪಾಸಿನ ಅರಣ್ಯದ ಜೇನುಕುಯಿಲು ಮಾಡುವ ಗುತ್ತಿಗೆ ತೆಗೆದುಕೊಳ್ಳುತ್ತಿದ್ದ. ರಾತ್ರಿಹೊತ್ತು ಆತನ ಕಾರ್ಯಾಚರಣೆ. ಒಮ್ಮೆ ಆತ ತನ್ನ ಸಹಚರರ ಜೊತೆ 25–30 ಜೇನು ಗೂಡಿದ್ದ ದೊಡ್ಡ ಹೆದ್ದೇಗದ ಮರದ ಬಳಿ ಬಂದ. ಅಲ್ಲಿ ನೋಡಿದರೆ ಒಂಟಿ ಜೇನುಕಳ್ಳನೊಬ್ಬ ಅದಾಗಲೇ ಮರ ಹತ್ತಿ ಕುಯಿಲು ಮಾಡುತ್ತಿದ್ದ. ಸಿಟ್ಟಿಗೆದ್ದ ಇವರು ಕೂಗು ಹಾಕುತ್ತಿದ್ದಂತೆ ಆ ಕಳ್ಳ ಹೆದರಿ ನಡುಗಲಾರಂಭಿಸಿದ. ಆತ ಇದ್ದದ್ದು 30 ಅಡಿ ಎತ್ತರದ ಭಾರಿ ಮರದ ಮೇಲೆ. ಕೆಳಗೆ ನೋಡಿದರೆ ಕೋಪೋದ್ರಿಕ್ತರಾದ 7–8 ಜನರು. ತಪ್ಪಿಸಿಕೊಳ್ಳುವ ದಾರಿ ಕಾಣದೇ ತಡಬಡಾಯಿಸಿದ್ದಂತೆ ಗಡಿಬಿಡಿಯಲ್ಲಿ ಆತನ ಕಂಕುಳಲ್ಲಿದ್ದ ಟಾರ್ಚ್

ಬಿದ್ದುಹೋಯಿತು. ಕತ್ತಲಿಗೆ ಕ್ಷಣ ತತ್ತರಿಸಿದ ಆತ ಸುಧಾರಿಸಿಕೊಳ್ಳುವಷ್ಟರಲ್ಲಿ ಮುಖ, ಮೈ ಮುಚ್ಚಿಕೊಳ್ಳಲು ತಂದಿದ್ದ ಕಂಬಳಿಯೂ ಜಾರಿ ಕೆಳ ಬಿತ್ತು. ಇದ್ದೊಂದು ರಕ್ಷಾಕವಚವೂ ಕಳಚಿಕೊಳ್ಳುತ್ತಿದ್ದಂತೆಯೇ ಸುತ್ತೆಲ್ಲ ದಿಕ್ಕುಗಳಿಂದ ಜೇನ್ನೊಣಗಳ ದಾಳಿ ಆರಂಭವಾಯಿತು. ಮೊದಲೇ ಆತ ಎಬ್ಬಿಸಿದ್ದ ಹೊಗೆಯಿಂದ ಚದುರಿ ಕಂಗಾಲಾಗಿದ್ದ ಅವು ರೋಷಾವಿಷ್ಟರಾಗಿ, ಚಕ್ರವ್ಯೂಹದಲ್ಲಿ ಸಿಕ್ಕ ಅಭಿಮನ್ಯುವಿನ ಪಾಡಿನಲ್ಲಿದ್ದ ಅವನ ಮೈಯಲ್ಲಿ ಅಂಬು ಊರತೊಡಗಿದವು. ಇತ್ತ ಅವನನ್ನೇ ಕೇಂದ್ರೀಕರಿಸಿ ಕೆಳಗಡೆಯಿಂದ ಬಿಡುತ್ತಿದ್ದ ಐದಾರು ಟಾರ್ಚ್‌ಗಳ ಬೆಳಕು ಕಣ್ಣನ್ನು ಕುರುಡಾಗಿಸಿತ್ತು. ಸರಸರ ಮರ ಇಳಿಯಲು ಯತ್ನಿಸಿದರೂ ಅರ್ಧ ಇಳಿಯುತ್ತಿದ್ದಂತೆ ಭಯ,

ಉರಿಯಿಂದ ಹಣ್ಣಾದ ಆತ ಆಯತಪ್ಪಿ ಕೆಳ ಬಿದ್ದ. ಆತನನ್ನು ಹಿಡಿದು ಶಿಕ್ಷಿಸಲು ಯೋಜಿಸಿದ್ದ ಗುತ್ತಿಗೆದಾರನೇ ಆತನಿಗೆ ಪ್ರಥಮೋಪಚಾರ ಮಾಡಬೇಕಾಯಿತು. ಉಪಚರಿಸಿ, ಮನೆ ತಲುಪಿಸುವ ಮುನ್ನ ಗುತ್ತಿಗೆದಾರ ಅವನಿಗೊಂದು ಕಿವಿಮಾತು ಹೇಳಿದ: 'ತಮ್ಮಾ, ನಿನಗಷ್ಟು ಜೇನು ಇಳಿಸಬೇಕಂದ್ರ ಒಂದ ಗೂಡಿರೋ ಮರ ಹತ್ತಿ ಇಳಿಸು, ತುಪ್ಪ ತಿಂದು ಹೊಟ್ಟಿ ತಂಪು ಮಾಡ್ಕೋ. ಹೀಂಗ ಹತ್ತಿಪ್ಪತ್ತು ಗೂಡಿರೋ ಮರ ಹತ್ತಿ ಕದ್ದು, ರೊಕ್ಕಾ ಕೊಟ್ಟು ಗುತ್ತಿಗಿ ತಗೊಂಡಿರೋ ನನ್ನ ಹೊಟ್ಟಿ ಮ್ಯಾಗ ಹೊಡಿಬ್ಯಾಡ.' ಈ ಕಿವಿಮಾತನ್ನು ಆ ವ್ಯಕ್ತಿ ಇಂದೂ ಮರೆತಿದ್ದು ಸುಳ್ಳು.

ಹಾವಿನ ಹಾವಳಿ

ಅಪ್ಪ ಹನುಮಾಪುರಕ್ಕೆ ಕಾಲಿಟ್ಟಿದ್ದು 1969ರಲ್ಲಿ. ಮೊದಲೊಂದು ವರ್ಷ ಹನುಮಾಪುರ ಊರಿನಲ್ಲಿ ಪುಟ್ಟ ಮನೆಯಲ್ಲಿ ವಾಸ ಮಾಡಿದ ಮೇಲೆ 70ರಿಂದ ದೇವಗುಂಡಿಯಲ್ಲಿ ನಮ್ಮ ಜಮೀನಿನಲ್ಲೇ ಮನೆ ಕಟ್ಟಿಕೊಂಡು ವಾಸಿಸಲಾರಂಭಿಸಿದ್ದ. ಅಮ್ಮ ಮದುವೆಯಾಗಿ ಕಾಲಿಟ್ಟಿದ್ದು ಅದೇ ಮನೆಗೆ. ಸಾಧಾರಣ ರೂಪದಲ್ಲಿ ಕಟ್ಟಿದ್ದ ಆ ಮನೆ ಲಡ್ಡಾಗಲಾರಂಭಿಸಿದ್ದರಿಂದ '81ರಲ್ಲಿ ಅದನ್ನು ಬಿಚ್ಚಿ ಬೇರೆ ಮನೆ ಕಟ್ಟಿಸತೊಡಗಿದ. ಹಳೆ ಮನೆ ಕೆಡವುವಾಗ ಗೋಡೆ ಒಡೆದಂತೆಲ್ಲ ಹೆಗ್ಗಣದ ಡೊಂಬು(ಬಿಲ)ಗಳೇ. ಎಷ್ಟೋ ಸಲ ಇಲಿ, ಹೆಗ್ಗಣ ಹಿಡಿಯಲು ಬಂದ ಹಾವುಗಳು ಅಚಾನಕ್ ದರ್ಶನ ನೀಡುತ್ತಿದ್ದವು. ಹೆಚ್ಚಿನವೆಲ್ಲ ನಾಗರಹಾವುಗಳು. ಮೊದಮೊದಲೆಲ್ಲ ಅಪ್ಪ ನಾಗರಹಾವನ್ನು 'ದೇವರ ರೂಪ' ಎಂದು ಬಿಟ್ಟು ಬಿಡುತ್ತಿದ್ದನಂತೆ. ಆದರೆ ಈ ಮನೆ ಕಟ್ಟುವ ಪರ್ವದಲ್ಲಿ ದೇವರು ಪದೇ ಪದೇ ದರ್ಶನ ನೀಡಲಾರಂಭಿಸಿದ ಮೇಲೆ ಭಕ್ತಿಯ ಜಾಗವನ್ನು ಭೀತಿ ಆಕ್ರಮಿಸಿಕೊಂಡಿತು. ಮನೆಯಲ್ಲಿದ್ದ ನಾವು ಮೂರು ಮಕ್ಕಳೂ ಚಿಕ್ಕವರಾಗಿದ್ದರಿಂದ ಅಪ್ಪ ನಮ್ಮ ಸುರಕ್ಷತೆಯ ಬಗ್ಗೆ ಕಳವಳಗೊಂಡ. ಮೊದಲೊಂದೆರಡು ಸಲ ನಾಗರಹಾವನ್ನು ಕೊಂದದ್ದೇ ಅದಕ್ಕೆ ಅಗ್ನಿ ಸಂಸ್ಕಾರ ಮಾಡಿ 'ದೇವರೇ, ತಪ್ಪನ್ನು ಕ್ಷಮಿಸು' ಎಂದು ಬೇಡಿಕೊಂಡನಂತೆ. ಆಮೇಲೆ 'ತಪ್ಪು' ಪದೇ ಪದೇ ನಡೆದು, ಕ್ಷಮೆ ಕೇಳುವುದಕ್ಕೂ ಸಮಯ ಇಲ್ಲದಂತಾಯ್ತು. ಅಂತೂ ಮನೆ ಕಟ್ಟಿ ಮುಗಿಸುವುದರೊಳಗೆ ಹತ್ತಿಪ್ಪತ್ತು ಹಾವುಗಳು ಹರನ 'ಕೊರಳು' (ಪಾದಕ್ಕೇ ಕಳಿಸಿದರೂ ಅವ ಅದನ್ನು ಅಲ್ಲಿ ಬಿಡಲಾರನಲ್ಲ!) ಸೇರಿಕೊಂಡಿದ್ದವು.

ಒಮ್ಮೆ ಅಪ್ಪ ತೆಂಗಿನ ಮರ ಹತ್ತಿ ಕಾಯಿ ಹಿಂಡಿಗೆಗಳನ್ನು ಸ್ವಚ್ಛಗೊಳಿಸುತ್ತಿದ್ದ. ನಮ್ಮ ತೋಟದಲ್ಲಿನ ಮರಗಳ ಪೈಕಿ ಅತಿ ಹೆಚ್ಚು ಫಲಭರಿತ ಮರ ಅದು. ಬಚ್ಚಲು ನೀರಾವರಿಯ ಮಹಿಮೆಯಿಂದ ಸಂಪದ್ಭರಿತವಾಗಿದ್ದ ಮರದಲ್ಲಿ ಒಂದಕ್ಕೊಂದು ಒತ್ತಿ ಬೆಳೆದ ಹಿಂಡಿಗೆಗಳು. ತುಂಬೆಹುಳ ಮನೆ ಮಾಡಬಾರದೆಂಬ ಕಾರಣಕ್ಕೆ

ಆಗಾಗ ಮರ ಹತ್ತಿ, ಹಿಂಡಿಗೆಗಳನ್ನು ಸ್ವಚ್ಛಗೊಳಿಸುವುದು ಅಪ್ಪನ ರೂಢಿ. ಅವತ್ತು ಆ ಮರದ ಪಾಳಿ.

ಮಾಮೂಲಿನಂತೆ ಕಾಲಿಗೆ ತಳೆ ಏರಿಸಿ ಮೇಲೆ ಹತ್ತಿದ ಅಪ್ಪ, ಒಂದು ಕೈಯಲ್ಲಿ ಮರವನ್ನು ಅಪ್ಪಿ ಹಿಡಿದು, ಇನ್ನೊಂದು ಕೈಯಲ್ಲಿ ಅಂಡುಗೊಕ್ಕೆಯಲ್ಲಿದ್ದ (ಮರ ಏರುವಾಗ ಕತ್ತಿಯನ್ನು ಇಟ್ಟುಕೊಳ್ಳಲು ಸೊಂಟಕ್ಕೆ ಸಿಕ್ಕಿಸಿಕೊಳ್ಳುವ ಸಾಧನ) ಕತ್ತಿಯನ್ನು ಹೊರ ತೆಗೆದು ಜಿಗ್ಗು ಸವರತೊಡಗಿದ. ನಾನಲ್ಲೇ ಕೆಳಗೆ ನಿಂತುಕೊಂಡು ಅದೂ ಇದೂ ಚರ್ಚಿಸುತ್ತಿದ್ದೆ. ನನ್ನೊಂದಿಗೆ ಮಾತನಾಡುತ್ತಲೇ ಒಂದು ಹಿಂಡಿಗೆಯ ಜಿಗ್ಗು ಸವರಿದ ಅಪ್ಪ ಇನ್ನೊಂದಕ್ಕೆ ಕೈ ಹಾಕಿದ. ದಪ್ಪನ ಕಾಯಿಗಳ ನಡುವಿದ್ದ ಕಸದತ್ತ ಕತ್ತಿ ತೂರಿದ ಕೈ ಏಕ್‌ದಂ ಕೆಂಡ ತಾಗಿದಂತೆ ಹಿಂದಕ್ಕೆ ಬಂತು. ಕೆಂಡದಂತೆ ನಿಗಿ ನಿಗಿ ಕೆಂಪು ಕಾಯ, ನಡು ನಡುವೆ ಇಂಗಾಳದ (ತೊಳೆದ ಕೆಂಡ) ಮಸಿಯ ಪಟ್ಟೆ ಉಟ್ಟಿದ್ದ ಮೊಳ ಉದ್ದದ ಹಪ್ಪರೆ (ಮಂಡಲ) ಹಾವೊಂದು ಈ 'ಅಪ್ಪ'ರೂಪದ ಆಕ್ರಮಣಕ್ಕೆ ಬೆಚ್ಚಿ, ಸುತ್ತಿದ್ದ ಸುರುಳಿಯನ್ನು ಬಿಚ್ಚಿಕೊಳ್ಳಲಾರಂಭಿಸಿತ್ತು ಅಲ್ಲಿ.

ಅಪ್ಪನ ಲಯ ತಪ್ಪಿದ ಕೃತಿ, ಏಕಾಏಕಿ ನಿಂತ ಮಾತು... ನನ್ನ ಲಕ್ಷ್ಯವನ್ನೂ ಅತ್ತ ಸೆಳೆಯಿತು. ಸರಿಯಾಗಿ ಕಾಣದಿದ್ದರೂ, ಹಸಿರು ಕಾಯಿಗಳ ಹಿನ್ನೆಲೆಯಲ್ಲಿ ಗೋಚರಿಸಿದ ಕೆಂಪು-ಕಪ್ಪು ಪಟ್ಟಾಪಟ್ಟಿ ಬಾಲ ಅಪ್ಪನ 'ಅಪ್ಪರಿಚಿತ' ಎನಿಮಿ ಯಾರಿರಬಹುದೆಂದು ಸೂಚಿಸಿತು. 'ಅಪ್ಪಾ, ಹುಷಾರಿ' ಕೂಗಿದೆ. ಅಪ್ಪ ಪ್ರತಿಕ್ರಿಯಿಸಲಿಲ್ಲ, ಇರುವ ಒಂದೇ ಕೈಯಲ್ಲಿ ಯಾವ ದಿಕ್ಕಿನಿಂದ ಅದನ್ನು ಕುಕ್ಕಿದರೆ ಒಳ್ಳೆಯದು ಎಂದು ಲೆಕ್ಕ ಹಾಕಲಾರಂಭಿಸಿದಂತಿತ್ತು. ಅತ್ತ ಹಾವೂ ಸಹ ತಪ್ಪಿಸಿಕೊಳ್ಳಲು ಬೇರೆ ದಾರಿಯೇ ಇಲ್ಲವಾದ್ದರಿಂದ ಎದುರಿಸುವುದೇ ಸೂಕ್ತ ಎಂಬ ನಿರ್ಧಾರಕ್ಕೆ ಬಂದಂತಿತ್ತು. ಕ್ಷಣ ಉರುಳಿದಂತೆ ತಳದಿಂದ ಏನೂ ಸ್ಪಷ್ಟವಾಗಿ ಗೋಚರಿಸದ ನಾನು ತಾಳ್ಮೆ ಕಳೆದುಕೊಂಡು, 'ಅಪ್ಪಾ ಸಾವಕಾಶ...', 'ಅಪ್ಪಾ ಅತ್ಲಾಗಿಂದ ಕೈ ಹಾಕಡಾ', 'ಅಪ್ಪಾ ಇತ್ಲಾಗಿಂದ ಹಾಕು...' ಎಂದೆಲ್ಲಾ ಬೊಬ್ಬೆ ಹಾಕಲಾರಂಭಿಸಿದೆ. ಸೂಕ್ಷ್ಮ ಯುದ್ಧತಂತ್ರ ರೂಪಿಸುತ್ತಿದ್ದ ಅಪ್ಪನ ಲಕ್ಷ್ಯ ಸರಿದಂತಾಗಿ ಕತ್ತಿ ಯದ್ವಾತದ್ವಾ ಹಿಂಡಿಗೆಯನ್ನು ಕುಕ್ಕಲಾರಂಭಿಸಿತು. ತಪ್ಪಿಸಿಕೊಳ್ಳಲು ಆಚೆ ಈಚೆ ಸರಿದ ಹಾವು ಆಯತಪ್ಪಿ ಇದ್ದಕ್ಕಿದ್ದಂತೆ ಕೆಳಗೆ ಬಿತ್ತು, ಅದೂ ನಾನು ನಿಂತಲ್ಲಿಂದ ನಾಲ್ಕು ಮಾರು ದೂರದಲ್ಲಿ. ಈ ಬೆಳವಣಿಗೆಯಿಂದ ಬೆದರಿದ ನಾನು ಅರೆಕ್ಷಣದಲ್ಲಿ ಅಲ್ಲಿಂದ ಪರಾರಿಯಾದೆ. ಇನ್ನು ಕೆಳಗಿಳಿದರೂ ಅದು ಸಿಗುವ ಗ್ಯಾರಂಟಿಯಿಲ್ಲ ಎಂದ ಅಪ್ಪ ಮತ್ತೆ ಕಸ ಕಡ್ಡಿ ಸ್ವಚ್ಛಗೊಳಿಸಲಾರಂಭಿಸಿದ.

ಅವ'ಲಕ್ಕಿ' ಹಾವು ಅದು, ಮರದಿಂದ ಬಿದ್ದು ಮಾನವನ ದಾಳಿಯಿಂದೇನೋ ಪಾರಾಯಿತು, ಆದರೆ ಅದೆಲ್ಲಿಂದಲೋ ಇದ್ದಕ್ಕಿದ್ದಂತೆ ಪ್ರತ್ಯಕ್ಷವಾದ ನಮ್ಮ ಮನೆಯ

ಬೆಕ್ಕಿಗೆ ಸಾವರಿಸಿಕೊಂಡು ಪರಾರಿಯಾಗಲು ಪ್ರಯತ್ನಿಸುತ್ತಿದ್ದ ಈ ಪ್ರಖರ ಬಣ್ಣದ ಹಾವು ಭಾರಿ ಆಕರ್ಷಕವಾಗಿ ಕಂಡಿರಬೇಕು. ಸೀದಾ ಹಾವಿನ ಮೇಲೆ ನುಗ್ಗಿದ ಬೆಕ್ಕು, ಅದನ್ನು ಚೋಟಿನಲ್ಲಿ (ಮುಂಗಾಲು) ಹೊರಳಿಸಿ, ಮರಳಿಸಿ, ಕಚ್ಚಿ, ಕಡಿದು, ಸುಧಾರಿಸಿಕೊಳ್ಳಲೂ ಸಮಯ ನೀಡದೇ ಸಿಗಿದು, ಕೆತ್ತಿ ಒಗೆದ ಸಿಪ್ಪೆಯಂತಾಗಿಸಿತು.

ಹಾವಿನ ದರ್ಶನ ನನಗೆ ಹೊಸದಲ್ಲ, ಎಷ್ಟೋ ಸಲ ಅನಿರೀಕ್ಷಿತವಾಗಿ ಹಾವಿಗೆ ಮುಖಾಮುಖಿಯಾಗಿದ್ದೇನೆ. ಒಮ್ಮೆಯಂತೂ ಬಾಳೇಸರದಲ್ಲಿ ಕಾಫಿ ಹಣ್ಣು ಕೊಯ್ಯುತ್ತಿದ್ದಾಗ, ಎಲೆಗಳಲ್ಲಿ ಒಂದಾಗಿ ಕುಳಿತಿದ್ದ ಹಾಸಿಂಬಾವು (ಹಸಿರು ಹಾವು) ಏಕ್‌ದಂ ನನ್ನ ಮೇಲೆಯೇ ಜಿಗಿದಿತ್ತು. ಕ್ಷಣಾರ್ಧದಲ್ಲಿ ಅದನ್ನು ಕೊಡಹಿ ದೂರ ಸರಿದ ಮೇಲೆಯೇ ಏನು ನಡೆಯಿತೆಂದು ನಾನು ಸರಿಯಾಗಿ ಅರ್ಥ ಮಾಡಿಕೊಂಡಿದ್ದು. ಮತ್ತೊಮ್ಮೆ ಮಧ್ಯಾಹ್ನದ ಊಟ ಮುಗಿಸಿ ಶಾಲೆಗೆ ವಾಪಸ್ಸಾಗುತ್ತಿದ್ದೆ. ಕಾಲು ಅಡಿಕೆ ತೋಟದ ಬಣ್ಣ (ಮರದ ಸಾಲು)ಗಳನ್ನು ದಾಟುತ್ತಿದ್ದರೂ, ಕಣ್ಣು ಮೇಲೆ ತೂಗಾಡುತ್ತಿದ್ದ ಅಡಿಕೆ ಕೊನೆಗಳಲ್ಲಿತ್ತು. ಮನಸ್ಸಂತೂ ಅವನ್ನೂ ದಾಟಿ ಹೋಗಿ, ಮೇಲಿನ ಆಗಸದಲ್ಲೆಲ್ಲೋ ಮರೆಯಾಗಿತ್ತು. ಮೋಡಿಗೊಳಗಾದವಳಂತೆ ಸರಸರ ಮುನ್ನುಗ್ಗುತ್ತಿದ್ದ ಹೆಜ್ಜೆಗಳಿಗೆ 'ಸ್ಸ್‌ಸ್ಸ್‌ಸ್ಸ್' ಸದ್ದು ಏಕ್‌ದಂ ವಿರಾಮ ಹಾಕಿತು. ದೃಷ್ಟಿ ತಗ್ಗಿಸುತ್ತಿದ್ದಂತೆಯೇ ಮುಂದಡಿಯಿಡಲು ಎತ್ತಿದ್ದ ಕಾಲಿನ ಜೊತೆಗೆ ನುಂಗಿದ್ದ ಉಸಿರೂ ಹಾಗೇ ಫ್ರೀಜ್ ಆಯಿತು. ನನ್ನ ಕಾಲಿನಿಂದ ಎರಡು ಗೇಣಂತರದಲ್ಲಿ ಹೆಡೆ ಎತ್ತಿ ನಿಂತಿತ್ತು ಭಾರಿ ನಾಗರಹಾವು! ನನ್ನ ಮುಂದಿನ ಚಲನೆಯಲ್ಲೇ ಅದರ 'ದಂತಸಾಮರ್ಥ್ಯ ಪ್ರದರ್ಶನ'ದ ಮುಹೂರ್ತವೂ ಅಡಗಿತ್ತು. ಅಬ್ಬಬ್ಬಾ, ಒಳಗೆ ಸಿಕ್ಕಿಕೊಂಡಿದ್ದ ನನ್ನ ಉಸಿರು ಹೊರಬಂದಿದ್ದು ಎರಡು ಬಣ್ಣಗಳಿಂದೀಚೆಯೇ. 'ಫೈಟ್ ಅಂಡ್ ಫ್ಲೈಟ್' ಸ್ಪೆಷಲಿಸ್ಟ್ ಅಡ್ರಿನಾಲಿನ್ ಮಹಿಮೆ– ಯೋಚಿಸಿ ಪ್ರತಿಕ್ರಿಯಿಸಲು ಸಮಯ ನೀಡದ ವೈರಿಯನ್ನು ಅನಾಯಾಸ ಎದುರಿಸಿದರೆ, ಕೊಂಚ ಸಮಯ ನೀಡುವ ವೈರಿಗೆ (ಹಾವುಗಳಿಗೆ) ಬೈ ಬೈ ಹೇಳಿ ಬೆನ್ನು ತೋರಿಸುತ್ತಿದ್ದೆ.

ಇನ್ನೊಂದು ಪ್ರಸಂಗ: 1992ನೇ ಇಸವಿ. ಫೆಬ್ರುವರಿ ಅದಾಗಲೇ ಕಾಲಿಟ್ಟಿತ್ತು. ಮರಗಳೆಲ್ಲಾ ಎಲೆ ಉದುರಿಸಿ ಬರಿದಾಗಿದ್ದರೆ, ಕೆರೆ ಬಾವಿಗಳಲ್ಲಿನ ನೀರಿನ ಮಟ್ಟವೂ ಕಿರಿದಾಗುತ್ತಿದ್ದ ಕಾಲ. ಉಜಿರೆಯಲ್ಲಿದ್ದು ಪಿಯುಸಿ ಓದುತ್ತಿದ್ದ ಅಣ್ಣ ಪರೀಕ್ಷಾಪೂರ್ವ ಸಿದ್ಧತೆಗಾಗಿ ಹನುಮಾಪುರಕ್ಕೆ ಬಂದುಳಿದಿದ್ದ. ಮನೆಯ ಸದಸ್ಯರೆಲ್ಲಾ ತಂತಮ್ಮ ಕೆಲಸದಲ್ಲಿ ಮಗ್ನರಾಗಿರುತ್ತಿದ್ದರೆ ಅಣ್ಣ ಹೆಬ್ಬಾಗಿಲ ಹಜಾರದಲ್ಲಿ ಕುಳಿತು ಏಕಾಗ್ರ ಚಿತ್ತದಿಂದ ಓದಿಕೊಳ್ಳುತ್ತಿರುತ್ತಿದ್ದ. ಆಗ ಗೋಪಾಲಣ್ಣನ ಮಗಳು ಮಾನಸ ಎರಡೂವರೆ ವರ್ಷದ ಹುಡುಗಿ. ಒಂದಿನ ಮಧ್ಯಾಹ್ನ ಮೇಲಿನ ಹೊತ್ತು. ಗೌರತ್ತಿಗೆ ಸಂಜೆಯ ಬಳಕೆಗಾಗಿ ನೀರು ಸೇದಿಕೊಂಡು, ಊಟದ ಬಾಳೆ ಎಲೆ ಕೊಯ್ದುಕೊಂಡು ಬರಲು ಹೊರಟವಳು ಮಗಳನ್ನು ಅಣ್ಣನ ಬಳಿಯಲ್ಲಿಯೇ

ಆಟವಾಡಿಕೊಳ್ಳುತ್ತ ಇರಲು ಹೇಳಿ ಬಿಟ್ಟುಹೋದಳು. ಅಣ್ಣ ಸ್ವಲ್ಪ ಹೊತ್ತು ಅವಳ ಮೇಲೆ ಲಕ್ಷ್ಯ ಇಟ್ಟವನು ಆಮೇಲೆ ತನ್ನ ಓದಿನಲ್ಲಿ ಮುಳುಗಿಹೋದ. ಇತ್ತ ಮಾನಸ ಆಟ ಆಡುತ್ತ ಆಡುತ್ತ ಹೊರಗೆ ಹೋದಳು.

ಆ ದಿನಗಳಲ್ಲಿ ಮನೆಯೆದುರಿನ ಕೆರೆಯಂಗಳದಲ್ಲಿ ದನವೊಂದು ಸತ್ತುಬಿದ್ದಿತ್ತು. ಅದರ ಕಳೇಬರದ ಬಳಿ ಯಾವಾಗಲೂ ಹದ್ದು, ರಣಹದ್ದುಗಳ, ನಾಯಿಗಳ ದಂಡೇ ಇರುತ್ತಿತ್ತು. ಅದು ಹೇಗೋ ಆ ವಿಷಯ ಪತ್ತೆ ಮಾಡಿದ್ದ ಮಾನಸ ದಿನಾಲೂ ಅದನ್ನು ನೋಡಿಕೊಂಡು ಬರಲು ಹೋಗುತ್ತಿದ್ದಳು. ಆ ದಿನವೂ ಮನೆಯಿಂದ ಹೊರ ಬಿದ್ದ ಆಕೆ ಅಲ್ಲಿ ಹೋದಳು. ಸುಮಾರು ಹದಿನೈದು ಇಪ್ಪತ್ತು ನಿಮಿಷಗಳಾದ ಮೇಲೆ ಮನೆಗೆ ಬಂದ ಗೌರತ್ತಿಗೆ ಮಾನಸ ಎಲ್ಲೂ ಕಾಣದಾಗ ಅಣ್ಣನನ್ನು ಕೇಳಿದಳು. ಅಣ್ಣನಿಗೆ ಆಗಲೇ ಇಹದ ಅರಿವು. ಇಬ್ಬರೂ ತಕ್ಷಣ ಹೊರಗೋಡಿ ಮಾನಸಳ ಹೆಸರು ಹಿಡಿದು ಕರೆದರು. ಉತ್ತರ ಬರಲಿಲ್ಲ. ಅಲ್ಲೇ ಆಚೆ–ಈಚೆ ಹುಡುಕಲಾರಂಭಿಸಿದರು.

ಅದೇ ವೇಳೆಗೆ ಕೆರೆಯ ಕಡೆಯಿಂದ ಮಾನಸ ಅಳುವ ದನಿ ಕೇಳಿಸಿತು. ಇಬ್ಬರೂ ಅತ್ತ ಓಡಿದರು. ಇವರು ಹೋಗುವ ಹೊತ್ತಿಗೆ ಆಕೆ ಅಳುತ್ತ, ಗಡಗಡ ನಡುಗುತ್ತ ಮನೆಯತ್ತಲೇ ಬರುತ್ತಿದ್ದಳು. ಅವಳ ಮೈ, ಮುಖ, ಬಟ್ಟೆಯೆಲ್ಲಾ ಕೆಸರಾಗಿತ್ತು. ಮನೆಗೆತ್ತಿಕೊಂಡು ಬಂದ ಗೌರತ್ತಿಗೆ ಮೊದಲು ಆಕೆಗೆ ಬಿಸಿನೀರಿನ ಸ್ನಾನ ಮಾಡಿಸಿದಳು. ಕೆಸರಿನ ಜೊತೆಗೆ ಕಂಪನ, ಕಣ್ಣೀರು ಎಲ್ಲ ತೊಳೆದು, ಕಳೆದಂತಾಗಿ ಕೊಂಚ ಚೇತರಿಸಿಕೊಂಡ ಮಾನಸಳನ್ನು ಏನಾಗಿತ್ತೆಂದು ಪ್ರಶ್ನಿಸಿದರು ಇಬ್ಬರೂ. ಆಗಷ್ಟೇ ಮಾತು ಕಲಿತಿದ್ದ ಆಕೆ ಬಿಡಿ ಬಿಡಿ ಶಬ್ದಗಳಲ್ಲಿ 'ಕೆರೆ... ದನ... ದೊಡ್ಡ ಹಾವು...' ಎಂದೇನೇನೋ ಹೇಳಿದಳು. ಇವರಿಗೇನೋ ಅರ್ಥವಾಗಲಿಲ್ಲ. ಬಹುಶಃ ಎಲ್ಲೋ ಹಾವು ನೋಡಿ ಹೆದರಿ ಓಡಿ ಬರುವಾಗ ಬಿದ್ದಿರಬೇಕು ಎಂದುಕೊಂಡರು.

ರಾತ್ರಿ ಅಪ್ಪ–ಗೋಪಾಲಣ್ಣನವರ ಬಳಿ ಈ ವಿಚಾರ ಪ್ರಸ್ತಾಪಿಸಿದಾಗಲೇ ವಿಷಯದ ಗಂಭೀರತೆ ಇವರಿಗೆ ಅರ್ಥವಾಗಿದ್ದು. ಏನೆಂದರೆ ಕೆರೆಯ ಆಸುಪಾಸಿನಲ್ಲಿ, ಕಳ್ಳಿಮಟ್ಟಿಗಳಲ್ಲಿ ಹೆಬ್ಬಾವೊಂದು ಓಡಾಡಿಕೊಂಡಿದ್ದನ್ನು ಕೆಲವರು ನೋಡಿದ್ದರು. ಈ ವಿಷಯವನ್ನು ಅಪ್ಪನವರ ಬಳಿಯೂ ಅವರು ಅರುಹಿದ್ದರು. ಜೊತೆಗೆ ನಮ್ಮ ಮನೆಯಲ್ಲಿದ್ದ ಎರಡು ಬೆಕ್ಕುಗಳ ಪೈಕಿ ಒಂದು ಕೆಲದಿನಗಳ ಹಿಂದಷ್ಟೇ ಏಕಾಏಕಿ ಕಾಣೆಯಾಗಿತ್ತು. ಅದೂ ಹೆಬ್ಬಾವಿನದೇ ಕಾರುಬಾರು ಎಂದು ಅಪ್ಪ–ಗೋಪಾಲಣ್ಣ ಅಂದುಕೊಂಡಿದ್ದರು. ಆದರೆ ಅದೊಂದು ತುಡುಗು ಮಾಳಬೆಕ್ಕು ಆಗಿದ್ದರಿಂದ ಯಾರೂ ಆ ಬಗ್ಗೆ ಜಾಸ್ತಿ ತಲೆ ಕೆಡಿಸಿಕೊಂಡಿರಲಿಲ್ಲ. ಈ ವಿಷಯ ತಿಳಿಯುತ್ತಿದ್ದಂತೆ ಗೌರತ್ತಿಗೆ ಮಾನಸಳಿಗಿಂತ ಜೋರಾಗಿ ಕಂಪಿಸಿದಳು. ನಂತರ ಪತ್ರಿಕೆಯೊಂದರಲ್ಲಿ ಪ್ರಕಟವಾಗಿದ್ದ ಹೆಬ್ಬಾವಿನ ಚಿತ್ರವೊಂದನ್ನು ತಂದು ಮಾನಸಳ ಎದುರಿಗೆ ಹಿಡಿದು

ತೋರಿಸಿದಾಗ, ತನ್ನೊಂದಿಗೆ ಶರೀರಲಾಘವ ಮಾಡಿದ ಪ್ರಾಣಿ ಇದೇ ರೀತಿಯದು ಎಂಬುದನ್ನು ಆಕೆ ತನ್ನ ಬಾಲಭಾಷೆಯಲ್ಲಿ ಆದರೆ ಖಚಿತವಾಗಿ ವಿವರಿಸಿದಳು.

ವಾಸ್ತವದಲ್ಲಿ ಮಾನಸ ದನದ ಕಳೇಬರ ನೋಡಿಕೊಂಡು ವಾಪಸ್ಸಾಗುತ್ತಿದ್ದಾಗ ಕೆರೆಯ ಕಡೆಯಿಂದ ಕೆಸರನ್ನು ಮೆತ್ತಿಕೊಂಡು ಬಂದ ಹೆಬ್ಬಾವು ಆಕೆಯನ್ನು ಹಿಡಿದುಕೊಂಡಿತ್ತು. ಪುಟ್ಟ ಶರೀರದ, ಅಷ್ಟೇನೂ ದಾಢಸಿಯಾಗಿರದ ಮಾನಸಳನ್ನು ಗುಳುಂ ಮಾಡುವುದು ಹಾವಿಗೆ ದೊಡ್ಡ ವಿಷಯವೇನೂ ಆಗಿರಲಿಲ್ಲ. ಆದರೆ ನಮ್ಮ ಅದೃಷ್ಟ, ಆಕೆ ಅಂದು ತೊಟ್ಟುಕೊಂಡಿದ್ದ ತೀರಾ ಜಾರು ಮೈನ ನೈಲಾನ್ ಅಂಗಿ, ಆಕೆಯ ಕೊಸರಾಟ ಹಾಗೂ ಹೆಬ್ಬಾವಿನ ಮೈಗೆ ಮೆತ್ತಿಕೊಂಡಿದ್ದ ಕೆಸರು ಎಲ್ಲಾ ಸೇರಿ ಅದರ ಹಿಡಿತದಿಂದ ಮಾನಸ ಜಾರಿ ಪಾರಾಗಲು ಸಹಕರಿಸಿದ್ದವು. ಅವತ್ತಿನ ನಂತರ ಶಾಲೆಗೆ ಹೋಗುವಷ್ಟು ದೊಡ್ಡವಳಾಗುವವರೆಗೂ ಮಾನಸ ಕೆರೆಗೆ ಒಬ್ಬಂಟಿಯಾಗಿ ಹೋಗಿದ್ದರೆ ಕೇಳಿ, ಯಾರೂ ಸಿಗದಿದ್ದರೆ ಕನಿಷ್ಠ ನಾಯಿಯನ್ನಾದರೂ ಕರೆದುಕೊಂಡು ಹೋಗುವುದನ್ನು ರೂಢಿ ಮಾಡಿಕೊಂಡಳಾಕೆ.

ಮಳೆಗಾಲದಲ್ಲಿ ಹುಲ್ಲು ಕೊಯ್ಯುವಾಗ ಅಪ್ಪ-ಗೋಪಾಲಣ್ಣ ಅದೆಷ್ಟು ಬಾರಿ ಹಾವಿಗೆ ಮುಖಾಮುಖಿಯಾಗಿದ್ದಾರೋ ಲೆಕ್ಕವಿಲ್ಲ. ಇಬ್ಬರೂ ಕನಿಷ್ಠ ಮೂರ್‍ನಾಲ್ಕು ಬಾರಿಯಾದರೂ ಹಾವಿನಿಂದ ಕಚ್ಚಿಸಿಕೊಂಡಿದ್ದಾರೆ. ಆದರೆ ಅವ್ಯಾವುವೂ ವಿಷದ ಹಾವುಗಳಾಗಿರದ ಕಾರಣ ಚಿಕ್ಕ ತಲೆನೋವಿಗೆ ಮೀರಿದ ತೊಂದರೆ ಅವರಿಗೆ ಕಾಡಿದ್ದಿಲ್ಲ. ಒಂದು ಸಲ ಮಾತ್ರ ಈ ಲೆಕ್ಕಾಚಾರ ತಪ್ಪಾಗಿತ್ತು. ತೋಟದಲ್ಲಿ ಬಾಳೆ ರವುದಿ ಎತ್ತುತ್ತಿದ್ದ ಗೋಪಾಲಣ್ಣನಿಗೆ ಕುದುರುಬಳ್ಳ (ಕಟ್ಟು ಹಾವು) ಹಾವಿನ ಮರಿಯೊಂದು ಕಚ್ಚಿಬಿಟ್ಟಿತು. ಕುದುರುಬಳ್ಳದ ವಿಷ ತಕ್ಷಣ ಮೈಗೇರುವುದಿಲ್ಲ, ಆದರೆ ನಿಧಾನವಾಗಿ ನಿಶ್ಚಿತ ತೊಂದರೆ ಕೊಡುತ್ತದೆ. ಗೋಪಾಲಣ್ಣನಿಗೆ ಇದು ಗೊತ್ತಿದ್ದರೂ, ಮರಿ ಹಾವಾಗಿದ್ದರಿಂದ ನಿರ್ಲಕ್ಷ್ಯಿಸಿದ. ಒಂದೆರಡು ದಿನಗಳ ನಂತರ ಶುರುವಾದ ತಲೆನೋವು, ಕಣ್ಣುರಿ, ವಾಂತಿ ಆತನಿಗೆ ಒಂದು ವಾರದವರೆಗೆ ಕಾಡಿತು. ಕಚ್ಚಿದ ಜಾಗದಲ್ಲಿ ಹಲವು ಹಾಸು ಚರ್ಮ ಸುಲಿದು ಬಂತು. ಅಂತೂ ನಾಟಿ ಔಷಧ, ಪಥ್ಯ ಏನೆಲ್ಲ ಮಾಡಿ ಗೋಪಾಲಣ್ಣ ವಿಷ ಇಳಿಸಿಕೊಂಡ.

ಜೇನು, ಹಾವುಗಳ ಹೊರತಾಗಿ ಕೊಂಡಿ ಚೇಳು, ಹಣ್ಣಡಿಕೆ ಚೇಳು (ಶತಪದಿ), ಗೊದ್ದ-ದುಗ್ಗಾಣಿ ಯರ (ಕೆಂಬಣ್ಣದ ದೊಡ್ಡ ಇರುವೆ)ದಂಥ ಇರುವೆಗಳು, ಕಡಿನೊಣ, ಕಡಿಜೀರಿಗೆ ಹುಳ, ಕಣಜದಂಥ ಮಹಾ ಮಹಾ ಚುಚ್ಚೇಂದ್ರರ 'ಕಚ್ಚೇರಿ'ಗಳೆಲ್ಲಾ ನಮ್ಮ ಮನೆಯ ಆಸುಪಾಸಿನಲ್ಲಿದ್ದವು. ಒಂಥರಾ 'ಕುಟುಕ'ರ ಜೊತೆಗಿನ ಸಹಬಾಳ್ವೆ ನಮ್ಮದು, ಆದರೂ ಕಟುಕರ (ಮಾನಸಿಕವಾಗಿ), ಕುಡುಕರ ಜೊತೆಗಿನದ್ದಕ್ಕಿಂತ ಭಾರಿ ಒಳ್ಳೆಯದು- ಕಿರಿಕಿರಿ ಮಾಡುವವರಲ್ಲ, ಕರೆಯದೇ ಬಂದು ಕಡಿಯವವರೂ ಅಲ್ಲ. ನಾವು ನಮ್ಮಷ್ಟಕ್ಕಿದ್ದರೆ, ಅವರ ಜೀವನ ಅವರಿಗೆ.

ಕಾಲದ ಅಲ್ಬಂನಿಂದ ಆಯ್ದ ಚಿತ್ರಗಳು

ಹನುಮಾಪುರದಿಂದ ಹೊರಗೆ ದೇವಗುಂಡಿಯಲ್ಲಿ ಬದುಕುತ್ತಿದ್ದರೂ, ಆ ಊರು ನಮಗೆ (ಮಕ್ಕಳಿಗೆ) ಹೊರಗಿನದ್ದಾಗಿರಲಿಲ್ಲ. ಆಗ ಬಸ್ ಸಂಪರ್ಕಕ್ಕೆ ಐದು ಮೈಲು ದೂರದ ಕಾತೂರಿಗೆ ಹನುಮಾಪುರವನ್ನು ಹಾದೇ ಹೋಗಬೇಕಿತ್ತು. ನಮ್ಮ ಮನೆಯ ಆಳುಗಳೆಲ್ಲ ಆ ಊರಿನವರು. ನಮ್ಮ ಜಮೀನಿನ ಆಚೀಚಿನ ಹೊಲಗಳೆಲ್ಲ ಊರಿನವರದೇ. ಹಾಗಾಗಿ ಹನುಮಾಪುರದ ಬಹುತೇಕ ಜನರು ನಮ್ಮ ಪರಿಚಯದ ಪರಿಧಿಯೊಳಗೆ ಬರುತ್ತಿದ್ದರು.

'ಪರಿಚಯ' ಎಂಬ ಆ ವಿಶಾಲ ಹರವಿನ ಪರಿಧಿಯೊಳಗೆ ಇನ್ನೂ ಒಂದು ಪುಟ್ಟ ಪ್ರಪಂಚ ಇತ್ತು. ಒಂದಿಲ್ಲೊಂದು ರೀತಿಯಲ್ಲಿ ಒಡನಾಟದಲ್ಲಿರುವ, ಹಿಡಿಸಲಿ ಬಿಡಲಿ– ಅಂತೂ ಸದಾ ಸನಿಹದಲ್ಲೆಲ್ಲೋ ಸುಳಿದಾಡುವ ಒಂದಷ್ಟು ಜನರು ಈ ಪ್ರಪಂಚದ ಪ್ರಜೆಗಳು. ಒಂದು ನಾಲ್ಕಾರು ದಿನ ಕಾಣಲಿಲ್ಲವೆಂದರೆ 'ಅರೆ! ಯಾಕಪ್ಪಾ, ಅಂವ/ಅವಳು ಕಾಣ್ತಾ ಇಲ್ಲ' ಎಂದು ಕುತೂಹಲ ಮೂಡಿಸುವಷ್ಟರ ಮಟ್ಟಿಗೆ ಮನದಲ್ಲಿ ಮಣೆ ಹಾಕಿ ಕುಂತವರು. ಅಂತಹ ಕೆಲ ಜನರ ಸವಿನೆನಪಿನ ಚಿತ್ರಣ ಇಲ್ಲಿದೆ.

ಫಕೀರಪ್ಪನ ಪೋರ್ಟ್ರೇಟ್

ಮಳಗಿ ಫಕೀರಪ್ಪ ನಾನು ನೋಡುವಷ್ಟರ ಹೊತ್ತಿಗೆ ಅರವತ್ತರ ಅಂಚು ಮುಟ್ಟಿದ್ದ ಮುದುಕ. ಸಣ್ಣ ಆಳ್ತನ, ಕೀರಲು ದನಿ, ಸದಾ ಮುಖದ ಮೇಲೆ ಮೇಳೈಸಿರುತ್ತಿದ್ದ ಚುಪುರು ಗಡ್ಡ, ಕುಳಿ ಬಿದ್ದ ಕೆನ್ನೆ... ಕಣ್ಣಿಗೆ ಬೀಳುತ್ತಿದ್ದಂತೆಯೇ ಕಾಣಿಸಿಕೊಳ್ಳುತ್ತಿದ್ದ ಕಿರುಹಾಸ, ಆ ನಗೆಯನ್ನು ಅರೆಕ್ಷಣದಲ್ಲಿ ಮರೆ ಮಾಚುತ್ತಿದ್ದ ಬೀಡಿಯ ಹೊಗೆ... ಹಿಂದೆಂದೋ ಒಂದು ಕಾಲದಲ್ಲಿ ಬಿಳಿಯದ್ದಾಗಿರಬಹುದಾದ ಒಂದು ಮಾಸಲು ಪಂಜಿ (ಧೋತಿ), ಸರಿಯಾಗಿ ಹೊಟ್ಟೆಯ ಮೇಲೆ ಕಿಸೆ ಇರುತ್ತಿದ್ದ ಪಂಜಿಯ 'ಮ್ಯಾಚಿಂಗ್' ಬಣ್ಣದ ಹತ್ತಿಯ ಅಂಗಿ, ಕಿಸೆಯಲ್ಲಿ ಮರೆಯಾಗಿದ್ದೂ ಇರುವನ್ನು ತೋರುವ ಬೀಡಿ ಮತ್ತು ಬೆಂಕಿ ಪೊಟ್ಟಣಗಳು, ತಲೆಗೆ ಸುತ್ತಿದ್ದ ಬಣ್ಣ ಅಳಿದ ಟವೆಲ್... – ಇದು ಫಕೀರಪ್ಪನ 'ಪೋಟ್ರೇಟ್'!

ಫಕೀರಪ್ಪನ ಪತ್ನಿ ಫಕೀರವ್ವ, ನೊಸಲ ಮೇಲೆ ಕಾಸಗಲ ಕುಂಕುಮ ಇಡುತ್ತಿದ್ದ ಲಕ್ಷಣವಾದ ಹೆಂಗಸು. ಫಕೀರಪ್ಪನ ಭಾಷೆಯಲ್ಲಿ 'ನಮ್ ಮುದುಕಿ'. ಆಕೆಗಂವ 'ನಮ್ ಮುದ್ಕ'!. ತಿರುಪತಿ, ಬಸವ, ಹೂವಕ್ಕ ಇವರ ಮಕ್ಕಳು. ನಮ್ಮ ಹೊಲದ ಕೆಳಭಾಗದಲ್ಲಿ, ಕಣ್ಣಿಗೆಟಕುವಷ್ಟು ದೂರದಲ್ಲಿ ಫಕೀರಪ್ಪನ ಹೊಲ ಇತ್ತು. ಒಳ್ಳೆ ದುಡಿವಾನಿಯಾಗಿದ್ದ ಆತ ಹೊಲದ ಕೆಲಸವನ್ನು ಹೊತ್ತಿಗೆ ಸರಿಯಾಗಿ ಮಾಡುತ್ತಿದ್ದ. ಪ್ರತಿ ಬಾರಿ ಹೊಲಕ್ಕೆ ಬಂದಾಗಲೊಮ್ಮೆ ಮುದ್ದಾಂ ನಮ್ಮ ಮನೆಗೆ ಭೇಟಿ ಕೊಡುತ್ತಿದ್ದ. 'ಅಮ್ಮಾರೆ, ಒಂದೀಟು ಮಜ್ಜಿಗೀ ಕೊಡ್ರೀ, ಭಾಳ ತರಾಸ್ ಆಗಾಕ್ಹತ್ತೈತಿ', 'ಅಪ್ಪಾರೆ, ಒಂಚೂರು ಅಡಿಕೀ ಕೊಡ್ರೀ, ನಾಕು ದಿನ್‌ದಿಂದಾ ಎಲಡಕಿ ಹಾಕ್ದ ಬಾಯೆಲ್ಲಾ ಮರಮರಾ ಅಂತೈತಿ...' ಭೇಟಿಯ ಜೊತೆಗೆ ಬೇಡಿಕೆಯೂ ಬಹಳಷ್ಟು ಸಲ ಇರುತ್ತಿತ್ತು. ನಮ್ಮನ್ನು ಕಂಡೊಡನೆ ಇಷ್ಟಗಲ ಬಾಯರಳಿಸಿ 'ಅಯ್ಯ! ಸಣ್ಣಮ್ಮಾ/ಪ್ಪಾರು ಯಾವಾಗ್ ಬಂದೀರಿ, ಸಾಲೀ ಮುಗೀತೇನು' ಎಂದು ವಿಚಾರಿಸಿಕೊಳ್ಳುತ್ತಿದ್ದ. ನಾವಿನ್ನೂ ಕನ್ನಡ ಶಾಲೆಯಲ್ಲಿ ಓದುತ್ತಿದ್ದ ಎಳೆ ವಿದ್ಯಾರ್ಥಿಗಳು, ಆದರೂ ಫಕೀರಪ್ಪನಿಗೆ 'ಹೆಗಡೇರ ಮಕ್ಕಳು ಬುಧವಂತ್ ಅದಾರ, ಛೊಲೋ ಓದಾಕ್ಹತ್ತಾರ' ಎಂಬ ವಿಶೇಷ ಅಭಿಮಾನ ಇತ್ತು.

ಇಂತಿಪ್ಪ ಫಕೀರಪ್ಪ ನಮ್ಮ ಪಾಲಿಗೆ ಆಕಾಶವಾಣಿಯ ಲೋಕಲ್ ಆವೃತ್ತಿ ಆಗಿದ್ದ. ಊರಲ್ಲಿ ಏನಾತು, ಏನು ಆಗಲಿಕ್ಕಿದೆ, ಏನೇನು ಆಗಬಹುದು.. ಎಂಬೆಲ್ಲಾ ವಿವರಗಳನ್ನು ಅವನು ನಮಗೆ ಬೇಕಿರಲಿ, ಬಿಡಲಿ ತಪ್ಪದೇ ವರದಿ ಮಾಡುತ್ತಿದ್ದ. ಕುಂತಲ್ಲಿ, ನಿಂತಲ್ಲಿ ಕತೆ ಹೇಳುತ್ತಿದ್ದ ಫಕೀರಪ್ಪನಿಗೆ ಅಪ್ಪ ಒಮ್ಮೊಮ್ಮೆ 'ತಡೀ ಮಾರಾಯ, ನಿನ್ನ ಕತೆ ಕಾಲದಲ್ಲಿ ನನಗೆ ಇದ್ದ ಕೆಲಸ ಮರ್ತೋಗ್ತದೆ' ಎಂದು ಗದರುತ್ತಿದ್ದ. ಅಮ್ಮ ಹಾಗಲ್ಲ, ಅವನಿಂದ ಅಷ್ಟೂ ವಿಷಯಗಳನ್ನು ಪೂರ್ತಿ

ಕೇಳಿಸಿಕೊಂಡು, ಅದರಲ್ಲಿ ಅರ್ಧದಷ್ಟನ್ನು ಮಾತ್ರ ನಂಬುತ್ತಿದ್ದಳು. 'ಫಕೀರಪ್ಪಾ, ನೀ ಇಲಿ ಹೋದ್ರೆ ಹುಲಿ ಹೋತು ಅಂಬ ಪೈಕಿ' ಎಂದು ಎದುರಾ ಎದುರೇ ಹೇಳುತ್ತಿದ್ದಳು. 'ಏ ಇಲ್ರೀ ಅಮ್ಮಾರೇ' ಎಂದು ನಗುತ್ತಲೇ ಅಮ್ಮನ ಚಾಟಿ ಏಟು ಸ್ವೀಕರಿಸುತ್ತಿದ್ದ ಫಕೀರಪ್ಪ, ಉತ್ಪ್ರೇಕ್ಷೆಯ ತನ್ನ ಹುಟ್ಟುಗುಣವನ್ನು ಮಾತ್ರ ಎಂದೂ ಬಿಟ್ಟುಕೊಟ್ಟಿದ್ದಿಲ್ಲ.

ಫಕೀರಪ್ಪನ ಗುಣವೇ ಅದು. ತನ್ನ ತಪ್ಪನ್ನು ಎತ್ತಿ ತೋರಿಸಿದರೆ ತಕ್ಷಣ ಒಪ್ಪಿಕೊಳ್ಳುತ್ತಿದ್ದ ಅಂವ, ಅದನ್ನು ಎಂದೂ ಸುಧಾರಿಸಿಕೊಂಡಿದ್ದಿಲ್ಲ. ಸದಾ ಬೀಡಿ ಹೊತ್ತಿಸುತ್ತಿದ್ದ ಆತ ನಮ್ಮ ಮನೆಗೆ ಬಂದು ಹೊಗೆಯುಗುಳತೊಡಗಿದರೆ ಅಮ್ಮನ ಕಣ್ಣು ಬೆಂಕಿ ಉಗುಳುತ್ತಿತ್ತು. ಧೂಮಪಾನದ ಕಡು ವಿರೋಧಿಯಾದ ಅಮ್ಮ, 'ಫಕೀರಪ್ಪಾ, ನೀ ಇಲ್ ಬಂದ್ಕಂಡು ಆ ಸುಡುಗಾಡು ಹೊಗೆ ಬಿಡ್ಬೇಡಾ' ಎಂದು ಗದರುತ್ತಿದ್ದಳು. 'ಆತ್ರೀ ಅಮ್ಮಾರೇ' ಎನ್ನುತ್ತಿದ್ದ ಆತ ಬೇರೆಡೆಗೆ ಹೋಗಿ ಆ ಬೀಡಿಯನ್ನು ಪೂರೈಸಿಯೇ ಬರುತ್ತಿದ್ದನೇ ಹೊರತು, ಎಂದೂ ಆರಿಸಿದ್ದಿಲ್ಲ. ಕುಡಿತದ ಚಟವೂ ಇದ್ದ ಆತ ಅಪರೂಪಕ್ಕೊಮ್ಮೆ ಕುಡಿದು ನಮ್ಮ ಮನೆಗೆ ಬರುತ್ತಿದ್ದ. ಸಾರಾಯಿ ವಾಸನೆ ತನ್ನೆಡೆಗೆ ಬರದೇ ಹೋದರೂ, ಹಿತ್ತಲ ಕಡೆ ಇರುತ್ತಿದ್ದ ಅಮ್ಮನಿಗೆ ಹೆಬ್ಬಾಗಿಲ ಅಂಗಳದಲ್ಲಿ ಇದ್ದ ಫಕೀರಪ್ಪ ಕುಡಿದು ಬಂದಿರುವುದು ಆತನ ಮಾತಿನಿಂದಲೇ ಗೊತ್ತಾಗುತ್ತಿತ್ತು. ಮೊದಲೇ ವಾಚಾಳಿಯಾಗಿದ್ದ ಆತ ಹತ್ತು ಮಾತಾಡುವ ಜಾಗದಲ್ಲಿ ಇಪ್ಪತ್ತು ಮಾತಾಡಲು ಶುರು ಮಾಡಿದ್ದೇ ಅಮ್ಮ, 'ಫಕೀರಪ್ಪಾ, ಮತ್ತೆ ಕುಡಕಂಡು ಬಂದಿದಿಯೇ ಅಲ್ಲಾ, ಎಷ್ಟು ಸಲ ಹೇಳಿದೇನೆ ನಿನಗೆ, ಕುಡಕಂಡು ನಮ್ಮನೆ ಸರಗೋಲು ದಾಟಬೇಡಾ ಹೇಳಿ. ಮೊದ್ಲು ಹೊರಡು ಇಲ್ಲಿಂದ. ಹೀಂಗೆಲ್ಲಾ ಕುಡ್ದು ಬರದಾದ್ರೆ ನಮ್ಮನೆಗೆ ಬರದೇ ಬೇಡಾ ನೀನು' ಎಂದು ಅಲ್ಲಿಂದಲೇ ಜೋರು ಮಾಡುತ್ತಿದ್ದಳು. ಫಕೀರಪ್ಪ ಎಂದಿನಂತೆ ಮುಸಿಮುಸಿ ನಕ್ಕು, 'ಏ, ಇಲ್ಲ ತೊಗೋರಿ ಅಮ್ಮಾರೆ' ಎನ್ನುತ್ತ ಜಾಗ ಖಾಲಿ ಮಾಡುತ್ತಿದ್ದ. ಮತ್ತೆ ನಾಕು ದಿನಕ್ಕೆ ಆತ ಬಂದೇ ಬರುತ್ತಿದ್ದ. ಅಮ್ಮನೂ ಮಾಮೂಲಿನಂತೆ ಮಾತನಾಡಿಸುತ್ತಿದ್ದಳು.

ಹೀಗಿದ್ದೂ ಆತ ನಮ್ಮ ಪಾಲಿಗೆ ಸಜ್ಜನ ವ್ಯಕ್ತಿಯಾಗಿದ್ದ. ಎಷ್ಟೋ ಬಾರಿ ಹಸಿದು ಬಂದಾಗ ಅಮ್ಮ-ಅಪ್ಪ ನೀಡುತ್ತಿದ್ದ ಊಟ, ಮಜ್ಜಿಗೆ, ಕಜ್ಜಾಯಗಳ ಉಪಕಾರವನ್ನು ಸ್ವಯಂಪ್ರೇರಣೆಯಿಂದ ನೆನಪಿಟ್ಟುಕೊಳ್ಳುತ್ತಿದ್ದ ಆತ, ಅಪ್ಪ ಒಬ್ಬನೇ ಇದ್ದಾಗ ಕೊಟ್ಟಿಗೆ ಗುಡಿಸಿ ಕೊಟ್ಟೋ, ಒಂದೆರಡು ಕೊಡ ನೀರು ಎತ್ತಿಕೊಟ್ಟೋ, ಮನೆಯಲ್ಲಿ ಗಂಡಸರು ಇಲ್ಲದ ಸಂದರ್ಭದಲ್ಲಿ ಎತ್ತುಗಳನ್ನು ಅವುಗಳ ಜಾಗದಲ್ಲಿ ಕಟ್ಟಿಕೊಟ್ಟೋ... ಅಂತೂ ತನಗಾದ ರೀತಿಯಲ್ಲಿ ಪ್ರತ್ಯುಪಕಾರ ಮಾಡುತ್ತಿದ್ದ.

ಯಲ್ಲವ್ವ ಎಂಬೋ ಕಾಡವ್ವ

ಹನುಮಾಪುರದ ಹೆಂಗಸರು ಎಂದಾಕ್ಷಣ ಎಲ್ಲರಿಗಿಂತ ಮೊದಲು ಕಣ್ಣಿಗೆ ಕಟ್ಟುವಷ್ಟು ಯಲ್ಲವ್ವ ನನಗೆ ಪರಿಚಿತಳಿದ್ದಳು. ದೇವಗುಂಡಿ ಕೆರೆಯ ಕೆಳಭಾಗದಲ್ಲಿ ಏರಿಗೆ ತಾಗಿ ನಮ್ಮ ಜಮೀನು ಇದ್ದರೆ, ಮೇಲುಭಾಗದಲ್ಲಿ ಕೆರೆಗೆ ಹೊಂದಿಕೊಂಡೇ ಶೆಟ್ಟಣ್ಣ್ಯಾರ ಹೊಲ ಇತ್ತು. ಆತನ ಪತ್ನಿಯೇ ಯಲ್ಲವ್ವ. ನಾನು ಬಲ್ಲಂದಿನಿಂದಲೇ ಆಕೆ ಅರೆಮುದುಕಿ ಮತ್ತು ವಿಧವೆ. ಮಾಸಿದ ದಡಿ ಸೀರೆ, ಕಸೆ ರವಿಕೆ, ಅಗಲ ಬಾಯಲ್ಲಿ ಯಾವಾಗಲೂ ಕವಳ ತುಂಬಿಕೊಂಡು ಇರುತ್ತಿದ್ದ ಆಕೆ ಪಟ್ಟಗೆ ತಲೆ ಬಾಚಿದ್ದನ್ನು ನಾನೆಂದೂ ನೋಡಿರಲಿಲ್ಲ. ಕುತ್ತಿಗೆಯೊಳಗೆ ಸ್ಪ್ರಿಂಗ್ ಇದ್ದು, ಯಾವುದೋ ಅದೃಶ್ಯ ಕೈ ಅದನ್ನು ಸದಾಕಾಲ ತಟ್ಟುತ್ತಿರುತ್ತದೆಯೇನೋ ಎಂಬಂತೆ ಆಕೆಯ ತಲೆ ಯಾವಾಗಲೂ ಅತ್ತಿಂದಿತ್ತ ಅಲುಗಾಡುತ್ತಲೇ ಇರುತ್ತಿತ್ತು.

ಯಲ್ಲವ್ವನಿಗೆ ನಾನು, ಅಣ್ಣ–ಅಕ್ಕ ಇಟ್ಟ ಹೆಸರು 'ಕಾಡವ್ವ'. ಇನ್ನೂ ಸರಗೋಲು ದಾಟುವ ಮೊದಲೇ 'ಅಮ್ಮಾರೆ, ಈಟು ಮಜ್ಜಿಗೀ ಕೊಡ್ರಿ' ಎನ್ನುತ್ತಲೇ ಆಕೆ ಮುಂದಡಿ ಇಡುತ್ತಿದ್ದಳು. ಎಡಹೊತ್ತಿನಲ್ಲಿ ನಾವೇನಾದರೂ ದೋಸೆ ತಿನ್ನುವುದು ಕಂಡಿತೋ– 'ಅಮ್ಮಾರೆ, ನನ್ಗೂ ದ್ವಾಸಿ ಕೊಡ್ರಿ', ಎಣ್ಣೆಯ ಪರಿಮಳ ಬಂತೋ– 'ಏನೋ ಕಜ್ಜಾಯ ಮಾಡಾಕ್ಹತ್ತೀರಲ್ಲ, ಇತ್ತಾಗ ಒಂದೀಟು ಇಡ್ರಿ', 'ಒಂಚೂರು ಉಪ್ಪಿನಕಾಯಿ ನೀಡ್ರಿ', 'ಬಾಳಿಹಣ್ಣು ಕೊಡ್ರಿ', 'ಮಾವಿನ್ ಹಣ್ಣು ಕೊಡ್ರಿ...' ಪಟ್ಟಿ ಹನುಮಂತನ ಬಾಲದಂತೆ ಬೆಳೆದು ಹನುಮಾಪುರ ಮುಟ್ಟುತ್ತಿತ್ತು. 'ಯಲ್ಲವ್ವ, ನಿನ್ನ ಹೀಂಗೇ ಬಿಟ್ರೆ ನಾಳೆ ಸೀರೆ ಕೊಡ್ರಿ, ಸರ–ಬಳೆ ಕೊಡ್ರಿ ಹೇಳ್ಲಿಕ್ಕೆ ಶುರು ಮಾಡ್ತೀಯೆ' ಅಮ್ಮ ಟೀಕಿಸುತ್ತಿದ್ದಳು. 'ಹೂನ್ರೀ ಮತ್ತ, ಆಟೊಂದು ಸೀರಿ ಅದಾವಲ್ಲ, ಒಂದ್ ಕೊಡ್ರಿ ನನಗ, ನಿಮ್ ಹೆಸರ ಹೇಳಿ ಉಟಗೊಂತೀನಿ' ಪಟ್ಟಂತ ಉತ್ತರ ಬರುತ್ತಿತ್ತು.

ಹಿತ್ತಲಲ್ಲಿ ಅಮ್ಮ, ಗೌರತ್ತಿಗೆ ಕಷ್ಟಪಟ್ಟು ಬೆಳೆದ ತರಕಾರಿಗಳ ಮೇಲೆ ಯಲ್ಲವ್ವ ಇಷ್ಟಪಟ್ಟು ಕಣ್ಣು ಹಾಯಿಸುತ್ತಿದ್ದಳು. ಯಥಾ ಪ್ರಕಾರ 'ಅಮ್ಮಾರ, ಒಂದು ಯೆರಡು ಸೌತೀಕಾಯಿ ಕೊಡ್ರಿ, ಹೀರಿಕಾಯಿ ಕೊಡ್ರಿ, ಕುಂಬಳಕಾಯಿ ಕೊಡ್ರಿ...' ಎಂಬ ಪಲ್ಲವಿ ಯಲ್ಲವ್ವನಿಂದ. ಬೇಸಿಗೆಯ ಒಂದು ಮಧ್ಯಾಹ್ನ. ಅಮ್ಮ, ಗೌರತ್ತಿಗೆ ಭಾರದ ಕೊಡಗಳಲ್ಲಿ ನೀರು ಎತ್ತಿಕೊಂಡು ಬಂದು ಹರಿವೆ, ಗೋಳಿ ಸೊಪ್ಪಿನ ಕಣಗಳಿಗೆ, ಮೂಲಂಗಿ, ಬೀಟ್‌ರೂಟ್ ಓಳಿಗಳಿಗೆ ನೀರು ಹಾಯಿಸುತ್ತಿದ್ದರು. ನೀರುಣಿಸುವುದನ್ನು ಮುಗಿಸಿ ಮನೆಗೆ ಮರಳುವ ಮುನ್ನ ಸಂಜೆಯ ಅಡಿಗೆಗೆಂದು ಒಂದಷ್ಟು ಕೆಂಪು ಹರಿವೆ ಸೊಪ್ಪು ಮುರಿಯತೊಡಗಿದರು. ಅದೇ ಸಮಯಕ್ಕೆ ಸರಿಯಾಗಿ ಯಲ್ಲವ್ವನ ಸವಾರಿ ಆಗಮಿಸಿತು. 'ಅಮ್ಮಾರು ಏನ್ ಮಾಡಾಕ್ಹತ್ತೀರಿ' ಆಕೆ ಕೇಳಿದಳು. ಅಮ್ಮ ತಲೆ ಎತ್ತದೇ ಜಾಣಗಿವುಡು ತೋರಿದಳು. ಯಲ್ಲವ್ವ ಬಿಡಬೇಕಲ್ಲ, 'ಹರಿವಿ ಸೊಪ್ಪು ಕೀಳಾಕ್ಹತ್ತೀರಲ್ಲ' ಎಂದಳು. ಗೌರತ್ತಿಗೆ ಮುಗುಮ್ಮಾಗಿ 'ಹೂಂ'

ಎಂದಳು. 'ನಮ್ಗೂ ಒಂದೀಟು ಸೊಪ್ಪು ಕೊಡ್ರೀ, ಏನು ನೀವೊಬ್ಬರೇ ತಿಂತೀರೇನು' ಭಿಡೆ ಇಲ್ಲದ ಯಲ್ಲವ್ವ ಬೇಡಿಕೆಯ ಜೊತೆಗೆ ಆಕ್ಷೇಪವನ್ನು ಎದುರಿಟ್ಟಳು. 'ಪಕ್ಕಾ ಇದೀಯೇ ನೀನು. ನಮ್ಮನೆ ಗದ್ದೇಲಿ, ನಾವು ಬೀಜ ಹಾಕಿ, ನೀರು ಹೊತ್ತು ಬೆಳೀತೇವೆ. ನೀ ಬಂದ್ಕಂಡು ದೊಡ್ಡದಾಗಿ 'ನೀವೊಬ್ರೇ ತಿಂತೀರೇನು' ಹೇಳಿ ಬಿಡ್ತೀಯೇ. ಯಾವತ್ತಾದರೂ ಒಂದು ಕೊಡ ನೀರು ಎತ್ತಿ ಹಾಕಿದೀಯ?' ಅಮ್ಮ ದಬಾಯಿಸಿದಳು. 'ಅಯ್ಯ, ಅದಕ್ಯಾಕ ಹಂಗ್ ಅಂತೀರಿ ಅಮ್ಮಾರೆ, ನಿಮಗ ಗಿಡ ಹಚ್ಚದ್ ಗೊತ್ತೈತಿ, ಹಚ್ಚತೀರಿ, ನಮಗ ಗೊತ್ತಿಲ್ಲ, ಹಚ್ಚಂಗಿಲ್ಲ. ನೀವ್ ಬೆಳಿದೀರಿ, ಅದಕ್ಕ ಕೇಳಾಕತ್ತೀನಿ, ಇಲ್ಲಂದ್ರ ಕೇಳತಿದ್ದೆನೇನು?'– ಯಲ್ಲವ್ವನ ತರ್ಕ ಇದು.

ಯಲ್ಲವ್ವ ಶಕ್ತಿ ಇದ್ದ ಕಾಲದಲ್ಲಿ ಹೊಲಕ್ಕೆ ಆಗಾಗ ಬರುತ್ತಿದ್ದಳು. ಬಂದಾಗೆಲ್ಲ ಬಿಂದಿಗೆ ಹಿಡಕೊಂಡು ನೀರಿಗಾಗಿ ನಮ್ಮನೆಗೆ ಬರುತ್ತಿದ್ದಳು. ಒಂದು ಬಿಂದಿಗೆ

ನೀರಿಗೆಂದು ಬಂದವಳು ಮಜ್ಜಿಗೆ, ಅದೂ ಇದೂ ಎನ್ನುತ್ತ ಒಂಬತ್ತು ಬೇಡಿಕೆ ಇಡುತ್ತಿದ್ದಳು. ಕರೆವು ಇಲ್ಲದ ಕಾಲದಲ್ಲಿ, ಅದೂ ನಾವು ಮಕ್ಕಳೆಲ್ಲ ರಜೆಗೆ ಬಂದಿರುವಾಗ ಯಾರಾದರೂ ಮಜ್ಜಿಗೆ ಎನ್ನುತ್ತ ಬಂದರೆ ಅಮ್ಮನ ತಲೆ ಕಾಯುತ್ತಿತ್ತು. ಅಪರೂಪಕ್ಕೆ ಬಂದರೆ ಅಡ್ಡಿ ಇಲ್ಲ, ಯೋಗಕ್ಷೇಮ ವಿಚಾರಿಸಿ ಅಷ್ಟೋ ಇಷ್ಟೋ ಮಜ್ಜಿಗೆ ಕೊಡುತ್ತಿದ್ದಳು. ಆದರೆ ಎರಡೆರಡು ದಿನಕ್ಕೊಮ್ಮೆ ಬರುವವರ ಮೇಲೆ ಆ ಅನುಕಂಪ ಇರುತ್ತಿರಲಿಲ್ಲ. ನಾವೋ, ಮಜ್ಜಿಗೆ ಇಲ್ಲದೇ ಊಟ ಅಪೂರ್ಣ ಎಂಬಂಥ ಬ್ರಾಹ್ಮಣರು, ಜೊತೆಗೆ ಯಾವುದೋ ಬೇನೆಯ ಹೆಸರು ತೆಗೆದುಕೊಂಡು, ಒಂದು ಚೊಂಬು ಹಿಡಿದುಕೊಂಡು ಬರುವ ಊರ ಜನ, ಮೇಲಿಂದ ಯಲ್ಲವ್ವನಂಥ ರೆಗ್ಯುಲರ್ 'ಗಿರಾಕಿ'ಗಳು... ಯಲ್ಲವ್ವ ಇನ್ನೂ 'ಅಮ್ಮಾರೆ, ಮ' ಎನ್ನುತ್ತಿದ್ದಂತೆಯೇ ಅಮ್ಮ 'ಮಜ್ಜಿಗೆ ಇಲ್ಲಾ' ಎಂದು ಸರ್ರಂತ ಸಿಡುಕುತ್ತಿದ್ದಳು.

ನಿಜ ಹೇಳಬೇಕೆಂದರೆ ಯಲ್ಲವ್ವನಿಗೆ ಏನು ಬಯ್ದರೂ ವೇಸ್ಟೇ. ಅಮ್ಮನ ಪ್ರಖರ ಆಕ್ಷೇಪ-ಬಯ್ಗುಳಗಳೂ ಯಲ್ಲವ್ವನ ಸುತ್ತ ದಪ್ಪಗೆ ಬೆಳೆದಿದ್ದ 'ನಿರ್ಭಿಡೆ'ಯ ಪ್ರಭಾವಲಯಕ್ಕೆ ಡಿಕ್ಕಿ ಹೊಡೆಯುತ್ತಲೇ ಕಣ್ಣು ಮಂಜಾಗಿ ಮಕಾಡೆ ಬೀಳುತ್ತಿದ್ದವು. ಮೇಲಾಗಿ ಅಮ್ಮನ ನಿಷ್ಠುರತೆಗೊಂದು ಮಿತಿ ಇತ್ತು. ಆ ಮಿತಿಯನ್ನು ದಾಟದಂತೆ ಆಕೆಯ ಅಪ್ಪಯ್ಯ ಹೇಳಿಕೊಟ್ಟ ಆಚಾರ ಕಾವಲು ಕಾಯುತ್ತಿತ್ತು. ಶಾಸ್ತ್ರ ನಿಪುಣನಾಗಿದ್ದ ಅಜ್ಜ, ಅಮ್ಮ ಮದುವೆಯಾಗಿ ಬರುವಾಗ ಹೇಳಿದ್ದನಂತೆ- 'ಮಗಳೇ, ಬಾಯಾರಿ ಬಂದವರಿಗೆ ಯಾವತ್ತೂ ಕೈ ತಿರುಗಿಸಡಾ. ಅದರಲ್ಲೂ ಯಾರಾದರೂ ಮಜ್ಜಿಗೆ ಕೇಳಿ ಬಂದರೆ ಇಲ್ಲೆ ಅನ್ನಡಾ. ಒಂದೇ ಲೋಟದಷ್ಟು ಇದ್ದರೆ ಅದಕ್ಕೆ ಇನ್ನೊಂದು ಲೋಟ ನೀರು ಸೇರಿಸಿ ನೀರುಮಜ್ಜಿಗೆಯಾದರೂ ಕೊಡು, ಆದರೆ ಇಲ್ಲೆ ಹೇಳಿ ಕಳಿಸಡಾ. ಮೇಲಾಗಿ ಮಜ್ಜಿಗೆಯನ್ನು ಯಾವತ್ತೂ ದಾನವಾಗಿ ಕೊಡವೇ ಹೊರತು ಅದಕ್ಕೆ ದುಡ್ಡು ತಗಳಡಾ.' ಅಪ್ಪಯ್ಯ ಒಪ್ಪುವಂತೆ ನಡೆದುಕೊಂಡು ಬಂದವಳು ಅಮ್ಮ. ಅಮ್ಮಾರು ಕೊಟ್ಟೇ ಕೊಡುತ್ತಾರೆ ಎಂಬ ಭರವಸೆ ಈ ಖಾಯಂ ಗಿರಾಕಿಗಳಿಗೂ ಇರುತ್ತಿತ್ತು. ಹಾಗಾಗಿ ಅವರೂ ಜಪ್ಪಯ್ಯ ಎನ್ನದೇ ಅಲ್ಲೇ ಕುಳಿತಿರುತ್ತಿದ್ದರು. ಅಮ್ಮ ಸಿಡಿಮಿಡಿಗುಡುತ್ತಲೇ ಯಲ್ಲವ್ವನೆದುರು ಒಂದು ಗಿಂಡಿಯಲ್ಲಿ ಮಜ್ಜಿಗೆ ತಂದಿಟ್ಟು, 'ಇಲ್ಲೇ ಕುಡಕಂಡು ಹೋಗಬೇಕು. ಮನೆಗೆ ಒಯ್ತೇನೆ ಅಂದ್ರೆ ಇಲ್ಲಾ ನೋಡು' ಎನ್ನುತ್ತಿದ್ದಳು. ಯಲ್ಲವ್ವ ಕವಳದ ಕೆಂಪು ಮೆತ್ತಿದ್ದ ಬಾಯನ್ನು ಕೆನ್ನೆ ಕಾಣದಷ್ಟು ಅಗಲಕ್ಕೆ ಹರಡಿಕೊಂಡು ಮಜ್ಜಿಗೆ ಒಳಗಿಳಿಸುತ್ತಿದ್ದಳು.

ಈ ಎಲ್ಲ ಮಜ್ಜಿಗೆ-ಮೃಷ್ಟಾನ್ನಗಳ ಋಣವನ್ನು ಯಲ್ಲವ್ವ ಮರೆಯುತ್ತಿರಲಿಲ್ಲ. ಆದರೆ ತೀರಾ ಬಡವಳಾಗಿದ್ದ ಆಕೆಯ ಬಳಿ ತಿರುಗಿ ನೀಡುವಂಥದ್ದೇನೂ ಇರಲಿಲ್ಲ. ಅಂಥ ಯಾವುದೇ ಋಣಸಂದಾಯದ ನಿರೀಕ್ಷೆಯಾಗಲಿ, ಅಗತ್ಯವಾಗಲಿ ಅಪ್ಪ-ಅಮ್ಮನಿಗೆ ಇರಲೂ ಇಲ್ಲ. ಆದರೂ ಯಲ್ಲವ್ವ ವರ್ಷಕ್ಕೊಮ್ಮೆ ಅಂಥದ್ದೊಂದು

ಪ್ರಯತ್ನ ಮಾಡುತ್ತಿದ್ದಳು. ಆಗ ನಮ್ಮ ಮನೆಯಲ್ಲಿನ್ನೂ ಒಳ್ಳೆಯ ಹಲಸು-ಬಕ್ಕೆಯ ಮರ ಇರಲಿಲ್ಲ. ಯಲ್ಲವ್ವನ ಮನೆಯಲ್ಲಿ ಒಂದು ಚಂದ್ರ ಹಲಸಿನ ಮರವಿತ್ತು. ವರ್ಷಕ್ಕೆ ಹದಿನೈದು ಇಪ್ಪತ್ತು ಕಾಯಿ ಬರುತ್ತಿತ್ತು ಅದರಲ್ಲಿ. ನಾವು ರಜಕ್ಕೆ ಬಂದ ಆ ಸಮಯದಲ್ಲಿ ಯಲ್ಲವ್ವ ಮುದ್ದಾಂ ಒಂದು ಕಾಯನ್ನು ನಮ್ಮ ಮನೆಗೆ ಕಳಿಸುತ್ತಿದ್ದಳು. ಅಪರೂಪದ ಆ ಕಾಯಿ ಹಣ್ಣಾಗುವುದನ್ನೇ ಕಾಯುತ್ತಿದ್ದ ನಾನು, ಅಣ್ಣ-ಅಕ್ಕ ಅಂತೂ ಆ ಸಮಯ ಬಂದಾಗ ಜೇನು ಜಿನುಗುವ ಆ ಕೆಂಪು ತೊಳೆಗಳನ್ನು ಮಹಾ ಮೆಚ್ಚಿನಿಂದ ತಿನ್ನುತ್ತಿದ್ದೆವು.

ಇಬ್ಬರು ಗಂಡುಮಕ್ಕಳು ಮತ್ತು ಸಾಲಾಗಿ ಏಳು ಹೆಣ್ಣು ಮಕ್ಕಳು ಆಕೆಗೆ. ಅವರಲ್ಲೊಬ್ಬಾಕೆ ಲಕ್ಷಣವಾಗಿದ್ದ, ಚುರುಕಿನ ಯುವತಿ ಹನುಮಂತಿ. ಅದು ಹೇಗೋ ಆಕೆಗೂ, ಮಳಗಿ ಫಕೀರಪ್ಪನ ಮಗ ತಿರುಪತಿಗೂ ಸ್ನೇಹ ಬೆಳೆಯಿತು, ಪ್ರೇಮ ಬಲಿಯಿತು. ಮನೆಯವರಿಗೆ ತಿಳಿದರೆ ಭಾರಿ ರಾದ್ಧಾಂತವಾದೀತೆಂದು ಅವರು ಹೊಲಕ್ಕೆ ಬಂದಾಗಲೆಲ್ಲ ಪರಸ್ಪರ ಭೇಟಿ ಮಾಡಿ ಹರೆಯದ ಆ ಹುರುಪಿನ ಕ್ಷಣಗಳನ್ನು ಹಂಚಿಕೊಳ್ಳುತ್ತಿದ್ದರು.

ಒಮ್ಮೆ ನಮ್ಮ ಮನೆಯಲ್ಲಿ ಕೂಲಿ ಕೆಲಸಕ್ಕೆಂದು ಹನುಮಂತಿ, ಆಕೆಯ ತಂಗಿ ಗಿರಿಜೆ ಬಂದಿದ್ದರು. ಸಂಜೆಯ ಹೊತ್ತು, ಕಣದಲ್ಲಿ ತೂರಿ ಉಳಿದ ಜೊಳ್ಳಿನೊಂದಿಗೆ ಬೆರೆತಿದ್ದ ಭತ್ತದ ಕಾಳುಗಳನ್ನು ಬೇರ್ಪಡಿಸಿ ಚೀಲ ತುಂಬುತ್ತಿದ್ದರು ಅವರು. ಅದೇ ಸಮಯಕ್ಕೆ, ತನ್ನ ಹೊಲದಲ್ಲಿ ಕಮತ ಮುಗಿಸಿ ಕೆರೆಯ ಏರಿಯ ಗುಂಟ ಮನೆಗೆ ಮರಳುತ್ತಿದ್ದ ತಿರುಪತಿ ಇವರನ್ನು ಕಂಡಿದ್ದೇ ಇತ್ತ ಬಂದ. ಇಬ್ಬರೂ ಮಾತುಕತೆಯಲ್ಲಿ ತೊಡಗಿಕೊಂಡರು. ಮನೆಯ ಬಳಿ ಆಡಿಕೊಂಡಿದ್ದ ನಾನು, ಅಣ್ಣ-ಅಕ್ಕ ಇದನ್ನು ಕಂಡಿದ್ದೇ ಅಲ್ಲೇ ಮಾವಿನ ಮರವೊಂದರ ಅಡಿ ಕುಳಿತು ಗಮನಿಸತೊಡಗಿದೆವು. ಆಗ ಅಣ್ಣನಿಗಿನ್ನೂ ಹನ್ನೊಂದು ವರ್ಷ, ಅಕ್ಕನಿಗೆ ಒಂಭತ್ತಾದರೆ ನನಗೆ ಏಳು. ಯಾರಾದರೂ ಪ್ರೇಮಿಸುತ್ತಾರೆ ಎಂಬುದು ಗೊತ್ತಾದರೆ ನಮಗೆ ಭಾರಿ ಕಿಡಿಗೇಡಿ ಕುತೂಹಲ ಆಗ. ಹನುಮಂತಿ-ತಿರುಪತಿಯ ವಿಷಯ ನಮಗೆ ಹೇಗೋ ತಿಳಿದಿತ್ತು. ಆಗ ಭಾರಿ ಚಾಲ್ತಿಯಲ್ಲಿದ್ದ ರಾಜಕುಮಾರನ 'ಜ್ವಾಲಾಮುಖಿ' ಚಿತ್ರದ 'ಹೇಳುವುದು ಒಂದು, ಮಾಡುವುದು ಇನ್ನೊಂದು' ಹಾಡಿನ ಒಂದು ಸಾಲು ಆಧರಿಸಿ, 'ಹನುಮಂತಿ ಪತಿ ತಿರುಪತಿ ಶ್ರೀ ವೆಂಕಟಾಚಲಪತಿ' ಎಂದು ಹಾಡು ಬೇರೆ ಕಟ್ಟಿದ್ದೆವು.

ಆ ದಿನವೂ ಅವರಿಬ್ಬರೂ ಮಾತನಾಡುತ್ತಿರಬೇಕಾದರೆ, ನಾವು ಮೂವರೂ ಸಣ್ಣ ದನಿಯಲ್ಲಿ ಮತ್ತದೇ ಹಾಡು ಶುರು ಹಚ್ಚಿಕೊಂಡೆವು. ನಮ್ಮ ದನಿ ಅವರನ್ನು ತಲುಪದೆಂಬ ವಿಶ್ವಾಸ ನಮಗಿತ್ತು. ಆದರೆ ಅಲ್ಲೇ ಉರುವಲು ಕಟ್ಟಿಗೆ ಗುಡ್ಡೆಗೆ ಬರುವ ಅಮ್ಮನಿಗೆ ಅದು ಕೇಳಬಹುದು ಎಂದು ನಾವು ಕನಸು ಮನಸ್ಸಿನಲ್ಲೂ

ಅಂದುಕೊಂಡಿರಲಿಲ್ಲ. ಛೋಟುದ್ದದ ನಾವು ಇನ್ನೊಬ್ಬರ ಪ್ರೇಮ ಪ್ರಕರಣವನ್ನು ಗಮನಿಸುವಷ್ಟು ಮುಂದುವರೆದಿದ್ದೇವೆ ಎಂಬುದು ಗೊತ್ತಾಗುತ್ತಲೇ ಕಿಡಿಕಿಡಿಯಾದ ಅಮ್ಮ, ಕಟ್ಟಿಗೆ ಗುಡ್ಡೆಯಿಂದ ಸಪೂರನೆಯ ಕೋಲು ಸೆಳಕೊಂಡವಳೇ ಮೈಮರೆತು ನೋಡುತ್ತಿದ್ದ ನಮ್ಮ ಬೆನ್ನು ಕೆಂಪೇರಿಸಿದಳು. ಅಷ್ಟು ಸಾಲದೆಂಬಂತೆ ಸೀದಾ ಆ ಯುವ ಪ್ರೇಮಿಗಳ ಬಳಿ ಹೋಗಿ, 'ಕೆಲಸಕ್ಕೆ ಹೇಳಿ ಬಂದ್ಕಂಡು ಇಂಥದ್ದೇ ಮಾಡ್ತೀರ ನೀವು, ಇಂಥದ್ದೇನಿದ್ರೂ ನಮ್ಮನೆ ಕಂಪೌಂಡ್ ಹೊರಗೆ ಇಟ್ಗಳಿ. ಇನ್ನೊಂದ್ಸಲ ಇಲ್ಲಿ ಬಂದು ಹೀಂಗೆ ಮಾಡಿದ್ರೆ ಮತ್ತೆ ಇತ್ಲಾಗೆ ಕಾಲು ಹಾಕ್ಲಿಕ್ಕೆ ಬಿಡದಿಲ್ಲ, ಹುಷಾರ್' ಎಂದು ಜೋರು ಮಾಡಿದಳು.

ಮುಂದೆ ಕೆಲವೇ ತಿಂಗಳಲ್ಲಿ ಭಾರಿ ಗಲಾಟೆಗಳ ನಡುವೆ ಅವರಿಬ್ಬರ ಮದುವೆ ನಡೆಯಿತು. ಎರಡೂ ಕಡೆಯವರ ಗಟ್ಟಿ ವಿರೋಧವಿದ್ದುದರಿಂದ ಮೊದಲ ಒಂದೆರಡು ವರ್ಷ ಬಹಳ ಕಷ್ಟ ಅನುಭವಿಸಿದರು ಇಬ್ಬರೂ. ಆದರೆ ಈಗ ಸುಮಾರು ಇಪ್ಪತ್ತು ವರ್ಷಗಳ ನಂತರ ನೋಡಿದರೆ ನಮ್ಮೂರಿನ ಭಾರಿ ಯಶಸ್ವಿ ಜೋಡಿ ಈ ತಿರುಪತಿ–ಹನುಮಂತಿ. ಪರಸ್ಪರ ಅಪಾರ ಪ್ರೀತಿ, ವಿಶ್ವಾಸ, ಗೌರವವಿಟ್ಟುಕೊಂಡು ಬಾಳುವ ಜೊತೆಗೆ ರಟ್ಟೆ ಮುರಿದು ರೊಟ್ಟಿ ತಿನ್ನುತ್ತ ಬದುಕು ಹಸನು ಮಾಡಿಕೊಂಡಿರುವ ಈ ದಂಪತಿ, ಮದುವೆ ಮಾಡಿಕೊಂಡು ಹೊಸ ಬದುಕು ಕಟ್ಟಿಕೊಳ್ಳಬೇಕೆನ್ನುವವರಿಗೆಲ್ಲ ಆದರ್ಶವೇ ಸೈ.

ಮಮತಾಮಯಿ ದ್ಯಾವಮ್ಮ

ತಾಯಿಯಿಂದ, ತವರಿನಿಂದ ದೂರ ಹನುಮಾಪುರದಲ್ಲಿ ಬವಣೆಯ ಬದುಕು ಆರಂಭಿಸಿದ್ದ ಅಪ್ಪನಿಗೆ ಅಪಾರ ಮಮತೆ ತೋರಿದ ಮಾತೃಹೃದಯಿ ದ್ಯಾವಮ್ಮ.

ಹನುಮಾಪುರದಲ್ಲಿದ್ದ ಬೆರಳೆಣಿಕೆಯಷ್ಟು ಕೊಂಕಣಿ ಕುಟುಂಬಗಳ ಪೈಕಿ ಒಂದರ ಒಡತಿ. ಕೊಂಕಣಿ ಮಹಿಳೆಯರಲ್ಲಿ ಸಾಮಾನ್ಯವಾದ ವಿದ್ಯಾಬಲ, ವ್ಯವಹಾರ ಚಾತುರ್ಯ, ಮಾತುಗಾರಿಕೆ ಆಕೆಗೂ ಒಲಿದಿತ್ತು.

ನೆರಿಗೆಗಳಿಂದ ನೇಯ್ದಂತೆ ತೋರುವ ಮುಪ್ಪಿನ ಮುಖದಲ್ಲೂ ಅಳಿಯದ ಲಕ್ಷಣ, ಬೊಚ್ಚು ಬಾಯಿಂದ ಇಣುಕುವ ಒಂದೇ ಒಂದು ಮುಂಬಲ್ಲು, ಅದನ್ನು ಮೀರಿ ಹೊರಚಾಚುವ ಬೆಚ್ಚನೆಯ ನಗು, ಕಣ್ಣುಕುಳಿಯಿಂದ ಇಣುಕುವ ಬಿಳಿಚಿದ ಕಂಗಳು, ಅದಕ್ಕೆ ಸೋಡಾ ಬಾಟಲಿಯ ತಳದಷ್ಟು ದಪ್ಪನೆಯ ಒಡಕು ಗಾಜಿನ ಕನ್ನಡಕ, ಹಿಂದೆ ಬಾಚಿ ರಿಬ್ಬನ್ನಿನಿಂದ ಬಿಗಿದ ಕಂದು ಕೂದಲು, ಪಾಚಿ ಹಸಿರು, ಬೂದು ಅಥವಾ ಅದರ ಆಸುಪಾಸು ಬಣ್ಣದ ಸೀರೆ, ಕಪ್ಪೋ ಕಂದೋ ಬಣ್ಣದ ಮಾಸಿದ ರವಿಕೆ... ದ್ಯಾವಮ್ಮನ ಯಾವತ್ತೂ ಸ್ವರೂಪ ಹೀಗೆ.

ಊರ ನಡುವಲ್ಲಿ, ನಾಲ್ಕು ರಸ್ತೆಗಳು ಕೂಡುವಲ್ಲಿ ಇತ್ತು ದ್ಯಾವಮ್ಮ ಉಳಿದಿದ್ದ ಪುಟ್ಟ ಮನೆ. ಎರಡು ಅಂಕಣದಷ್ಟು ಅಡ್ಡಗಲದ ಆ ಮನೆಯ ಅರ್ಧಭಾಗದಲ್ಲಿ ಹನುಮಾಪುರದ ಪೋಸ್ಟ್ ಆಫೀಸ್ ಇದ್ದರೆ, ಇನ್ನರ್ಧದಲ್ಲಿ ದ್ಯಾವಮ್ಮನ ಮನೆ ಕಮ್ ಗೂಡಂಗಡಿ ಇತ್ತು. ಒಂದು ಆರೆಂಟು ದಪ್ಪನೆಯ ಗಾಜಿನ ಭರಣಿಗಳು, ಅದರ ತುಂಬ ಶುಂಠಿ ಪೆಪ್ಪರ್‌ಮಿಂಟು, ನಿಂಬೆಹುಳಿ ಕ್ಯಾಂಡಿ, ಪಾರ್ಲೆ-ಜಿ ಪೊಟ್ಟಣಗಳು, ಮೈಸೂರುಪಾಕಿನ ತುಂಡುಗಳು, ಸೇವು-ಖಾರ, ಕರಿದ ಶೇಂಗಾ, ಬೆಂಡು-ಬತ್ತಾಸು... ಅಲ್ಲೇ ಮೇಜಿನ ಮೇಲೊಂದು ಎಲಡಿಕೆ ಸಾಮಗ್ರಿ ಹೊತ್ತ ಹಿತ್ತಾಳೆ ತಾಂಬಾಣ, ಗೋಡೆಗೆ ನೇತುಹಾಕಿದ ತಂತಿಯ ಕುಕ್ಕೆಯಲ್ಲಿ ಒಂದಿಷ್ಟು ಉಳ್ಳಾಗಡ್ಡಿ, ನಿಂಬೆಹಣ್ಣುಗಳು, ಹಿಂದುಗಡೆ ತಗಡಿನ ಶೆಲ್ಫಿನ ಮೇಲೆ ಜೋಡಿಸಿಟ್ಟ ಯಾವ್ಯಾವುದೋ ಮೈಸೋಪು, 501 ಬಾರು ಸೋಪಿನ ಬಿಲ್ಲೆಗಳು, ಬೀಡಿಕಟ್ಟು, ಬೆಂಕಿಪೊಟ್ಟಣಗಳು... ಕಟ್ಟು ಒಡೆದ ಪಾಟಿಯಲ್ಲಿ ಬಳಪದಿಂದ ಬರೆದ 'ಉದ್ರಿ ಕೊಡುವುದಿಲ್ಲ' ಎಂಬ ಬೋರ್ಡು... ಗ್ರಾಮೀಣ ಭಾರತದ ಮಾಮೂಲಿ ಗೂಡಂಗಡಿಯೊಂದರ ಯಾವತ್ತೂ ಪ್ರತಿನಿಧಿಯಂತೆ ದ್ಯಾವಮ್ಮನ ಅಂಗಡಿ ಇತ್ತು.

ಕೈಯಲ್ಲಿ ಎಂಟಾಣಿ, ಒಂದು ರೂಪಾಯಿ ಹಿಡಿದುಕೊಂಡು 'ಅಮ್ಮಾರೇ, ನಾಕಣಿ ಚಾಕಲೇಟು ಕೊಡ್ರೀ... ಎಂಟಾಣಿ ಬತ್ತಾಸು ಕೊಡ್ರೀ... ಅವ್ವ ಹೇಳ್ಯಾಳ, ಯಾಡು ಲಿಂಬೀಹಣ್ಣು ಕೊಡಬೇಕಂತ' ಎನ್ನುತ್ತ ಬರುವ ತುಂಡು ಹುಡುಗರು... 'ವಂದ್ ಕಟ್ಟ್ ಬೀಡಿ ಕೊಡ್ರೀ, ಕಡ್ಡಿಪೊಟ್ಣ ಕೊಡ್ರೀ... ಪೋಸ್ಟ್ ಕಾರ್ಡು, ಅಂತರ್ದೇಶಿ ಪತ್ರ ಐತೇನ್ರೀ' ಎಂದು ಕೇಳಿಕೊಂಡು ಬರುತ್ತಿದ್ದ ದೊಡ್ಡವರಿಗೂ ಅದೇ ಗುರಿ ಜಾಗ. ದ್ಯಾವಮ್ಮನ ಮಗ ಸುಬ್ರಾಯ ಶೆಟ್ಟಿ ಊರಿನ ಪೋಸ್ಟ್ ಮಾಸ್ಟರ್. ಪೋಸ್ಟಾಫೀಸು ತೆರೆದಿರುವಷ್ಟು ಹೊತ್ತು ಮಾತ್ರ ಆತ ಅಲ್ಲಿರುತ್ತಿದ್ದರೆ, ದ್ಯಾವಮ್ಮ ಹಗಲು, ರಾತ್ರಿ ಅಲ್ಲಿಯೇ ಉಳಿದು ಅಂಗಡಿ ಮನೆಯ ದೇಖರೇಖೆ ನೋಡಿಕೊಳ್ಳುತ್ತಿದ್ದಳು. ದಿನಕ್ಕೊಂದೆರಡು ಬಾರಿ ಮಾತ್ರ ಅಲ್ಲೇ ನಾಲ್ಕು ಮಾರು ದೂರದಲ್ಲಿದ್ದ, ಈಗ ಮಗನ ಸಂಸಾರ ವಾಸವಿದ್ದ ಮೂಲಮನೆಗೆ ಹೋಗಿ ಬರುತ್ತಿದ್ದಳು.

ಹನುಮಾಪುರಕ್ಕೆ ಮುಂಡಗೋಡಿನಿಂದ ಬಸ್ ಸಂಪರ್ಕ ಶುರುವಾದ ಮೇಲೆ ಊರ ಮಧ್ಯದಲ್ಲಿದ್ದ ದ್ಯಾವಮ್ಮನ ಅಂಗಡಿಯ ಎದುರೇ ಬಸ್ ಬಂದು ನಿಲ್ಲುತ್ತಿತ್ತು. ಹಾಗಾಗಿ ಅಂಗಡಿಯ ಎದುರಿನ ಕಟ್ಟೆಯೇ ಪ್ರಯಾಣಿಕರ ತಂಗುದಾಣವಾಗಿತ್ತು. ಊರ ಮಂದಿ ಕಟ್ಟೆ ಮೇಲೆ ಕುಂತು ಬೀಡಿ ತುಂಡು, ಚಾಕ್ಲೇಟು ಕಾಗದ ಎಸೆದರೆ, ಗೌಜು ಮಾಡಿದರೆ ಗದರಿ ದೂರ ಕಳಿಸುತ್ತಿದ್ದ ದ್ಯಾವಮ್ಮ, ನಾವು ಅಲ್ಲಿ ಬಸ್ಸು ಕಾಯಲು ಕುಂತಾಗ ಮಾತ್ರ ಪ್ರೀತಿಯಿಂದ ಒಳಗೆ ಕರೆಯುತ್ತಿದ್ದಳು. 'ಮಂದಿ ಗಲೀಜು ಮಾಡ್ತಾರೆ ಅಲ್ಲಿ, ನೀವು ವಳಗ ಬರ್ರೀ' ಎಂದು ಆತ್ಮೀಯತೆ ತೋರಿ, 'ಚಾ ಕುಡೀರಿ, ಚಾಕ್ಲೆಟು ತಿನ್ರೀ' ಎಂದು ಅಚ್ಚೆ ಮಾಡುತ್ತಿದ್ದಳು.

ನೋಡಲು ಹಿಡಿದೇಹದ ಒಡತಿಯಾದರೂ ದ್ಯಾವಮ್ಮನ ಧ್ವನಿ ದೊಡ್ಡದು. ಅನಕ್ಷರಸ್ಥ, ತಳ ಸಮುದಾಯದ ಜನರೇ ತುಂಬಿದ್ದ ಊರಿನಲ್ಲಿ ಓದಲು ಬರೆಯಲು ಕಲಿತ, ಮೇಲ್ವರ್ಗದ ಕೊಂಕಣಿ ಮನೆತನದ ಹೆಂಗಸಾದ್ದರಿಂದ ಆ ದನಿಯಲ್ಲಿ ಅಧಿಕಾರವಾಣಿಯೂ ಬೆರೆತಿತ್ತು. ಆದರೂ ಸಾಕ್ಷರತೆ, ಜಾತಿಯ ಬಲಕ್ಕಿಂತ ಹೆಚ್ಚಾಗಿ ಶಿಸ್ತಿನ, ಘನತೆಯ ಬದುಕು ಆಕೆಯ ದನಿಗೆ ಬಲ ಮೂಡಿಸಿತ್ತು ಎಂಬುದು ನನ್ನ ಅಭಿಪ್ರಾಯ. ನಮ್ಮ ಅಜ್ಜನಿಗೆ ಜಮೀನು ಮಾರಿದ್ದ ಹನುಮಂತಪ್ಪ ಅಜ್ಜ ತೀರಿಕೊಂಡ ನಂತರ ಅಪ್ಪನಿಗೆ ಹೊಲ ಉಳುಮೆ ಮಾಡಲೂ ಬಿಡದೇ ವಿಪರೀತ ಕಾಟ ಕೊಡತೊಡಗಿದಾಗ, ಒಂದಿನ ನಡು ದಾರಿಯಲ್ಲಿ ಆತನನ್ನು ಅಡ್ಡ ನಿಲ್ಲಿಸಿಕೊಂಡು 'ಹಿರೇ ಮನಷಾಗ (ನಮ್ಮಜ್ಜ) ಮಾತು ಕೊಟ್ಟು ಎರಡೂ ಕೈಯಾಗ ರೊಕ್ಕಾ ಎಣಿಸಿದ್ದೀ ನೀ. ಈಗ ಅವರು ದೇವರ ಪಾದ ಸೇರಿಕೊಂಡ ಮ್ಯಾಲ ಹೊಳ್ಳಿ ಹೊಲ ಬೇಕು ಅನ್ನಾಕ ಹತ್ತೀಯಲ್ಲ, ನಿಂದೇನು ಅನ್ನಾ ತಿನ್ನೂ ನಾಲಿಗೀನೋ, ಹೇಲು ತಿನ್ನೂ ನಾಲಿಗೀನೋ ಅದು ಬೊಗಳು ಮೊದ್ಲು!' ಎಂದು ಜೋರು ಮಾಡಿದ್ದಳಂತೆ.

ದೇವಗುಂಡಿಯ ನಮ್ಮ ಜಮೀನಿನ ತಳಭಾಗದಲ್ಲೇ ಅವರ ಹೊಲವೂ ಇದ್ದಿದ್ದರಿಂದ ಮೊದಲೆಲ್ಲ ಆ ನೆಪದಲ್ಲಿ ಬಂದು ನಮ್ಮ ಮನೆಗೂ ಭೇಟಿ ಕೊಟ್ಟ ಹೋಗುತ್ತಿದ್ದ ದ್ಯಾವಮ್ಮ, ಶಕ್ತಿ ಕುಂದಿದ ಮೇಲೆ ಈ ಕಡೆ ಬಂದಿದ್ದು ಕಡಿಮೆಯೇ. ಬೇಸರ ಬಂದರೆ 'ಹೆಗಡೇರಿಗೆ ಒಮ್ಮಿ ಬಂದು ಭೆಟ್ಟಿ ಮಾಡಾಕ ಹೇಳ್ರೀ' ಎಂದು ಯಾರಾದರೂ ಆಳುಮಕ್ಕಳ ಕೈಯಲ್ಲಿ ಹೇಳಿಕಳುಹಿಸುತ್ತಿದ್ದಳು. ಅವಳ ಬಳಿ ಕೂತು ಒಂದು ತಾಸು ಮಾತಾಡಿ ಬಂದರೆ ಅಪ್ಪನಿಗೂ ತನ್ನಮ್ಮನನ್ನು ಕಂಡು ಬಂದಷ್ಟೇ ಸಂತಸ.

ಜನ್ನನ ಜೊತೆ

1981ನೇ ಇಸವಿ. ಅಪ್ಪ ಹೊಸಮನೆ ಕಟ್ಟಿಸುತ್ತಿದ್ದ. ನನಗಾಗ ಎರಡೂವರೆ–ಮೂರು ವರ್ಷ. ಒಂಟಿಯಾಗಿ ಬೆಳೆಯುತ್ತಿದ್ದ ನನಗೆ ಮನೆಗೆ ಬರುತ್ತಿದ್ದ ಆಳುಕಾಳುಗಳೇ ಸ್ನೇಹಿತರು. ಹರಟೆ, ಕುಶಾಲು, ಗರ್ವ, ಗಮ್ಮತ್ತು ಎಲ್ಲ ಅವರ ಜೊತೆಗೆ. ಹೆಣ್ಣಾಳುಗಳ ಪೈಕಿ ಶೆಟ್ಟಣ್ಯಾರ ಯಲ್ಲವ್ವನ ಮಗಳು ಫಕೀರವ್ವ ನನಗೆ ಭಾರಿ ಅಚ್ಚುಮೆಚ್ಚಿನವಳಾಗಿದ್ದಳು. ರೇಡಿಯೋದಲ್ಲಿ ಕೇಳಿ ಬರುತ್ತಿದ್ದ 'ಇವ ಯಾವ ಊರಿನ ಮಾವಾ, ಈ ಚಲುವಾ, ನೋಡೆ ಯವ್ವಾ ಹುಡುಗನಾ...' ಹಾಡನ್ನು ನನ್ನಿಂದ ಪದೇ ಪದೇ ಹಾಡಿಸಿ, ಕೈ ತುಂಬ ಚಪ್ಪಾಳೆ ತಟ್ಟಿ, ಅನಾಯಾಸ ನನ್ನನ್ನು ಉಬ್ಬಿಸಿ ಹೋಗುತ್ತಿದ್ದಳು ಆಕೆ. ಗಂಡಸರ ಪೈಕಿ ಬಡಗಿ ಕೆಲಸಕ್ಕೆ ಬರುತ್ತಿದ್ದ ಕೃಷ್ಣಾಚಾರಿಯಲ್ಲಿ ತುಂಬ ಸಲಿಗೆಯಿತ್ತು. ಆತ ಒಮ್ಮೆ ಬಂದರೆ ವಾರಗಟ್ಟಲೆ ನಮ್ಮನೆಯಲ್ಲಿ ಉಳಿದುಕೊಳ್ಳುತ್ತಿದ್ದ. ಸ್ನೇಹಮಯಿಯಾಗಿದ್ದ ಆತ ಮರದ ಚಿಕ್ಕಪುಟ್ಟ ಆಟಿಕೆಗಳನ್ನು

ಮಾಡಿಕೊಟ್ಟು, ನನ್ನ ಫ್ರೆಂಡ್‌ಶಿಪ್ ಮಾಡಿಕೊಂಡಿದ್ದ. ಕೃಷ್ಣಾಚಾರಿಗೆ ಮೂರ್ನಾಲ್ಕು ಮಂದಿ ಗಂಡುಮಕ್ಕಳು. ಅವರಲ್ಲೊಬ್ಬ ಜನ್ನ, ನನ್ನ ಅಕ್ಕನ ವಯಸ್ಸಿನವನು. ಒಮ್ಮೆ ಜನ್ನ ಕೃಷ್ಣಾಚಾರಿಯ ಜೊತೆ ನಮ್ಮನೆಗೆ ಬಂದ. ಸಮವಯಸ್ಕ ಜೊತೆಗಾರರಿಲ್ಲದೇ ಬೇಸತ್ತಿದ್ದ ನನಗೆ ಒಳ್ಳೆ ಜೊತೆಯಾದ ಆತ. ಮೂರು ಹೊತ್ತು ನಮ್ಮಿಬ್ಬರದು ಆಟವೇ ಆಟ.

ಮಾತಿನ ಮಧ್ಯೆ ಒಮ್ಮೆ ಜನ್ನ ತಮ್ಮೂರಾದ ಹೊನ್ನಾವರದಲ್ಲಿ 'ಲಾಂಚ್'ಗಳಿವೆ ಎಂದ. ಅದೊಂದು ಹೊಸ ಶಬ್ದ ನನ್ನ ಪಾಲಿಗೆ. 'ಹಾಗಂದರೆಂತು' ಎಂದೆ. 'ಲಾಂಚ್ ಗೊತ್ತಿಲ್ಲಾ, ಅದೊಂದ್ ನಮ್ನಿ ದೋಣಿ, ಮನೆ ಇರೋ ದೋಣಿ' ಅಂದ ಅಂವ. ದೋಣಿ ಒಳಗೆ ಮನೆಯೂ ಇರುತ್ತದೆಯೇ? ಆಸಕ್ತಿ ಕೆರಳಿತು ನನಗೆ. ಅಲ್ಲಿಯವರೆಗೆ ನಾನು ದೋಣಿ ನೋಡಿದ್ದೇ ಒಂದೆರಡು ಸಲ, ಬಾಳೇಸರದ ಬಳಿ ಅಘನಾಶಿನಿ ನದಿ ದಾಟುವಾಗ. ಒಂಟಿ ಮರವನ್ನು ಕೊರೆದು ಮಾಡಿದ ಚೂಪು ಮೂತಿಯ ಕಿರಿದಾದ ದೋಣಿ ಅದು. ಅಕ್ಕಪಕ್ಕ ಇಬ್ಬರು ಕುಳಿತುಕೊಳ್ಳಲೂ ಸಾಧ್ಯವಿಲ್ಲ ಅದರಲ್ಲಿ, ಇನ್ನು ಮನೆ ಇರಲು ಸಾಧ್ಯವೆ? ಪೊಕಳೆ ಬಿಡ್ತಾನೆ ಇಂವ ಎನ್ನಿಸಿತು. ಹೇಳಿಯೇ ಬಿಟ್ಟೆ. 'ಇಲ್ಲಪ್ಪಾ, ಖರೇ ಸಂಗ್ತಿ. ಬೇಕಾರೆ ಧರ್ಮಸ್ಥಳ ದೇವರ ಮೇಲೆ ಆಣೆ ಮಾಡಿ ಹೇಳ್ತೆ. ನಾಯೇನಾದ್ರೂ ಪೊಕಳೆ ಬಿಟ್ಟಿದ್ರೆ ನನ್ನ ನಾಲಿಗೆ ಕೆತ್ತಿ ಹೋಗಲಿ'– ಬಡಗಿಯ ಭಾಷೆಯಲ್ಲಿ ಪ್ರಮಾಣ ಮಾಡಿ ಹೇಳಿದ ಜನ್ನ. ಆ ವಯಸ್ಸಿನಲ್ಲಿ ಯಾವುದಾದರೂ ದೇವರ ಹೆಸರನ್ನು ತಗೊಂಡು ಆಣೆ ಮಾಡುವುದರಲ್ಲಿ ಎಂಥ ಕ್ರೇಜ್ ಇರುತ್ತಿತ್ತು! ನಾನೂ ನನ್ನ ಹೇಳಿಕೆಯನ್ನು ಯಾರಾದರೂ ಪ್ರಶ್ನಿಸಿದಾಗೆಲ್ಲ 'ಖರೆ ಸತ್ಯ, ಅಮ್ಮನೋರ್ ಆಣೆ' ಎಂದು ಉಗ್ರ ಡಿಫೆನ್ಸ್‌ಗೆ ಇಳಿಯುತ್ತಿದ್ದೆ. ಆ ಅಮ್ಮನವರು ಯಾರೋ, ನನ್ನಲ್ಲಿ ಉತ್ತರವಿರುತ್ತಿರಲಿಲ್ಲ. ಯಾರೂ ಕೇಳುತ್ತಿರಲಿಲ್ಲ ಕೂಡ, ಅವರೂ ಇಂಥದ್ದೊಂದು ಆಣೆ ಎದುರಿಟ್ಟುಕೊಂಡೇ ಮಾತನಾಡುತ್ತಿದ್ದ ಜನರೇ.

ಧರ್ಮಸ್ಥಳ ದೇವರ ಆಣೆ ಹಾಕಿದ ಮೇಲೆ ಜನ್ನನಿಗೆ ಯಾಕೋ ತಾನು ಒಂದು ಸುತ್ತು ಜಾಸ್ತಿಯೇ ರೀಲು ಸುತ್ತಿಬಿಟ್ಟೆ ಎಂದು ಭಯವಾಯಿತೇನೋ. ಹಾಗಾಗಿ 'ಮನೆ ಎಂದರೆ ಮನೆಯಲ್ಲ, ಮೇಲೆ ಮಾಡು ಇರುವಂಥ ಸಣ್ಣ ಕೋಣೆ, ಮಳೆ ಬಂದಾಗ ಒಳಗೆ ನಿಂತುಕೊಳ್ಳಲಿಕ್ಕೆ ಮಾಡಿರೋದು' ಎಂದು ಸಮಝಾಯಿಸತೊಡಗಿದ. ಆತ ಹೇಳುತ್ತಿದ್ದುದು ಕ್ಯಾಬಿನ್ ಬಗ್ಗೆ, ಆದರೆ ಆ ಶಬ್ದ ಅವನಿಗೆ ತಿಳಿದಿರಲಿಲ್ಲ. ನನಗಂತೂ ತಲೆಬುಡ ಹರಿಯಲಿಲ್ಲ. ಅವನೆಷ್ಟೇ ತಿಣುಕಾಡಿ ವಿವರಿಸಲು ನೋಡಿದರೂ ಲಾಂಚ್‌ನ ಚಿತ್ರವನ್ನು ಕಲ್ಪಿಸಿಕೊಳ್ಳುವುದು ನನ್ನಿಂದ ಸಾಧ್ಯವಾಗಲಿಲ್ಲ. ಅಷ್ಟೊತ್ತಿಗೆ ಸ್ನಾನ ಮಾಡಿಸಲು ನನ್ನನ್ನು ಕರೆದ ಅಮ್ಮ, ನಮ್ಮಿಬ್ಬರ ಆಟಕ್ಕೆ ದೀರ್ಘ ವಿರಾಮ ನೀಡಿದಳು.

ಸ್ನಾನ, ಊಟ ಮುಗಿಸಿ, ಮಧ್ಯಾಹ್ನದ ಮೇಲೆ ಬರೋಬ್ಬರಿ ಎರಡೂವರೆ ತಾಸು ನಿದ್ದೆ ಮಾಡುವುದು ನನ್ನ ದಿನಚರಿಯ ಅಂಗ ಆಗ. ಎದ್ದು ಬರುವ ಹೊತ್ತಿಗೆ ಜನ್ನ ನನ್ನನ್ನೇ ಕಾಯುತ್ತ ಕುಳಿತಿದ್ದ. ಕಣ್ಣು ತಿಕ್ಕುತ್ತಾ ಬಂದ ನನ್ನನ್ನು ನೋಡಿ, 'ಇಲ್ ಬಾ, ಎಂತೋ ತೋರಿಸ್ತೆ' ಎಂದ. ಆಸರಿಗೆ ಕುಡಿಯಲು ಬರಬೇಕೆಂಬ ಅಮ್ಮನ ಕರೆಗೆ ಓಗೊಡದೇ ಜನ್ನನ ಹಿಂದೆ ಓಡಿದೆ ನಾನು. ಯಾವಾಗಲೂ ಏನಾದರೂ ಕ್ರಿಯೇಟಿವ್ ಕಿಲಾಡಿ ಮಾಡುತ್ತಿರುತ್ತಿದ್ದ ಆತ ಖಂಡಿತ ಏನೋ ಮಜವಾದುದನ್ನು ತೋರಿಸುತ್ತಾನೆ ಎಂಬ ಖಾತ್ರಿ ಇತ್ತು ನನಗೆ. ಸೀದಾ ನಮ್ಮ ಮನೆಯ ಚಕ್ಕಡಿ ಗಾಡಿಯ ಅಡಿಗೆ ನನ್ನನ್ನು ಕರೆದೊಯ್ದ ಜನ್ನ, ಅಲ್ಲಿ ಬೋರಲಾಗಿರಿಸಿದ್ದ ದೊಡ್ಡ ಸಾಗವಾನಿ ಎಲೆಯನ್ನು ಹುಷಾರಾಗಿ ಎತ್ತಿದ. ತಲೆ ಸ್ಫೋಟಿಸುವಷ್ಟು ಕುತೂಹಲವನ್ನು ನಾನು ಒಳಗೆ ತುಂಬಿಕೊಂಡಿದ್ದು ಆ ಕ್ಷಣದಲ್ಲಿ ಸಾರ್ಥಕವಾಗಿತ್ತು. ಮರದ ಕೊರಟೊಂದರ ಮೇಲೆ ಮಣ್ಣಿನಿಂದ ರಚಿಸಿದ್ದ, ಇನ್ನೂ ಹಸಿಹಸಿಯಾಗಿದ್ದ ಆಕಾರವನ್ನು ತೋರಿಸಿದ ಜನ್ನ 'ಇದೇ ಲಾಂಚ್' ಎಂದ. ಮುಂಭಾಗ ಅಗಲವಾಗಿ, ಹಿಂಭಾಗ ಚೂಪಾಗಿ ಇದ್ದ ಆ ಮೊಳ ಉದ್ದದ ಮಣ್ಣಿನ ಆಕಾರ, ನಿಜಕ್ಕೂ ಲಾಂಚ್‌ನದೇ ಪ್ರತಿಕೃತಿಯಾಗಿತ್ತು. (ನಿಜವಾದ ಲಾಂಚ್ ಅನ್ನು ನಾನು ನೋಡಿದ್ದು ಎಷ್ಟೋ ವರ್ಷಗಳ ನಂತರ.) ಮೂರು ವರ್ಷದ ನನ್ನ ಕುತೂಹಲವನ್ನು ತಣಿಸಲೆಂದು ಐದು ವರ್ಷದ ಜನ್ನ ಅತ್ಯಂತ ಸಮೀಪದ ಪ್ರತಿಕೃತಿಯೊಂದನ್ನು ಮಣ್ಣಿನಲ್ಲಿ ರಚಿಸಿದ್ದ!! ಅದರ ಮಧ್ಯಭಾಗದಲ್ಲಿ ಅಂಗೈ ಅಗಲದ ಮನೆ, ಅದಕ್ಕೆ ಇಳಿಜಾರು ಛಾವಣಿ, ಒಂದು ಬೆರಳು ತೂರುವಷ್ಟು ಅಗಲದ ಬಾಗಿಲು. ಆ ಬಾಗಿಲೊಳು ತನ್ನ ಪುಟ್ಟ ಬೆರಳು ತೂರಿದ ಆತ, 'ಇಲ್ಲಿ ಡ್ರೈವರ್ ಕೂತ್ಕಂತಾನೆ' ಎಂದ. ಅಂಥದ್ದೊಂದು ವಸ್ತುವನ್ನು ಅದೇ ಮೊದಲ ಬಾರಿಗೆ ನೋಡಿದ್ದ ನಾನು ಎಷ್ಟು ಥ್ರಿಲ್ ಆಗಿದ್ದೆ ಎಂದರೆ 'ಹಂಗಾರೆ ಇದ್ನೀಗ ನೀರಲ್ಲಿ ಬಿಡುವಾ' ಎನ್ನುತ್ತ ಎದ್ದೇ ಬಿಟ್ಟೆ. 'ಅಯ್ಯ, ಆಗದಿಲ್ಲ. ಇದಿನ್ನೂ ಹಸೀಕೆ ಇದ್ಯಲ್ಲಾ' ಜನ್ನ ವಿಷಾದ ವ್ಯಕ್ತಪಡಿಸಿದ. ನಾನು 'ಹೌದಲ್ಲಾ' ಎಂದು ಪೆಚ್ಚುಮೋರೆ ಹಾಕಿದೆ. ಹಸಿಯಾಗಿದ್ದ ಆ ಮಣ್ಣಿನ ದೋಣಿಯನ್ನು ಒಣಗಿದ ನಂತರವೂ ನೀರಲ್ಲಿ ತೇಲಿ ಬಿಡಲಾಗದು ಎಂಬ ಅಂಶ ನಮ್ಮ ಕಲ್ಪನೆಗಾಗ ನಿಲುಕಿರಲಿಲ್ಲ.

ಮತ್ತೊಂದು ದಿನ: ನಮ್ಮ ಮನೆಯ ಇಲಿಕತ್ತರಿಯಲ್ಲಿ ಇಲಿಯೊಂದು ಬಿದ್ದಿತ್ತು. ಕತ್ತರಿಯಲ್ಲಿ ಕಾಲು ಸಿಕ್ಕಿಕೊಂಡು ಬಿದ್ದ ಇಲಿ ಒದ್ದಾಡುವುದರಿಂದ ಹಿಡಿದು, ಅಪ್ಪ ಅದಕ್ಕೆ ಪೆಟ್ಟು ಕೊಟ್ಟಿದ್ದು, ನಂತರ ಅದನ್ನು ಬೆಕ್ಕಿಗೆ ಹಾಕಿದ್ದು ಎಲ್ಲವನ್ನೂ ಭಾರಿ ಕುತೂಹಲದಿಂದ ನೋಡಿದ ನಾನು ಆ ಎಪಿಸೋಡ್ ನಂತರ ಅದನ್ನು ಜನ್ನನಿಗೆ ಹೇಳಲು ಧಾವಿಸಿದೆ. ಎಂದಿನಂತೆ ನನ್ನ ಮಾಮೂಲು ಹವ್ಯಕ ಧಾಟಿಯಲ್ಲಿ 'ನಮ್ಮನೇಲಿ ಇವತ್ತು ಯಲಿ ಬಿದ್ದಿತ್ತು' ಎಂದೆ. 'ಯಲಿ ನಿಮ್ಮನೇಲಿ ಹ್ಯಾಂಗೆ ಬೀಳ್ತದೆ?

ಅದು ಗಿಡದಾಗೆ ಇರ್ತದೆ' ಎಂದ ಅಂವ. 'ಗಿಡದ ಮ್ಯಾಲೆಂತ ಯಲಿ ಇರ್ತದೆ? ಇದು ಇರದು ಕಣಜದಲ್ಲಿ, ಅಕ್ಕಿ ಚೀಲದ ಮೇಲೆ' ಎಂದು ವಾದಿಸಿದೆ ನಾನು. ಜನ್ನ ಒಪ್ಪಲು ಸಿದ್ಧನಿರಲಿಲ್ಲ, 'ಅಕ್ಕಿ ಚೀಲದ ಮ್ಯಾಲೆ ಹ್ಯಾಂಗೆ ಯಲಿ ಇರ್ತದೆ? ಅದು ಇರಾದು ಗಿಡದಾಗೆ, ಮರದಾಗೆ ಮಾತ್ರ' ಜೋರಾಗಿ ವಾದಿಸಿದ ಅಂವ. ನಾನೂ ಬಿಡಲಿಲ್ಲ– ನಮ್ಮನೆಯಲ್ಲಿ ಯಲಿ ಬಿದ್ದದ್ದು ಖರೆ, ಅದು ಇರುವುದೇ ಅಕ್ಕಿ, ಭತ್ತಗಳ ಬಳಿ, ಬೇಕಾದರೆ ನನ್ನ ಅಪ್ಪನನ್ನು ಕೇಳೋಣ ಎಂದೆಲ್ಲ ಜೋರಾಗಿ ವಾದಿಸಿದೆ. ವಾಸ್ತವ ಏನೆಂದರೆ ಇಬ್ಬರ ಅಬ್ಸರ್‌ವೇಶನ್‌ಗಳೂ ಸರಿಯಾಗೇ ಇದ್ದವು, ಆದರೆ ಅದನ್ನು ವಿವರಿಸಲು ನಾವು ಬಳಸಿದ ಪದ ತಪ್ಪಾಗಿದ್ದವು. ನಾನು ಹವ್ಯಕರ ಮಾತಿನಂತೆ 'ಇಲಿ'ಯನ್ನು 'ಯಲಿ' ಎಂದು ಅಪಭ್ರಂಶಗೊಳಿಸಿದ್ದರೆ, ಜನ್ನ ಮುಂಡಗೋಡಿನ ಕನ್ನಡದಂತೆ 'ಎಲೆ'ಯನ್ನು 'ಯಲಿ' ಎಂದು ಅಪಭ್ರಂಶಗೊಳಿಸಿದ್ದ.

ಗಂಡಸರಷ್ಟು ಗಟ್ಟಿ ಕೆಲಸ ಮಾಡುತ್ತಿದ್ದ, ಗುಂಡು ಹಾಕುತ್ತಿದ್ದ, ಭಾರಿ ಗಡಸುಗಾತಿಯಾಗಿದ್ದ ಭೋವಿ ದುರ್ಗವ್ವ... ನಮಗೆ ಜಮೀನು ಮಾರಿದ್ದ ಹಿರಳ್ಳಿ ಹನುಮಂತಪ್ಪನ ಹೆಂಡತಿಯಾದ, ಅಪ್ಪನಲ್ಲಿ ಅಪಾರ ವಿಶ್ವಾಸವಿಟ್ಟಿದ್ದ ತಿಪ್ಪವ್ವ... ತಿರುಪತಿ–ಹನುಮಂತಿಯ ಜೋಡಿ... ಊರಿನ ಏಕೈಕ ಮುಸ್ಲಿಮ್ ಕುಟುಂಬದ ಮರಂಬಿ ಮತ್ತು ಅವಳ ಮನೆಯವರು... ಹೀಗೆ ಒಡನಾಟದ ಒಳವಲಯದೊಳಕ್ಕೆ ಬಂದವರು ಬಹಳಷ್ಟು ಮಂದಿ. ಎಲ್ಲ ಹನುಮಾಪುರವನ್ನು ಬಿಟ್ಟು ಹಲವು ವರ್ಷಗಳಾದರೂ ಇನ್ನೂ ನೆನಪಿನ ಕಣಜದಲ್ಲಿ ಬೆಚ್ಚಗೆ ಉಳಿದ ಗಟ್ಟಿ ಕಾಳುಗಳು. ಆತ್ಮೀಯತೆಯ ಒಂದು ಹನಿ ತೇವವೂ ಮತ್ತೆ ಒಡನಾಟದ ಮೊಳಕೆ ಚಿಗುರಿಸಬಲ್ಲದು, ಸ್ನೇಹದ ಮರ ಬೆಳೆಯಬಲ್ಲದು. ನೀರುಣಿಸಲು ತುಸು ಬಿಡುವು ದೊರೆಯುವುದೆಂದೋ?

ತ್ರಿಶಂಕು ವಿಶ್ವಾಮಿತ್ರನಾದ!

ಅನ್ನದ ಋಣ, ನೀರಿನ ಋಣ ಮನುಷ್ಯರನ್ನ ಎಲ್ಲೆಲ್ಲಿಗೋ ಒಯ್ಯುತ್ತದೆ ಎನ್ನುತ್ತಾರಲ್ಲ. ಅಪ್ಪನದ್ದೂ ಅದೇ ಕತೆ. ಓದು ಮುಗಿಸಿ ಬ್ಯಾಂಕಿನಲ್ಲಿ ಕೆಲಸ ಮಾಡಬೇಕೆಂದುಕೊಂಡಿದ್ದ ಅಪ್ಪ ಹನುಮಾಪುರವೆಂಬ ಚಕ್ರವ್ಯೂಹದಲ್ಲಿ ಸಿಲುಕಿಕೊಂಡಿದ್ದು ಈ ಋಣದ ಕಾರಣಕ್ಕೇ ಇರಬೇಕು.

ಕುಮಟಾದಲ್ಲಿ ಪಿಯುಸಿ ಮುಗಿಸಿ ಅಲ್ಲಿಯೇ ಬಿಕಾಂ ಓದಲು ನಿರ್ಧರಿಸಿದ್ದ ಅಪ್ಪನಿಗೆ ಹನುಮಾಪುರ ತಗಲಿಕೊಂಡಿದ್ದೇ ಒಂದು ಕತೆ. ಹಿರಿಯ ಇಬ್ಬರು ಗಂಡುಮಕ್ಕಳಿಗೆ ಮದುವೆಯಾಗಿ ಸಂಸಾರ ದೊಡ್ಡದಾಗುತ್ತಿದ್ದಂತೆಯೇ ಊರಿನ ಜಮೀನು ಸಾಲದು ಎಂದು ಅಜ್ಜನಿಗೆ ಅನಿಸಲಾರಂಭಿಸಿತು. ಅದ್ಯಾಕೋ ಏನೋ, ಹುಡುಕಿದರೆ ನಮ್ಮ ಮಲೆನಾಡಲ್ಲಿಯೇ ಬೇಕಷ್ಟು ಜಮೀನು ಸಿಗುತ್ತಿದ್ದರೂ ನೆಲದ ಋಣ ಅಜ್ಜನನ್ನು ಬಯಲುಸೀಮೆಯ ಹನುಮಾಪುರದವರೆಗೆ ಎಳೆದುತಂದಿತು. ಅಜ್ಜ ಈ ಊರಿಗೆ ಬಂದು ಖರೀದಿಗಾಗಿ ಜಮೀನು ನೋಡುವುದು ಗೊತ್ತಾಗುತ್ತಿದ್ದಂತೆಯೇ ಹನುಮಂತಪ್ಪನ ಕಿವಿ ಚುರುಕಾಯಿತು.

ಹನುಮಂತಪ್ಪ ಅಶಿಕ್ಷಿತನಾದರೂ ಒಳ್ಳೆ ಮಾತುಗಾರ. ಗತ್ತು ಗೈರತ್ತಿನ ವ್ಯಕ್ತಿ. ನೋಡಲು ದೊಡ್ಡ ಆಳು. ಮಾತಲ್ಲಿ ಜೋರಿದ್ದರಿಂದ ಊರಲ್ಲಿ 'ಹಿರೇ ಮನಷಾ' ಅನಿಸಿಕೊಂಡಿದ್ದವ. ಅಲ್ಲದೇ ರಾಜಕೀಯದಲ್ಲೂ ಮುಂದಾಗಿ ಪಂಚಾಯ್ತಿ ಮಟ್ಟದಲ್ಲಿ

ಗುರುತಿಸಿಕೊಂಡಿದ್ದ. ಆತನಿಗೆ ಊರ ಬಳಿ ನಾಲ್ಕೆಕರೆ ಮಾಲಕೀ ಜಮೀನು ಇತ್ತು. ಅದು ಅಲ್ಲದೇ ಊರಿಂದ ಒಂದು ಕಿಲೋಮೀಟರ್ ದೂರದಲ್ಲಿ ಆರೆಂಟು ಎಕರೆ ಅರಣ್ಯ ಅತಿಕ್ರಮಣ ಮಾಡಿದ್ದ. ಆ ಜಮೀನಿನ ಪಕ್ಕದಲ್ಲಿ ಹಾಳು ಬಿದ್ದ ಬಸವಣ್ಣ ದೇವರ ಗುಡಿ ಇತ್ತು. ಗುಡಿಗೆ ಗೋಡೆ, ಛಾವಣಿ ಒಂದೂ ಇರಲಿಲ್ಲ. ಹಳೆ ಕಾಲದ ದೇವಸ್ಥಾನ ಸಂಪೂರ್ಣ ಬಿದ್ದು ಹೋಗಿ ಭಗ್ನಗೊಂಡ ಶಿವಲಿಂಗ ಹಾಗೂ ನಂದಿ ವಿಗ್ರಹ (ಬಸವಣ್ಣ) ಬಯಲಿನಲ್ಲಿ ನಿಂತಿದ್ದವು. ಸಮೀಪದ ಕಾಡಿನಲ್ಲಿ ಹಿಂದಾನೊಂದು ಕಾಲದಲ್ಲಿ ಯಾರೋ ದೊಡ್ಡಮನುಷ್ಯ ಶಿವಾಲಯ ಕಟ್ಟಿಸಿದ್ದರ ಕುರುಹಾಗಿ ಒಂದು ಶಾಸನ ಇತ್ತು, ಆ ಶಾಸನದಲ್ಲಿ ಹಳೆಗನ್ನಡದ ಬರಹ, ದೊಡ್ಡದೊಂದು ಶಿವಲಿಂಗದ ಚಿತ್ರ, ಆ ಶಿವಲಿಂಗದ ಒಂದು ಕಡೆ ಒಬ್ಬ ದಂಪತಿ, ಈಚೆಗೆ ಪೂಜಾರಿ ಕೂತು ಪೂಜೆ ಮಾಡುತ್ತಿದ್ದ ದೃಶ್ಯದ ಕೆತ್ತನೆ ಇತ್ತು. ಕಾಡಮಧ್ಯೆ ಅನಾಥವಾಗಿ ಬಿದ್ದಿದ್ದ ಆ ಶಾಸನವೀಗ ದನಕರು ಮೈ ತುರಿಸಿಕೊಂಡು ಹೋಗುವ ಕಲ್ಲಾಗಿ ನಿಂತಿತ್ತು. ಆ ಪೂರ್ತಿ ಜಾಗ, ನಡುವಲ್ಲಿದ್ದ ಹನ್ನೆರಡು ಎಕರೆ ಕೆರೆ, ಸುತ್ತಲಿನ ಗದ್ದೆಬಯಲಿಗೆಲ್ಲ ಒಟ್ಟಾರೆಯಾಗಿ 'ದೇವಗುಂಡಿ' ಬಯಲು ಎಂಬ ಹೆಸರು ಬಂದಿತ್ತು.

ಹಣದ ತಾಪತ್ರಯ ಇದ್ದಿದ್ದರಿಂದ ದೇವಗುಂಡಿಯ ಆ ಜಮೀನಿನಲ್ಲಿ ಸ್ವಲ್ಪ ಭಾಗ ಮಾರಿ ದುಡ್ಡು ಮಾಡಿಕೊಳ್ಳಲು ಯೋಜಿಸಿದ್ದ ಹನುಮಂತಪ್ಪನಿಗೆ, ಹುಡುಕುತ್ತಿದ್ದ ಬಳ್ಳಿ ಕಾಲಿಗೆ ಸುತ್ತಿಕೊಂಡಂತೆ ನಮ್ಮಜ್ಜ ಸಿಕ್ಕಿದ. ಈ ಬಯಲುಸೀಮೆ ಊರಲ್ಲಿ ಜಮೀನಿನ ಋಣ ಇಲ್ಲ ಎಂದುಕೊಂಡು ವಾಪಸ್ಸು ಹೋಗುತ್ತಿದ್ದ ಅಜ್ಜನನ್ನು ದಾರಿ ಮಧ್ಯೆ ಅಡ್ಡಹಾಕಿದ ಆತ, 'ಸಪ್ಪನದಾಗ ನೀವು ಪೂಜಿ ಮಾಡ್ತಿದ್ದಾಂಗ ಕಂಡೈತ್ರೀ. ಗುಡಿಗೆ ತಾಗಿ ಇದ್ದ ಜಮೀನು ಕೊಡ್ತೇನಿ. ಕಮತ ಮಾಡಿಕೋರಿ. ಆದ್ರ ವಂದ ಷರತ್ತು. ಬಸವಣ್ಣ ದೇವರ ಗುಡಿ ಮತ್ತ ಕಟ್ಟಿ, ಛೋಲೋತ್ನಾಗಿ ಪೂಜಿ ಮಾಡ್ಕೊಂಡು ಹೋಗಬೇಕ್ರೀ' ಎಂದು ಗಂಟುಬಿದ್ದ. ದೇವರ ಹೆಸರು ಕೇಳಿದ್ದೇ ಅಜ್ಜನಿಗೆ ಇದು ಶುಭ ಸೂಚನೆ ಅನಿಸಿತು. ಆತ ಖರೀದಿ ಒಪ್ಪಂದ ಮಾಡಿಕೊಂಡೇ ಬಿಟ್ಟ. ಅಜ್ಜನ ಯೋಜನೆಯ ಪ್ರಕಾರ ಎರಡನೆಯ ದೊಡ್ಡಪ್ಪ ಈ ಜಮೀನು ನೋಡಿಕೊಳ್ಳಬೇಕಿತ್ತು. ಆತ ಒಪ್ಪಲಿಲ್ಲ. ಮೂರನೆಯ ದೊಡ್ಡಪ್ಪ ವೈದ್ಯಕೀಯ ಓದುತ್ತಿದ್ದ. ಆತನಿಗೆ ಕಾಲೇಜು ಬಿಡಿಸಿ ಉಳುಮೆಗೆ ಹಚ್ಚಲು ಸಾಧ್ಯವಿರಲಿಲ್ಲ. ಕೊನೆಗುಳಿದಿದ್ದು ನಾಲ್ಕನೆಯ ಮಗ ನಮ್ಮಪ್ಪ. ಅಷ್ಟೇ ಪಿಯುಸಿ ಮುಗಿಸಿದ್ದ ಅಪ್ಪ ತಂದೆ, ಅಣ್ಣಂದಿರ ಮಾತಿಗೆ ಕಟ್ಟು ಬಿದ್ದು ಜಮೀನು ನೋಡಿಕೊಳ್ಳಲು ಒಪ್ಪಿದ.

ಮೊದಲೊಂದೆರಡು ವರ್ಷ ಭೂಮಿ ಹಸನು ಮಾಡುವುದರಲ್ಲೇ ಹೋಯಿತು. ಉಳುಮೆ ಮಾಡದೇ ಬಿಟ್ಟಿದ್ದ ಜಮೀನಿನಲ್ಲಿ ಬಿದಿರುಮಟ್ಟಿ, ಮರಗಿಡ ಯದ್ವಾತದ್ವಾ ಬೆಳೆದಿದ್ದವು. ಅಲ್ಲಲ್ಲಿ ಹುತ್ತ ಬೇರೆ. ಮೊದಲ ವರ್ಷ ಅಪ್ಪ ಹನುಮಾಪುರ ಊರಲ್ಲೇ ಉಳಿದು ಹೊಲಕ್ಕೆ ಬಂದು ಹೋಗಿ ಮಾಡುತ್ತಿದ್ದ. ಆದರೆ ಮಲೆನಾಡಿನಲ್ಲಿ ಸುಶಿಕ್ಷಿತ

ಜನರ ಮಧ್ಯೆ ಬೆಳೆದಿದ್ದ ಅಪ್ಪನಿಗೆ ಹನುಮಾಪುರ ಊರೊಳಗಿನ ಗದ್ದಲದ ಬದುಕು ಸ್ವಲ್ಪ ಕಷ್ಟವೆನಿಸಿತು. ಜೊತೆಗೆ ಜಮೀನಿನಲ್ಲೇ ಉಳಿದರೆ ಇನ್ನೂ ಚೆನ್ನಾಗಿ ಕೆಲಸ ಮಾಡಬಹುದು ಎಂಬ ಉದ್ದೇಶದಿಂದ ಮರು ವರ್ಷದಿಂದ ಅಲ್ಲೇ ಪುಟ್ಟ ಮಣ್ಣಿನ ಮನೆ ಕಟ್ಟಿ ಉಳಿಯಲಾರಂಭಿಸಿದ. ನಿರಂತರ ದುಡಿಮೆಯಿಂದ ಹೊಲ ಹಸನು ಮಾಡಿ, ಬಾವಿ ತೋಡಿ, ಮಾವು, ತೆಂಗಿನ ಗಿಡ ನೆಟ್ಟು, ತಂತಿಬೇಲಿ ಮಾಡಿಸಿ ಒಳ್ಳೆ ಬೆಳೆ ತೆಗೆಯಲಾರಂಭಿಸಿದ ಅಪ್ಪ. ಕೊಯಿಲಿನ ನಂತರ ಇಲ್ಲಿಗೆ ಬೇಕಾದಷ್ಟು ಭತ್ತ ಉಳಿಸಿಕೊಂಡು ಬಾಕಿ ಎಲ್ಲ ಭತ್ತ, ಬಿಳಿಹುಲ್ಲನ್ನು ಬಾಳೇಸರಕ್ಕೆ ಕಳಿಸುತ್ತಿದ್ದ. ಅಲ್ಲಿ ಊಟಕ್ಕೆ, ದನಕರುಗಳ ಮೇವಿಗೆ ಇಲ್ಲಿಂದಲೇ ಪೂರೈಕೆಯಾಗುತ್ತಿತ್ತು. ದೊಡ್ಡಪ್ಪಂದಿರು, ಅಮ್ಮಮ್ಮ (ಅಪ್ಪನ ಅಮ್ಮ) ಆಗಾಗ ಬಂದು ಹೋಗಿ ಸಹಾಯ ಮಾಡುತ್ತಿದ್ದರು.

ಅತ್ತ ಹನುಮಂತಪ್ಪ ಜಮೀನು ಮಾರಿ ಪಡೆದಿದ್ದ ಹಣ ಎಲ್ಲ ಸೊಸೈಟಿ ಸಾಲಕ್ಕೆ ಚುಕ್ತಾ ಆಗಿತ್ತು. ಮನೆಯಲ್ಲಿ ಹೆಂಡತಿ, ಚಿಕ್ಕ ವಯಸ್ಸಿನ ಮಕ್ಕಳು, ಮೈ ಮೇಲೆ ಸಾಲ. ಅಪ್ಪನ ಜಮೀನು ಕಳೆಗಟ್ಟಲಾರಂಭಿಸಿದ್ದೇ ಊರಿನ ಕೆಲವು ಅಡ್ಡಕಸುಬಿಗಳು ಹನುಮಂತಪ್ಪನ ಕಿವಿ ಚುಚ್ಚಲು ಶುರುಮಾಡಿದ್ದರು. 'ಅಲ್ಲಪಾ, ನೀ ಮಾರೋದು ಮಾರಿದಿ, ಇನ್ನೊಂದೀಟು ಜಾಸ್ತಿ ರೊಕ್ಕ ಕೇಳೋದಲ್ಲೇನು? ಮಲ್ನಾಡ ಮಂದಿ, ರೊಕ್ಕ ಇರ್ತೈತಿ. ಹೋಗ್ಲಿ ತಗಾ, ಈಗರ ಮ್ಯಾಗಿಂದ ಇಂತಿಷ್ಟು ಕೊಡಬೇಕು ಅನ್ನು...' ಅಂತೆಲ್ಲ ಅಂವನ ತಲೆ ಕೆಡಿಸಿದರು. ಅಂವ ಅಪ್ಪನ ಬಳಿ ತಕರಾರು ಶುರು ಮಾಡಿದ. ಮೊದಮೊದಲು ಅಪ್ಪ ಕ್ಯಾರೇ ಎನ್ನಲಿಲ್ಲ. ತನ್ನ ಪಾಡಿಗೆ ತನ್ನ ಕೆಲಸ ಮಾಡಿಕೊಂಡು ಹೋದ. ಆದರೆ ಕೊಯಿಲು, ಒಕ್ಕಲು ಎಲ್ಲ ಮುಗಿಸಿ ಊರಿಗೆ ಭತ್ತ, ಬಿಳಿಹುಲ್ಲು ಸಾಗಿಸಲು ಹೊರಟಾಗ ಹನುಮಂತಪ್ಪ ಮತ್ತೆ ಅಡ್ಡಬಂದ. ದೇವಗುಂಡಿಯಿಂದ ಲೋಡ್ ಮಾಡಿಕೊಂಡ ಲಾರಿ ಹನುಮಾಪುರ ಊರಿನಲ್ಲಿ ಹನುಮಂತಪ್ಪನ ಮನೆಯ ಎದುರೇ ಹಾದು ಹೋಗಬೇಕಿತ್ತು. ಆ ಬೀದಿ ತುಂಬ ಅವನ ಸಹೋದರರು, ಸಂಬಂಧಿಕರು ವಾಸವಿದ್ದರು. ಎಲ್ಲರನ್ನೂ ಸೇರಿಸಿಕೊಂಡು ಅಂವ ಲಾರಿಗೆ ಅಡ್ಡ ಹಾಕಿ ನಿಂತ. 'ನನಗ ಇನ್ನೂ ರೊಕ್ಕ ಬೇಕು. ಮನ್ಯಾಗ ಹೆಂಡತಿ, ಮಕ್ಕಳಿಗೆ ಉಣ್ಣಾಕೂ ತೊಂದರೆ ಆಗೇತಿ. ನನಗ ರೊಕ್ಕ ಕೊಟ್ಟು ಗಾಡಿ ಬಿಡಿಸಿಕೊಂಡು ಮುಂದೆ ಹೋಗರಿ' ಎಂದು ಪಟ್ಟು ಹಿಡಿದ. ಅಪ್ಪನಿಗೆ ಗಲಾಟೆ ಬೇಕಿರಲಿಲ್ಲ. 'ಸರಿಯಪಾ, ನೀ ಬಡತನದಿಂದ ಕೇಳಾಕ ಹತ್ತಿ. ಆದರೆ ನಿನಗ ಕೊಡಾಕ ನನ್ನ ಹತ್ತಿರಾನೂ ರೊಕ್ಕ ಇಲ್ಲ. ಉಣ್ಣಾಕ ಇಲ್ಲ ಅಂತೀಯಲ್ಲ, ಅದಕ್ಕ ಹತ್ತು ಚೀಲ ಭತ್ತ ಕೊಡತೇನಿ. ಅಕ್ಕಿ ಮಾಡಿಸಿಕೊಂಡು ಉಣ್ಣು' ಎಂದು ಹೇಳಿ ಹತ್ತು ಮೂಟೆ ಇಳಿಸಿ, ಗಾಡಿ ಬಿಡಿಸಿಕೊಂಡು ಮುಂದೆ ಹೊರಟ ಅಪ್ಪ. ಆ ವರ್ಷ ಹನುಮಂತಪ್ಪ ಮತ್ತೆ ತಂಟೆಗೆ ಬರಲಿಲ್ಲ.

ಆದರೆ ಕಡ್ಡಿ ಹಾಕುವವರು ಬಿಡಬೇಕಲ್ಲ. ಮರುವರ್ಷ ಬಿತ್ತನೆ ಶುರುವಾಗಿದ್ದೇ ಮತ್ತೆ ಕಿವಿ ಊದಲು ಶುರುಮಾಡಿದರು. ಕೊಯಿಲಿನ ನಂತರ ಆತ ಮತ್ತೆ ಊರಕಡೆ ಹೊರಟಿದ್ದ ಲಾರಿಯನ್ನು ತಡೆ ಹಿಡಿದ. ಅಪ್ಪನ ಜೊತೆ ಇದ್ದ ಹಿರಿ ದೊಡ್ಡಪ್ಪ 'ಸಾಧ್ಯವೇ ಇಲ್ಲ' ಎಂದು ಆತನ ಎದುರು ನಿಂತರು. ಆದರೆ ಸಂಘರ್ಷಕ್ಕೆ ಒಪ್ಪದ ಅಪ್ಪ ಆ ವರ್ಷವೂ ಹತ್ತು ಚೀಲ ಭತ್ತ ಆತನಿಗೆ ಕೊಟ್ಟು ಲಾರಿ ಬಿಡಿಸಿಕೊಂಡ. ಮತ್ತೊಂದು ವರ್ಷ ಹೀಗೆಯೇ ಮುಂದುವರೆಯಿತು. ಈ ನಡುವೆ ಈ ಕಾಡೂರಿನ ಒಂಟಿತನದ ಬದುಕು, ಹನುಮಂತಪ್ಪನ ಕಾಟ, ಅಶಿಕ್ಷಿತ ಜನರ ಜೊತೆಗಿನ ಗುದ್ದಾಟ, ನೀರಿನ ಬವಣೆ ಎಲ್ಲದರಿಂದ ರೋಸಿ ಹೋದ ಅಪ್ಪ, ಹನುಮಾಪುರವನ್ನೇ ತೊರೆಯುವ ಯೋಚನೆಯನ್ನೂ ಮಾಡಿದ್ದ. ರೇಡಿಯೋ ಪ್ರಸಾರದ ಬಗ್ಗೆ ಬಹಳ ಆಸಕ್ತಿ ಇದ್ದ ಅಪ್ಪ ಧಾರವಾಡ ಆಕಾಶವಾಣಿಗೆ ಹೋಗಿ ಅಲ್ಲಿ ಕೆಲ ತಿಂಗಳು ತರಬೇತಿಯನ್ನೂ ಪಡೆದ. ಹಿರಿಯ ಲೇಖಕ ಎನ್‌ಕೆ ಕುಲಕರ್ಣಿಯವರು ಆಗ ತರಬೇತಿ ನೀಡಿದವರು. ಕೆಲಸವೂ ಅಲ್ಲೇ ಪಕ್ಕಾ ಆಗುವುದರಲ್ಲಿತ್ತು. ಆದರೆ ಮನೆಯಲ್ಲಿ ಯಾರೂ ಒಪ್ಪಲಿಲ್ಲ. ಅಷ್ಟೊತ್ತಿಗಾಗಲೇ ಅಜ್ಜ ಕ್ಯಾನ್ಸರ್ ಬಂದು ತೀರಿಕೊಂಡಿದ್ದ, ಆತ ಸಾಯುವ ಮೊದಲು ಮಾಡಿದ್ದ ಜಮೀನನ್ನು ಅಪ್ಪ ಕೈಬಿಡುವುದು ದೊಡ್ಡಪ್ಪಂದಿರಿಗೆ, ಅಮ್ಮಮ್ಮನಿಗೆ ಇಷ್ಟವಿರಲಿಲ್ಲ. ಅಪ್ಪ ಆಕಾಶವಾಣಿಯ ತನ್ನ ಕನಸನ್ನು ಆಗಸಕ್ಕೆ ತೂರಿ ದೇವಗುಂಡಿ ಜಮೀನಿಗೆ ವಾಪಸ್ಸಾಗಬೇಕಾಯ್ತು.

ಅದರ ಮುಂದಿನ ಬೇಸಿಗೆಯಲ್ಲಿ ಅಪ್ಪನ ಮದುವೆ ನಿಶ್ಚಯವಾಗಿತ್ತು. ಲಗ್ನಪತ್ರಿಕೆ ಕೈಯಲ್ಲಿ ಹಿಡಿದು ಹನುಮಂತಪ್ಪನ ಮನೆಗೆ ಹೋದ ಅಪ್ಪ, 'ನೋಡಪಾ,

ಮನ್ಯಾಗ ನನಗ ಲಗ್ನ ಮಾಡಾಕ ಹತ್ತಾರ. ಮದುವೀ ಆದ ಮ್ಯಾಲ ನಾ ಹೆಂಡತಿ ಕರಕೊಂಡು ಇಲ್ಲೇ ಬಂದು ಬಾಳ್ವೆ ಮಾಡ್ಬೇಕು. ಇಲ್ಲಿನ ನನ್ನ ದುಡಿಮೆಯಿಂದ ಹೆಂಡತೀದು, ನಾಳೆ ಹುಟ್ಟೋ ಮಕ್ಕಳಿದ್ದು ಜೀವನ ನಡೀಬೇಕು. ನೀ ಈಗಾಗಲೇ ಸಾಕಷ್ಟು ತೊಂದರೆ ಮಾಡಿದ್ದೀ. ಇನ್ನೂ ತೊಂದರೆ ಮುಂದುವರೆಸೋ ಆಲೋಚನೆ ಇದ್ದರೆ ಈಗಲೇ ಹೇಳಿಬಿಡು. ನಾ ಮದುವೀನ ಆಗಾಂಗಿಲ್ಲ. ಯಾಕ ಸುಳ್ಳೆ ನಾಳೆ ಕಟ್ಟಿಕೊಂಡ ಹೆಂಡತೀನೂ ಇಲ್ಲಿನ ಜಂಜಾಟಕ್ಕೆ ಸಿಕ್ಕಿಹಾಕಿಸ್ಬೇಕು ಹೇಳು' ಎಂದ. ತನ್ನ ವರ್ತನೆಗೆ ಮುಜುಗರಪಟ್ಟುಕೊಂಡ ಹನುಮಂತಪ್ಪ, 'ಏ ಇಲ್ರೀ ಹೆಗಡೇರೆ. ನೀವು ಮದುವೆ ಆಗ್ರೀ, ಚೊಲೊತ್ನಾಗಿ ಇರಿ' ಎಂದು ಕೈಮುಗಿದ. ಅಪ್ಪನ ಕೈ ಹಿಡಿದು ಅಮ್ಮ ಹನುಮಾಪುರಕ್ಕೆ ಬಂದಳು. ಸಂಸಾರ ಶುರುವಾಯಿತು.

ಹನುಮಂತಪ್ಪ ಒಳ್ಳೆಯ ವ್ಯಕ್ತಿಯೇ, ಸ್ವಂತ ಹೊಲವೂ ಇತ್ತು. ಆದರೆ ವ್ಯವಸಾಯ ಮಾಡಿ ಗೊತ್ತಿರಲಿಲ್ಲ, ಆಸಕ್ತಿಯೂ ಇರಲಿಲ್ಲ. ಹಿರೇ ಮಗ ಆಗಿನ್ನೂ ಚಿಗುರು ಮೀಸೆಯ ಹುಡುಗ, ಬಾಕಿ ಮಕ್ಕಳು ಚಿಕ್ಕವರು. ಹಾಗಾಗಿ ಉತ್ಪನ್ನ ಇರಲಿಲ್ಲ, ಬಡತನ ಕಾಡುತ್ತಿತ್ತು. ಇದರ ನಡುವೆಯೇ 'ಏ, ನಿನ್ನ ಜಮೀನಿನಾಗೆ ಈಗ ಎಷ್ಟು ಗಿಡ ಹಚ್ಚಿದಾರೆ ನೋಡು. ನಾಳೆ ಎಷ್ಟು ರೊಕ್ಕ ಮಾಡ್ಕೊಂತಾರೆ, ಸುಮ್ಮಗ ಕೊಟ್ಟುಬಿಟ್ಟೆ' ಎಂದೆಲ್ಲ ತಲೆ ಕೆಡಿಸುವ ಜನ ಇದ್ದರು. ಪರಿಣಾಮ ತನಗರಿವಿಲ್ಲದಂತೆ ಮತ್ತೆ ಮತ್ತೆ ಆಸೆಯ ಸುಳಿಗೆ ಸಿಕ್ಕಿಬೀಳುತ್ತಿದ್ದ. ಮಾರನೇ ವರ್ಷ ಮತ್ತೆ ಭತ್ತ, ಬಿಳೆಹುಲ್ಲ ಲಾರಿ ತಡೆಹಿಡಿಯುವ ಪ್ರಹಸನ ಮುಂದುವರೆಯಿತು. ಈ ಬಾರಿ ತಮ್ಮಂದಿರು, ಸಂಬಂಧಿಕರ ಗುಂಪು ಕಟ್ಟಿಕೊಂಡು ಲಾರಿಗೆ ಅಡ್ಡ ನಿಲ್ಲುತ್ತಿದ್ದಂತೆ ಅಪ್ಪ ಏನೊಂದೂ ಪ್ರತಿಕ್ರಿಯೆ ನೀಡುವ ಮೊದಲೇ ಆತನ ಹೆಂಡತಿಯೇ ಎದುರು ಬಂದು ನಿಂತಳು. ಯಾವಾಗಲೂ ಸಂಸಾರ ನೋಡಿಕೊಂಡು, ಹೇಳಿದ ಮಾತು ಕೇಳಿಕೊಂಡಿರುತ್ತಿದ್ದ ಆತನ ಹೆಂಡತಿ ತಿಪ್ಪವ್ವ ಸೆರಗು ಸೊಂಟಕ್ಕೆ ಸಿಕ್ಕಿಸಿಕೊಂಡು ಹನುಮಂತಪ್ಪನ ಎದುರು ಬಂದು ನಿಂತವಳೇ, 'ಎಷ್ಟು ಆಸೆ ಮಾಡಾಕ ಹತ್ತಿ? ರೊಕ್ಕ ಇಸಗೊಂಡು ಜಮೀನು ಕೊಟ್ಟಿದ್ದಿ ಹೌದಿಲ್ಲೋ, ಮತ್ತೆ ಯದಕ್ಕ ಉಗುಳಿದ ಎಂಜಲಾ ನೆಕ್ಕೋ ಕೆಲ್ಸಾ ಮಾಡ್ತೀ? ನಾವೂ ಮಕ್ಕಳು ಮರಿ ಇರೋವ್ರು ಅನ್ನೋದನ್ನ ಮರೀಬ್ಯಾಡ. ನಿನ್ನ ಮಾತು ನಂಬ್ಕೊಂಡು ಹೆಗಡೇರು ಲಗ್ಣಾ ಮಾಡ್ಕೊಂಡು ಬಂದಾರ. ಈಗ ಅವರಿಗೆ ತೊಂದರೆ ಕೊಟ್ರ ನಾಳೆ ನಮ್ಮ ಮಕ್ಕಳಿಗೆ ದೇವ್ರು ಛೊಲೋ ಮಾಡ್ತಾನೇನು' ಎಂದು ಜೋರು ಮಾಡಿದಳು. ಹೆಂಡತಿಯ ಅನಿರೀಕ್ಷಿತ ಅವತಾರ ನೋಡಿ ದಂಗಾದ ಹನುಮಂತಪ್ಪ ಮರು ಮಾತಿಲ್ಲದೇ ದಾರಿ ತೆರವು ಮಾಡಿದ.

ಹನುಮಂತಪ್ಪ ಸುಮ್ಮನಿದ್ದರೂ ಅವನ ಕಡೆಯ ಜನ ದಾರಿಯಲ್ಲಿ ಅಪ್ಪನ ಸೈಕಲ್ ಅಡ್ಡಗಟ್ಟುವುದು, ಅಪ್ಪನಿಗೆ ಕೇಳುವ ಹಾಗೇ 'ಕಾಡಲ್ಲಿ ಹೋಗುವಾಗ ಹೊಡೆಯಬೇಕು' ಎಂದು ಮಾತನಾಡಿಕೊಳ್ಳುವುದು ಮುಂದುವರಿಸಿದ್ದರು. ಅಪ್ಪ

ತಲೆಗೆ ಹಚ್ಚಿಕೊಳ್ಳದೇ ಬೇಸಾಯ ಮುಂದುವರಿಸಿದ್ದ. ಮರುವರ್ಷ ಮಳೆಗಾಲ ಶುರುವಾಗುವ ಹೊತ್ತಿಗೆ ಅಪ್ಪ ಬಿತ್ತನೆ ಕಾರ್ಯ ಶುರು ಮಾಡಿದ್ದೇ ಒಂದು ಮುಂಜಾನೆ ಮತ್ತೆ ಆತ ಆಳುಗಳ ಜೊತೆ ನಾಲ್ಕೈದು ಗಳೆ (ನೊಗ ಹೂಡಿದ ಎತ್ತಿನ ಜೋಡಿ) ತಯಾರು ಮಾಡಿಕೊಂಡು ನಮ್ಮ ಹೊಲ ಹೂಡಲು ಬಂದ. ಅಮ್ಮ ಆಗ ಚೊಚ್ಚಿಲ ಗರ್ಭಿಣಿ. ಹಾಗಾಗಿ ನಮ್ಮ ಅಮ್ಮಮ್ಮನೂ ಇಲ್ಲಿಗೆ ಬಂದಿದ್ದಳು. ಹನುಮಂತಪ್ಪನ ಹಿರೇಮಗ ಹಾಗೂ ಆಳುಗಳು ಹೊಲ ಉಳಲು ಶುರು ಮಾಡಿದ್ದೇ ಸೀದಾ ಹೋಗಿ ನೇಗಿಲ ಬುಡದಲ್ಲಿ ಅಡ್ಡಡ್ಡ ಮಲಗಿಕೊಂಡ ಅಪ್ಪ, 'ನನಗೆ ಈ ಜಮೀನು, ನನ್ನ ಪ್ರಾಣ ಎರಡೂ ಒಂದೇ. ನಿನ್ನ ಮಾತು ನಂಬಿಕೊಂಡು ಮದುವೆ ಮಾಡಿಕೊಂಡೆ, ಈಗ ನೀನು ಈ ಜಮೀನು ಕಿತ್ತುಕೊಳ್ಳಾಕ ಬಂದರೆ ನಾನು ಹೆಂಗ ಬದುಕು ಮಾಡ್ಲಿ? ಮೊದ್ಲು ನನ್ನ ಮ್ಯಾಲ ನೇಗಿಲ ಹೊಡಿ, ಆಮ್ಯಾಲ ನನ್ನ ಹೊಲ ಮುಟ್ಟು' ಎಂದು ಖಡಾಖಂಡಿತ ಹೇಳಿದ. ಅಪ್ಪನ ಗಾಂಧಿಗಿರಿಗೆ ಹನುಮಂತಪ್ಪನ ಮಗ ಹಾಗೂ ಆಳುಗಳು ಬೆದರಿ ಬಿಟ್ಟರು. 'ನಾವು ಗಳೆ ಹೊಡಿಯಾಂಗಿಲ್ಲ' ಎಂದು ಪಕ್ಕಕ್ಕೆ ಹೋಗಿ ನಿಂತುಬಿಟ್ಟರು. ಆತನಿಗೆ ಬೇರೆ ದಾರಿ ಇರಲಿಲ್ಲ. ಮನೆಗೆ ವಾಪಸ್ಸಾಗಲೇ ಬೇಕಾಯ್ತು.

ಈ ತಲೆನೋವು ಅಷ್ಟಕ್ಕೇ ಮುಗಿಯಲಿಲ್ಲ. ಅದು ಹನುಮಂತಪ್ಪ ಅತಿಕ್ರಮಣ ಮಾಡಿ ಆಮೇಲೆ ಮಾರಿಕೊಂಡಿದ್ದ ಜಮೀನು ಆಗಿದ್ದರಿಂದ ಮುಂದೆ ಬೆಳಗಾವಿ ತನಕ ಹೋಗಿ ಕಾನೂನಾತ್ಮಕ ಹೋರಾಟ ಮಾಡಿ ಅಪ್ಪ ಜಮೀನನ್ನು ತನ್ನ ಹೆಸರಿಗೆ ಮಂಜೂರು ಮಾಡಿಸಿಕೊಳ್ಳಬೇಕಾಯ್ತು. ಹನುಮಂತಪ್ಪ ಮುಂದೆಂದೂ ತೊಂದರೆ ಕೊಡಲಿಲ್ಲ. ಆತನ ಮಕ್ಕಳು ದೊಡ್ಡವರಾದ ಮೇಲೆ ಅಪ್ಪನ ಜೊತೆ ಸ್ನೇಹ, ಗೌರವದಿಂದಲೇ ನಡೆದುಕೊಂಡು ಬಂದರು. ಅಡಿಕೆ, ಬಾಳೆ ಕೃಷಿಯಲ್ಲಿ ಅಪ್ಪನನ್ನು ಅನುಸರಿಸಿದರು ಕೂಡ.

ಸುಮಾರು ಅರವತ್ತೈದು, ಎಪ್ಪತ್ತು ವರ್ಷ ಬದುಕಿದ್ದ ಹನುಮಂತಪ್ಪ ಕೊನೆಗೆ ಗ್ಯಾಂಗ್ರೀನ್ ಆಗಿ ತೀರಿಕೊಂಡ. ಸಕ್ಕರೆ ಕಾಯಿಲೆ ಇದ್ದ ಆತನಿಗೆ ಚಪ್ಪಲಿ ಕಚ್ಚಿದ ನೆಪ, ಕಾಲಿಗೆ ಹುಣ್ಣಾಯಿತು. ಸಾಯುವುದಕ್ಕೆ ಸರಿಯಾಗಿ ಒಂದು ವಾರ ಮೊದಲು ನಮ್ಮ ಮನೆಗೆ ಬಂದಿದ್ದ ಆತ, 'ಅಮ್ಮಾರೇ, ನಿಮ್ಮ ಮನೆ ದ್ವಾಸಿ, ಮೊಸರು ತಿನ್ನಬೇಕಂತ ಬಂದೀನಿ, ಈಗ ಮಾಡಿ ಕೊಡ್ರಿ' ಎಂದು ಕೂತ. 'ನಡು ಮಧ್ಯಾಹ್ನದ ಹೊತ್ತು, ಈಗೆಲ್ಲಿಂದ ದೋಸೆ ತರಲಿ' ಎಂದು ಅಮ್ಮ ಹೇಳಿದರೂ ಬಿಡಲಿಲ್ಲ ಆತ. ಕೊನೆಗೆ ಇದ್ದ ಚೂರೇ ಚೂರು ದೋಸೆಹಿಟ್ಟಿಗೆ ಅಕ್ಕಿ, ಗೋದಿ ಹಿಟ್ಟು ಸೇರಿಸಿ ಉದ್ದ ಮಾಡಿ ಅಮ್ಮ ದೋಸೆ ಎರೆದು ಕೊಟ್ಟಳು. ಪಟ್ಟಾಗಿ ಕೂತು ದೋಸೆ, ಬೆಲ್ಲ-ಮೊಸರು ತಿಂದು ಹೋದ ಆತ ಒಂದೇ ವಾರದಲ್ಲಿ ಇಹಲೋಕ ತೊರೆದ. ಆತನ ಪತ್ನಿ ತಿಪ್ಪವ್ವ ಹಣ್ಣು ಹಣ್ಣು ಮುದುಕಿ ಇನ್ನೂ ಆರೋಗ್ಯವಾಗಿ ಇದ್ದಾಳೆ.

ಶಕ್ತಿ ಇದ್ದ ಕಾಲದಲ್ಲಿ ನಮ್ಮ ಪಕ್ಕದ ಅವರ ಹೊಲಕ್ಕೆ ಬರುತ್ತಿದ್ದ ಆಕೆ, ಒಂದು ಬಿಂದಿಗೆ ಹಿಡಿದು ದಿನಾ ನೀರಿಗಾಗಿ ನಮ್ಮನೆಗೆ ಬರುತ್ತಿದ್ದಳು. ಅಪ್ಪ, ಅಮ್ಮನ ಜೊತೆ ಒಂಚೂರು ಕತೆ ಹೇಳಿ ಹೋದರೆ ಆಕೆಗೆ ಸಮಾಧಾನ. ಅವರ ಮಕ್ಕಳೆಲ್ಲ ಒಳ್ಳೆ ಆಸ್ತಿ ಪಾಸ್ತಿ ಮಾಡಿಕೊಂಡು ತಂತಮ್ಮ ಮಕ್ಕಳನ್ನು ಓದಿಸಿಕೊಂಡು ಚೆನ್ನಾಗಿ ಇದ್ದಾರೆ. ಹಳೆಯ ಗುಡಿಯ ಪಕ್ಕದಲ್ಲೇ ಹೊಸ ದೇವಸ್ಥಾನ ಕಟ್ಟಿಸಿದ ಅಪ್ಪ, ಹನುಮಂತಪ್ಪನಿಗೆ ಅಜ್ಜ ಕೊಟ್ಟಿದ್ದ ಮಾತನ್ನು ನೆರವೇರಿಸಿದ. ಈಗಲೂ, ಹನುಮಾಪುರ ತೊರೆದು ಎಷ್ಟು ಸಮಯ ಕಳೆದರೂ, ವರ್ಷಕ್ಕೊಮ್ಮೆ ಹೋಗಿ ನಂದಿಕೇಶ್ವರನ ಆ ದೇವಸ್ಥಾನದಲ್ಲಿ ಪೂಜೆ ಮಾಡಿ ಬರುವುದು ಅಪ್ಪ-ಅಮ್ಮನ ರೂಢಿ.

ಅದೇನು ಋಣ ಇತ್ತೋ ಹನುಮಾಪುರದ ಆ ಮಣ್ಣಿನಲ್ಲಿ. ಇಲ್ಲಿ ಜಾಸ್ತಿ ಸಮಯ ಉಳಿಯುವುದಿಲ್ಲ ಎಂದುಕೊಂಡು ಬಂದಿದ್ದ ಅಪ್ಪ ಬರೋಬ್ಬರಿ 42 ವರ್ಷ ಅಲ್ಲಿ ಜೀವನ ಮಾಡಿದ. ತನ್ನ ಜೀವಿತಾವಧಿಯ ಅತಿ ಮುಖ್ಯವಾದ, ಯೌವನದ, ದಾಢಸೀತನದ, ಉತ್ಸಾಹದ ವರುಷಗಳನ್ನೆಲ್ಲ ಆ ಮಣ್ಣಿಗೆ ಸುರಿದು ಚಿನ್ನ ಬೆಳೆದ. ಹುಟ್ಟೂರಿಂದ ದೂರ ಬಂದು, ಇಷ್ಟಪಟ್ಟಿದ್ದ ನೌಕರಿಯನ್ನೂ ಮಾಡಲಾಗದೇ ತ್ರಿಶಂಕು ಸ್ಥಿತಿಯಲ್ಲಿದ್ದ ಅಪ್ಪ ನಂತರ ತಾನೇ ವಿಶ್ವಾಮಿತ್ರನೂ ಆಗಿ ಸ್ವರ್ಗಸೃಷ್ಟಿ ಮಾಡಿದ, ಅದರಲ್ಲೇ ಸಂತೋಷ ಕಂಡುಕೊಂಡ. ಬರೀ ಗಿಡಮರ, ಹುತ್ತ ತುಂಬಿದ ಹೊಲದಲ್ಲಿ ಮೂರು ಕಡೆ ಬಾವಿ ತೆಗೆದು, ಕಲ್ಲು ಕಟ್ಟಿ, ಆ ನೀರನ್ನು ಬಳಸಿ ಅಡಿಕೆ ತೆಂಗು ಬಾಳೆ ಮಾವು ಬೆಳೆದು... ಆ ಜಮೀನಿಗಷ್ಟೇ ಅಲ್ಲ, ತನ್ನ ಜೀವನಕ್ಕೂ ಮೌಲ್ಯ ತಂದುಕೊಂಡ. ಊರಿನಲ್ಲೂ ತನ್ನ ಘನತೆ ಕಾಯ್ದುಕೊಂಡು, 'ಇದ್ರೆ ಹೆಗಡೇರ ಹಾಂಗೆ ಇರಬೇಕು' ಎಂದೆನಿಸಿಕೊಂಡ. ಆ ಸುದೀರ್ಘ ಅವಧಿಯಲ್ಲಿ ಹನುಮಾಪುರ ಊರಿನ ಆಸುಪಾಸು ಜಮೀನು ಮಾಡಲೆಂದು ನಮ್ಮ ಮಲೆನಾಡ ಕಡೆಯ ಹಲವಾರು ಜನ ಬಂದರು. ಇಲ್ಲಿನ ಧಗೆ, ಬರ, ಜಂಜಾಟದ ನಡುವೆ ಯಾರೂ ಬರ್ಕತ್ತಾಗಲಿಲ್ಲ. ಮೂರು-ನಾಲ್ಕು ವರ್ಷಕ್ಕೆ ಬಿಟ್ಟು ಹೋದರು ಎಲ್ಲ. ಕೊನೆಗೊಂದು ದಿನ ಅಪ್ಪನೂ ತೋಟ, ಮನೆ ಎಲ್ಲ ಮಾರಿ ಮೂಲ ಊರು ಬಾಳೇಸರಕ್ಕೆ ವಾಪಸ್ಸಾದ. ಆದರೆ ಇವತ್ತಿಗೂ ಮಾನಸಿಕವಾಗಿ ನಮ್ಮೆಲ್ಲರ ನಂಟು ಇರುವುದು ಹನುಮಾಪುರದೊಂದಿಗೆಯೇ. ಎಲ್ಲೇ ಇರಲಿ, ಏನೇ ಮಾಡುತ್ತಿರಲಿ... ನೋಡುವ ನೋಟ, ಆಡುವ ಆಟ, ತಿನ್ನುವ ಹಣ್ಣು ಪ್ರತಿಯೊಂದನ್ನೂ ಮನಸ್ಸು ರಿಲೇಟ್ ಮಾಡುವುದು ಹನುಮಾಪುರದ ಬದುಕಿನೊಂದಿಗೆ. 'ಬ್ಲಿಸ್' ಎಂಬ ಶಬ್ದಕ್ಕೆ ಭೌತಿಕರೂಪ ಸಿಗುವುದು ಕಣ್ರೆಪ್ಪೆಯಡಿ ಶಾಶ್ವತವಾಗಿ ಹರವಿಕೊಂಡಿರುವ ದೇವಗುಂಡಿ ಜಮೀನು, ಮನೆ, ಮನೆಯೆದುರಿಗಿನ ಕೆರೆ, ಸುತ್ತಲ ಗದ್ದೆಬಯಲು, ಪಕ್ಕದ ಕಾಡು, ಮಾಸ್ತ್ಯಮ್ಮನ ಗುಡಿ, ಮೊಸಳೆಗುಂಡಿಗಳಲ್ಲಿ.

ಮಾಸ್ತ್ಯಮ್ಮ ಹಾಗೂ ಮತ್ತಷ್ಟು ಕಾಡು

ಗಿಡಮರಗಳ ಜೊತೆಗಿನ ನಂಟು ಬಹಳ ಬೇಗ ಶುರುವಾಯಿತು ನನ್ನ ಜೀವನದಲ್ಲಿ. ಕಾಡಂಚಿನ ಒಂಟಿ ಮನೆಯಲ್ಲಿ ಬೆಳೆದರೆ ಇನ್ನೇನಾಗಬೇಕು. ಎರಡು ದಿಕ್ಕುಗಳಲ್ಲಿ ನಮ್ಮನೆ ತಂತಿ ಬೇಲಿ ದಾಟುತ್ತಿದ್ದಂತೆಯೇ ಕಾಡು ಶುರುವಾದರೆ ಇನ್ನೆರಡು ದಿಕ್ಕುಗಳಲ್ಲಿ ಗದ್ದೆಸಾಲುಗಳಿಗೂ, ದಿಗಂತಕ್ಕೂ ನಡುವೆ ಗವ್ವೆಂದು ಕವುಚಿಕೊಳ್ಳುವ ದಟ್ಟ ಅಡವಿ. ಕಣ್ಣು ಹಾಯಿಸಿದಲ್ಲೆಲ್ಲ ಕಾಣುತ್ತಿದ್ದ ನೋಟ ದಟ್ಟಹಸಿರಿನ ಮರಮಟ್ಟುಗಳು... ತೆರೆದ ಕಿವಿಗಳಿಗೆ ಕೇಳುತ್ತಿದ್ದ ಧ್ವನಿ ಕಾನದನಿ.

ಮನೆಯಿಂದ ಸುಮಾರು ಒಂದೂವರೆ ಮೈಲು ದೂರದಲ್ಲಿ ದಟ್ಟಡವಿಯ ನಡುವಿತ್ತು 'ಮಾಸ್ತ್ಯಮ್ಮ'ನ ಗುಡಿ. ಹುಲಿ, ಕಿರುಬಗಳು ಓಡಾಡಿಕೊಂಡಿದ್ದ ಕಾಡಿನಲ್ಲಿ ತೆರಳಿ, ಹಳ್ಳ ದಾಟಿದರೆ ಆಚೆಯ ದಿಂಬದಲ್ಲಿ ಧಿಮ್ಮಂತ ವಾಸ್ತವ್ಯ ಹೂಡಿದವಳು ಊರ ಜನರೆಲ್ಲರೂ ಭಯಭಕ್ತಿಯಿಂದ ಪೂಜಿಸುತ್ತಿದ್ದ ಮಾಸ್ತ್ಯಮ್ಮ! ಗುಡ್ಡದ ಇಳಿಜಾರಿನಲ್ಲಿ ಎತ್ತರೆತ್ತರ ಮರ, ಬಿದಿರು ಮೆಳೆಗಳ ನಡುವೆ ಒಂಚೂರು

ಸಪಾಟು ಜಾಗ, ಅಲ್ಲೊಂದು ಬಾಗಿಲಿಲ್ಲದ ಹಳೆಯ ಮುರುಕು ಗುಡಿ, ಬಾಗಿಲ ಚೌಕಟ್ಟಿಗೆ ಮುಕುರಿಕೊಂಡ ಅಂಟಂಟು ಜೇಡಗಳ ಗ್ವಾಲೆ, ಅವನ್ನು ದಾಟಿ ಒಳ ಪ್ರವೇಶಿಸಿದರೆ ಎದುರಿಗೆ ಪೀಠದ ಮೇಲೆ ಒಂದ್ನಾಲ್ಕು ಭಗ್ನಗೊಂಡ ಮೂರ್ತಿಗಳು, ಜಿಡ್ಡು ಜಿಡ್ಡಾದ ಹಳೆಯ ಹಣತೆಗಳು, ಸದಾ ಆವರಿಸಿರುವ ಕತ್ತಲು, ಒದ್ದೆ ಮುದ್ದೆ ಮುಗ್ಗಲು ವಾಸನೆ... ಗುಡಿಯ ಎದುರಿಗೆ ಮೆಟ್ಟಿಲುಗಳ ಪಕ್ಕದಲ್ಲಿ ಎಣ್ಣೆ ಜಿಡ್ಡಿನಲ್ಲಿ ನೆನೆದು ಕಪ್ಪಗಾದ ಮೂರಡಿ ಉದ್ದದ ಧ್ವಜಸ್ತಂಭ, ಅದಕ್ಕೆ ಎಂದೋ ಯಾರೋ ಮೆತ್ತಿದ ಧಾರಾಳ ಅರಿಷಿಣ, ಕುಂಕುಮ, ಧ್ವಜಸ್ತಂಭದ ಪಕ್ಕದಲ್ಲೇ ಇದ್ದ ಬೃಹದಾದ ಸ್ವಾರಲ ಮರ, ಗುಡಿಯ ಅಂಗಳದ ತುಂಬ ಬಿದ್ದ ಅದರ ಕೆಂಪು ಮುಳ್ಳುಮುಳ್ಳು ಕಾಯಿಗಳು, ಆ ಕಾಯಿಗಳನ್ನು ತಿನ್ನಲು ಬರುತ್ತಿದ್ದ ಅಂಥದ್ದೇ ಕೆಂಪು ಬಣ್ಣದ ಕೀಟಗಳು... ಮಾಸ್ತ್ಯಮ್ಮದ ಗುಡಿ ಸ್ವರೂಪ ಇದು. ಗುಡಿಯೊಳಗೆ ದೇವಿಯಾದ ಆ ಮಹಾಸತಿ ಯಾರೋ... ಬಲ್ಲವರಿರಲಿಲ್ಲ.

ಬಾಲ್ಯದ ತುಂಬ ಕಾಡಿದ ನಿಗೂಢ ಬರಹವೊಂದು ಈ ಗುಡಿಯ ಬಾಗಿಲ ತಲೆಪಟ್ಟಿಯ ಮೇಲೆ ಬರೆದಿತ್ತು.

'ಶ್ರೀ ಮಾಸ್ತ್ಯಮ್ಮದೇವಿ ಪ್ರಸನ್ ಎಂದು ಹೇಳಬಾರದು,

ಹೇಳಿದರೆ ತಿಳಿಯುವುದಿಲ್ಲ,

ತಿಳಿದರೆ ಉಳಿಯುವುದಿಲ್ಲ'- ಗಾರೆಯ ಮೇಲೆ ಸುಣ್ಣದಲ್ಲಿ ಬರೆದಿದ್ದ ಈ ಮೂರು ವಾಕ್ಯಗಳು ಯಾವುದೋ ಗೂಢ ಭವಿಷ್ಯವಾಣಿಯಂತೆ ತೋರಿ ನಮ್ಮಲ್ಲಿ ವಿಪರೀತ ಆಸಕ್ತಿ ಕೆರಳಿಸಿದ್ದವು. ಅದರಲ್ಲೂ ಮೂರನೆಯ ವಾಕ್ಯ ಪ್ರತಿ ಓದಿಗೂ ಒಂದು ಸಲ ತಣ್ಣನೆಯ ನಡುಕವೊಂದನ್ನು ಎದೆಗೆ ಇಳಿಸುತ್ತಿತ್ತು. ಪ್ರತಿಬಾರಿ ಮಾಸ್ತ್ಯಮ್ಮಕ್ಕೆ ಹೋದಾಗಲೂ 'ಅದನ್ನು ಮಾತ್ರ ಓದಬಾರದು' ಎಂದು ನಿರ್ಧರಿಸಿ, ಆದರೂ ತಡೆಯಲಾರದೇ ಓರೆಗಣ್ಣಿಲ್ಲಿ ಇದನ್ನು ಓದಿ ಗುಡಿಯೊಳಹೊಕ್ಕು ಬರುತ್ತಿದ್ದ ಅಣ್ಣ, ಅಕ್ಕ ಮತ್ತು ನನಗೆ ಇದರ ಬಗ್ಗೆ ಭಯಮಿಶ್ರಿತ ಕುತೂಹಲ ಇತ್ತು. ಆದರೆ ಉತ್ತರ ಎಂದೂ ಸಿಕ್ಕಿರಲಿಲ್ಲ.

ತೀರ ಇತ್ತೀಚೆಗೆ ಒಮ್ಮೆ ಅಪ್ಪನ ಬಳಿ ಮಾತನಾಡುವಾಗ ಈ ಬಗ್ಗೆ ಹೇಳಿದೆ. 'ಅಯ್ಯೋ, ಆ ಗುಡಿ ನಾನು ಹನುಮಾಪುರಕ್ಕೆ ಕಾಲಿಟ್ಟ ವರ್ಷ ಕಟ್ಟಿದ್ದು. ಅದರ ಗೌಂಡಿ (ಗಾವಡಿ) ಕೆಲಸ ಮಾಡಿದವ ಸ್ವಲ್ಪ ಮಳ್ಳನ ಥರ ಹಲುಬ್ತಾ ಇರ್ತಿದ್ದಾ. ಅವನೇ ಬರೆದಿಕ್ಕು' ಎಂದ ಅಪ್ಪ ಕ್ಯಾಶುವಲ್ ಆಗಿ. ವರ್ಷಾನುಗಟ್ಟಲೇ ಅದೊಂದು ದೊಡ್ಡ ರಹಸ್ಯ ಎಂದು ತಿಳಿದು ಆ ನಿಗೂಢತೆಯನ್ನು ಪೋಷಿಸಿಕೊಂಡು ಬಂದಿದ್ದ ನನ್ನ ಕಲ್ಪನೆಗೆ ಎಂಥ ಆಂಟಿಕ್ಲೈಮ್ಯಾಕ್ಸ್ ತಿರುವು!

ಒಮ್ಮೆ ಮಳೆಗಾಲದಲ್ಲಿ ಯಾವುದೋ ಹಬ್ಬ. ಅಮ್ಮ ಪಾಯಸ, ಎಡೆ ತಯಾರು ಮಾಡಿ ಮಾಸ್ತ್ಯಮ್ಮನ ಪೂಜೆ ಮಾಡಿಸಿಕೊಂಡು ಬರಲು ಅಪ್ಪನನ್ನು ಕಳಿಸಿದಳು. ಜೊತೆಗೆ ನಾನೂ ಹೊರಟೆ. ಅಪ್ಪ, ನಾನು ಜೊತೆಯಾಗಿ ಕಾಡು ಹೊಕ್ಕವೆಂದರೆ ನಮಗೆ ಇಹಪರದ ಅರಿವೇ ಮರೆಯುತ್ತಿತ್ತು, ನಮ್ಮದೇ ಲೋಕ ಸೃಷ್ಟಿಯಾಗುತ್ತಿತ್ತು, ಇಬ್ಬರೂ ಇದ್ದ ಬಿದ್ದ, ಇರದೇ ಹೋದ ಸಂಗತಿಗಳ ಬಗೆಗೆಲ್ಲಾ ಹರಟುತ್ತ, ಮರಮಟ್ಟಗಳ ಸರ್ವೆ ಮಾಡುತ್ತ, ತುಂಬಿ ಹರಿಯುತ್ತಿದ್ದ ಮಾಸ್ತ್ಯಮ್ಮನ ಹಳ್ಳ ದಾಟಿ ಗುಡಿಗೆ ಹೋಗಿ ಪೂಜೆ ಮುಗಿಸಿದೆವು. ಅಲ್ಲೇ ಕುಂತು ಪ್ರಸಾದದ ಬಾಳೆಹಣ್ಣು, ಕಾಯಿಚೂರು ತಿಂದು ಅಂತೂ ಇಂತೂ ವಾಪಸ್ ಹೊರಡುವಾಗ ಆಗಲೇ ಗಂಟೆ ಒಂದಾಗಿತ್ತು. ಒಂದು ಫರ್ಲಾಂಗ್ ದೂರ ಬಂದಿರಬೇಕು..., ಹಿತ್ತಾಳೆಯ ಗಂಟೆಯನ್ನು ಅಲ್ಲೇ ಬಿಟ್ಟು ಬಂದಿರುವುದು ಅರಿವಾಯಿತು. ಗಂಟೆ ಇಲ್ಲದೇ ಹಾಗೇ ಮನೆಗೆ ಹೋದರೆ ಅಮ್ಮ ಇಬ್ಬರಿಗೂ ಸೇರಿಯೇ ಮಹಾಮಂಗಳಾರತಿ ಮಾಡುವುದು ಗ್ಯಾರಂಟಿ ಆದ್ದರಿಂದ ಅಪ್ಪ ವಾಪಸ್ ಹೋಗಿ ತರಲು ನಿರ್ಧರಿಸಿದ. ನಾನೂ ಹೋದರೆ ಮತ್ತೆ ತಡವಾಗುತ್ತದೆ ಎಂಬ ಕಾರಣಕ್ಕೆ ಅಲ್ಲೇ ಕಾಯಲು ಹೇಳಿ, ನನ್ನ ಉತ್ತರಕ್ಕೂ ಕಾಯದೇ ಸರಸರನೇ ನಡೆದುಬಿಟ್ಟ.

ಒಂಟಿ ಇರಲು ಹೆದರಿಕೆ ಎಂದೇನಲ್ಲ, ಮನೆ ಸುತ್ತಮುತ್ತ ಒಬ್ಬೊಬ್ಬಳೇ ಬೇಕಷ್ಟು ಕಾಡು ತಿರುಗಿದವಳು ನಾನು. ಮಾಸ್ತ್ಯಮ್ಮದ ದಾರಿಯೂ ಹೊಸತೇನಲ್ಲ. ಆದರೆ ಆ ದಿನ, ಆ ಕ್ಷಣ, ಆ ನಿರ್ಜನ ಕಾಡು ನಿಧಾನಕ್ಕೆ ನನ್ನನ್ನು ಅಧೀರಳನ್ನಾಗಿಸತೊಡಗಿತು. ಮೊದಲೇ ಮಳೆಗಾಲದ ಹುಲುಸಾದ ಅಡವಿ. ಎಲ್ಲೆಲ್ಲೂ ಹಸಿರು, ಹುಲ್ಲು... ಸೊಳ್ಳೆ, ಕ್ರಿಮಿ, ಕೀಟಗಳ ಗುಂಯ್ ಗುಂಯ್ ಗಾನ, ಹಕ್ಕಿಗಳ ಕೂಗು. ಮಳೆಗಾಲದಲ್ಲಿ ಮಾಸ್ತ್ಯಮ್ಮದ ಬಳಿಯ ಕಾಡುಗಳಲ್ಲಿ ಕರಡಿ ಇರುತ್ತದೆ ಎಂದು ಹಿಂದೆ ಕೇಳಿದ್ದ ನೆನಪು ಬೇರೆ. ಇದೇ ಹಳ್ಳದ ಕೆಳಭಾಗದಲ್ಲಿ ತಿಂಗಳ ಹಿಂದೆ ಊರದನವೊಂದನ್ನು ಹುಲಿ ಹಿಡಿದಿತ್ತು ಎಂದು ಅಪ್ಪ ಹೇಳಿದ್ದ. ಎಲ್ಲ ಸಂಗತಿಗಳೂ ಒಟ್ಟೊಟ್ಟಿಗೇ ಬಂದು ನನ್ನನ್ನು ಮುತ್ತತೊಡಗಿದವು. ಮೈಯೆಲ್ಲ ಕಣ್ಣು-ಕಿವಿಯಾಗಿಸಿಕೊಂಡು ಬೆದರುದೃಷ್ಟಿಯಿಂದ ಸುತ್ತ ನೋಡತೊಡಗಿದೆ. ನನ್ನ ಅದೃಷ್ಟ, ಅಲ್ಲೇ ರಸ್ತೆಯಂಚಿಗೆ ಗೊಜ್ಜಲ ಮರವೊಂದಿತ್ತು. ಸುಲಭಕ್ಕೆ ಹತ್ತಬಹುದಾದ ಮರ, ಹುಲಿ ಬಂದರೆ ತಕ್ಷಣ ಹತ್ತಿದರಾಯಿತು ಎಂದು ಬಳಿ ಹೋಗಿ ನಿಂತೆ. 'ಅಬ್ಬಾ' ಎಂದು ಉಸಿರುಬಿಡುವಷ್ಟರಲ್ಲಿ, 'ಕರಡಿ ಮರ ಹತ್ತುವುದರಲ್ಲಿ ನನಗಿಂತ ಎಕ್ಸ್‌ಪರ್ಟ್' ಎಂದು ನೆನಪಾಗಿ ಮತ್ತೆ ಚಳಿ ಶುರುವಾಯ್ತು. ಸೀದಾ ಅಪ್ಪ ಹೋದ ದಾರಿಯಲ್ಲಿ ಓಡಿ ಹೋಗಲೇ ಎಂದುಕೊಂಡರೂ, ಆಮೇಲೆ ಆತ ಇನ್ನಾವುದೋ ಕಾಲುಹಾದಿ ಬಳಸಿ ಬಂದು, ನನಗೆ ಸಿಗದಂತಾದರೆ ಎಂಬ ಭಯ ಮೂಡಿ ಅಲ್ಲೇ ನಿಂತೆ. ಕಾಡ ಮೌನವನ್ನು ಆಗಾಗ ಬೇಧಿಸುವ ಕೀಟಗಳ, ಮಳೆ ಜಿರಲೆಯ ಕಿರ್ರ್ ಕಿಟರ್ ಸದ್ದು,

ಮಂಗಗಳ ಘೂಕ್-ಗುಟರ್, ಮೂಲ ಪತ್ತೆಯಾಗದ ಹತ್ತು-ಹಲವು ಸದ್ದುಗಳು, ಗಾಳಿಗೆ ಅಲುಗಾಡುವ ಎಲೆ, ಅಲ್ಲೆಲ್ಲೋ ಯಾವುದೋ ಮರದ ಹಿಂದೆ ಏನೋ ಚಲನೆ... ಮೊದಲೇ ಬೆದರಿದ್ದ ಮನಸ್ಸಿಗೆ ಯಾವುದು ನಿಜವಾಗಿ ನಡೆಯುತ್ತಿರುವುದು, ಯಾವುದು ನನ್ನ ಭ್ರಮೆ ಎಂದು ತಿಳಿಯದಂಥ ಸ್ಥಿತಿ.

ಒಂದು ಹತ್ತು-ಹದಿನೈದು ನಿಮಿಷವಾಗಿರಬೇಕು... ಗಂಟೆಯ ಗಿಣಿಗಿಣಿ ಸದ್ದು ದಿಗ್ಮೂಢಳಾಗಿ ನಿಂತಿದ್ದ ನನ್ನನ್ನು ಇಹಕ್ಕೆ ಎಳೆತಂತು. ಕಣ್ಣಮುಂದೆ ಅಪ್ಪ ನಿಂತಿದ್ದ. ಆವತ್ತು ಅಪ್ಪನನ್ನು ಕಂಡು ನನಗಾದ ಆನಂದ ಬ್ರಹ್ಮಾಂಡವನ್ನೇ ಮೀರಿದ್ದು.

ಈ ಮಾಸ್ತ್ಯಮ್ಮನಿಗೆ ಇಡೀ ಹನುಮಾಪುರ ಭಕ್ತಿಯಿಂದ ನಡೆದುಕೊಳ್ಳುತ್ತಿತ್ತು. ನಮ್ಮ ಮನೆಯಲ್ಲಿ ದೀಪಾವಳಿ, ಯುಗಾದಿ, ಹೊಸಕ್ಕಿ ಹಬ್ಬ ಎಂದೆಲ್ಲ ಪೂಜೆ ಪುನಸ್ಕಾರ ಮಾಡಿ ಅನ್ನ, ಹಾಲು, ಚಕ್ಕುಲಿ ಪಾಯಸದ ಸೀದಾಸಾದಾ ನೈವೇದ್ಯ ಮಾಡಿದರೆ, ಊರ ಜನ ಸಹ ಹೊಸ ಪೈರಿನ ಕಟಾವಿನ ನಂತರ, ಹರಕೆ ಹೊತ್ತು ತೀರಿಸಲು... ಹೀಗೆ ನಾನಾ ಕಾರಣಕ್ಕೆ ಪೂಜಿಸುತ್ತಿದ್ದರು. ಅವರವರ ಆಹಾರ ಪದ್ಧತಿಯ ಅನುಸಾರ ಕುರಿ, ಕೋಳಿ ಕಡಿದೂ ಹರಕೆ ತೀರಿಸುತ್ತಿದ್ದರು. ಎರಡು ವರ್ಷಕ್ಕೊಮ್ಮೆ ಪುಟ್ಟ ಜಾತ್ರೆಯೂ ಅಲ್ಲಿ ನಡೆಯುತ್ತಿತ್ತು. ಊರಲ್ಲಿ ಏನಾದರೂ ತೊಂದರೆ ತಾಪತ್ರಯ ಎದುರಾದಾಗ, ಮಳೆ ತಡವಾದಾಗ ಜನ ಮೆರವಣಿಗೆಯಲ್ಲಿ ಹೋಗಿ, ಕುರಿಯೋ ಕೋಳಿಯೋ ಕಡಿದು ಮಾಸ್ತ್ಯಮ್ಮ ದೇವಿಗೆ ತಪ್ಪುಗಾಣಿಕೆ ಹಾಕಿ ಬರುತ್ತಿದ್ದರಂತೆ. ಹಳ್ಳದಂಚಲ್ಲಿ ಬಲಿ ಕೊಟ್ಟು, ಅದರ ರಕ್ತವನ್ನು ಮಾಸ್ತ್ಯವ್ವನಿಗೆ ಅರ್ಪಿಸಿ, ಊರ ಮುಖಂಡರು ದೊಡ್ಡ ದನಿಯಲ್ಲಿ 'ಯವ್ವಾ... ತಾಯೀ... ತಿಳಿದೋ... ತಿಳಿಲಾರ್ದೋ ತೆಪ್ಪು ಮಾಡೇವಿ, ಈಗ ಅನಭಯಿಸಾಕ್ಕ ಹತ್ತೇವಿ. ಎಲ್ಲ ಹೊಟ್ಟೀಗ್ ಹಾಕ್ಕೊಂಡ್ ನೀನ ನಮಗ ಪರಿಹಾರ ಕೊಡ್ಬೇಕವ್ವಾ...' ಎಂದು ಪ್ರಾರ್ಥಿಸಿ ಬರ್ತಾ ಇರುವಾಗಲೇ... ಅದೇನು ಪವಾಡವೋ, ಕಾಕತಾಳೀಯವೋ ಅನ್ನೋ ಹಂಗೆ ಬರ ಬಂದು ಬೆಂಗಾಡಾಗಿದ್ದ ನೆಲದ ಮೇಲೆ ಧೋ ಎಂದು ಮಳೆ ಸುರಿದು ತನಿಸು ಮೂಡಿದ್ದ ಪ್ರಸಂಗಗಳೂ ಇದ್ದವಂತೆ. ಅಪ್ಪ ತಾನೂ ಇದನ್ನೆಲ್ಲ ಒಂದೆರಡು ಸಲ ಗಮನಿಸಿದ್ದಾಗಿ ಹೇಳಿದ್ದ. ನಾನು ಇದರ ಹಿಂದಿನ ತರ್ಕ ಪ್ರಶ್ನಿಸಲಿಲ್ಲ. ಅವರವರ ನಂಬಿಕೆ, ಅವರವರ ಬದುಕು. ಎಲ್ಲ ಕೈಕೊಟ್ಟು ಕಂಗಾಲಾದ ಹೊತ್ತಿನಲ್ಲಿ ನಂಬಿಕೆಯೇ ನೆಚ್ಚಿನ ಗೆಳೆಯ.

ಮುಂದೆ ಆ ಮುರುಕು ಗುಡಿಯ ಜೀರ್ಣೋದ್ಧಾರ ನಡೆದು, ಅಲ್ಲೊಂದು ಪುಟ್ಟ ಕಾಂಕ್ರೀಟ್ ಗುಡಿ, ಹೊಸ ಮೂರ್ತಿ ಎಲ್ಲ ಬಂದವು. ಆದರೆ ನನ್ನ ಮನಸ್ಸಿನಲ್ಲಿ ಮಾತ್ರ ಈಗಲೂ 'ಮಾಸ್ತ್ಯಮ್ಮ' ಎಂದರೆ ಅಲ್ಲಿರುವುದು ಆ ಮಸುಬು ಗುಡಿ, ಅದರ ಭಗ್ನ ಮೂರ್ತಿ, ಮುಗ್ಗಲು ವಾಸನೆ ಮತ್ತು ಸುಣ್ಣದಲ್ಲಿ ಬರೆದಿದ್ದ ಆ ಎಚ್ಚರಿಕೆ! ಹೊಸ ಅಕ್ಕಿ ಹಬ್ಬದಲ್ಲಿ ಎತ್ತಿನ ಗಾಡಿ ಕಟ್ಟಿಕೊಂಡು ಹೋಗಿ, ಹಳ್ಳದ ದಂಡೆಯಲ್ಲಿ

ಮೂರು ಕಲ್ಲು ಹೂಡಿ ಅಮ್ಮ ಮಾಡುತ್ತಿದ್ದ ಸಣ್ಣಕ್ಕಿ ಪಾಯಸ, ಮಾಸ್ತ್ಯಮ್ಮನ ನೈವೇದ್ಯದ ನಂತರ ಅಲ್ಲೇ ಮರಳಿನ ಮೇಲೆ ಬಾಳೆ ಎಲೆ ಹರಡಿ ಉಣ್ಣುತ್ತಿದ್ದ ಊಟ, ಹಳ್ಳದಲ್ಲಿ ಸಿಗುತ್ತಿದ್ದ ಪದರ-ಪದರದ ಉರುಟು ಕಲ್ಲುಗಳು, ಮಳೆಗಾಲದ ಪ್ರವಾಹದ ಪರಿಣಾಮವಾಗಿ ನೆಲಕ್ಕೆ ಸಮಾನಾಂತರವಾಗಿ ಮಲಗಿದಂತಿರುತ್ತಿದ್ದ ಬಿದಿರು ಮಟ್ಟಿಗಳು... ಎಲ್ಲ ಮಾಸ್ತ್ಯಮ್ಮನ ಸೆರಗಿಗಂಟಿದ ನೆನಪುಗಳು. ಗುಡಿಯ ಮುಂದಿದ್ದ ಹಳ್ಳ 'ಮಾಸ್ತ್ಯಮ್ಮನ ಹಳ್ಳ' ಎಂದು ಹೆಸರು ಪಡೆದಿದ್ದರೆ, ಹಿಂದಿದ್ದ

ಗುಡ್ಡ 'ಮಾಸ್ತ್ಯಮ್ಮನ ಗುಡ್ಡ', ಸುತ್ತಲ ಕಾಡೆಲ್ಲ 'ಮಾಸ್ತ್ಯಮ್ಮನ ಅಡವಿ'... ಎಲ್ಲ ಆ ಊರಕಾವ ದೇವಿಯ ಆಡುಂಬೊಲವೇ.

ಇಷ್ಟೆಲ್ಲ ಅಡವಿಯ ನಡುವೆಯೇ ಬದುಕುತ್ತಿದ್ದರೂ ಹನುಮಾಪುರದ ಜನರಿಗೆ ಅದರ ಬೆಲೆಯ ಅರಿವಿದ್ದದ್ದು ಕಡಿಮೆಯೇ. ಜೀವಂತ ಮರಕ್ಕಿಂತ ಸತ್ತ ಮರವೇ (ಕಡಿದು ನಾಟಾ ಆದ ಮೇಲೆ) ನೂರು ಪಟ್ಟು ಬೆಲೆಯುಳ್ಳದ್ದು ಎಂದು ಭಾವಿಸಿದ್ದ ಜನ ತುಂಬಿ ಹೋಗಿದ್ದರು ಊರಲ್ಲಿ. ಹಾಗಾಗಿ ಮಳೆಗಾಲದಲ್ಲಿ ಮೈದುಂಬಿ ನಿಂತ ಭತ್ತದ ಗದ್ದೆಯ ಮರೆಯಲ್ಲಿ ಮರ ಕೊಯ್ತು, ನಾಟಾ ವ್ಯವಹಾರ ಜೋರು ನಡೆಯುತ್ತಿತ್ತು. ಮರಗಳ್ಳರು ವ್ಯವಸ್ಥಿತವಾಗಿ ಸಾಗವಾನಿ, ಬೀಟೆ, ಮತ್ತಿ ಮತ್ತಿತರ ಮರಗಳನ್ನು ಮಾಯ ಮಾಡಿದರೆ, ಅಳಿದುಳಿದ ಬಿದಿರುಮಟ್ಟಿ, ಕುರುಚಲು ಮಟ್ಟಿಗಳನ್ನು ಅತಿಕ್ರಮಣ ಬೇಸಾಯಗಾರರು ನೆಲ ಸಮ ಮಾಡುತ್ತಿದ್ದರು. ಪ್ರತಿವರ್ಷ ಬೇಸಿಗೆಯಲ್ಲಿ ಬೀಳುತ್ತಿದ್ದ ಕಾಡ್ಗಿಚ್ಚು ಒಂದು ಸಲ ನೆಲಮಟ್ಟದ ಹಸಿರನ್ನೆಲ್ಲ ಬಳಿದು ಚೊಕ್ಕ ಮಾಡಿ ಹೋಗುತ್ತಿದ್ದಂತೆಯೇ ಅತಿಕ್ರಮಣಕ್ಕೆ ಸಿದ್ಧವಾಗಿರುತ್ತಿದ್ದ ಜನ ಅಲ್ಲಿ ರೆಂಟೆ (ನೇಗಿಲು) ತಂದು ನೆಲ ಹೂಡಿಯೇ ಬಿಡುತ್ತಿದ್ದರು.

ಗಟ್ಟಿ ಜಲ್ಮದ ನಾಲ್ಕಾರು ಮರ ಉಳಿದುಕೊಂಡಿದ್ದರೂ ಅವು ನೋಡುತ್ತಿದ್ದುದು ಮುಂದಿನ ಒಂದು ಮಳೆಗಾಲ ಮಾತ್ರ. ಮತ್ತೆ ಬೇಸಿಗೆ ಬರುವ ಹೊತ್ತಿಗೆ ಜನ ಆ ಮರಗಳ ಮೇಲ್ಮೈ ತೊಗಟೆಯನ್ನು ಚಕ್ರಾಕಾರದಲ್ಲಿ ಕೊರೆದು, ಮರಕ್ಕೆ ನೀರು, ಖನಿಜಾಂಶ ಸರಬರಾಜಾಗಂತೆ ತಡೆದು... ಮುಂದೆ ಅದು ಒಣಗಿದ ಮೇಲೆ ಸಲೀಸಾಗಿ ಬೆಂಕಿ ಹಚ್ಚಿ ಹುಡಿಬೂದಿಯಾಗಿಸುತ್ತಿದ್ದರು. ಇನ್ನೂ ಕೆಲವರು ಮರದ ಬುಡಕ್ಕೆ ತೂತು ಕೊರೆದು ಅಲ್ಲಿ ಇಂಗು ಗಿಡಿಯುತ್ತಿದ್ದರಂತೆ. ಇದರಿಂದ ಮರ ಬೇಗ ಒಣಗಿಹೋಗುತ್ತಿತ್ತಂತೆ. ಇದು ಎಷ್ಟು ಪರಿಣಾಮಕಾರಿಯೋ ಗೊತ್ತಿಲ್ಲ, ಜನ ಮಾಡುತ್ತಿದ್ದುದಂತೂ ಖರೇ. ಒಮ್ಮೆ ಒಣಗಿದ ಮೇಲೆ ಬೆಂಕಿ ಹಚ್ಚಿ ನೆಲಸಮ ಮಾಡುವುದು ಸಲೀಸು. ಅರಣ್ಯ ಇಲಾಖೆ ಹಸಿಮರ ಕಡಿದರೆ ಶಿಕ್ಷಿಸುತ್ತದೆಯೇ ಹೊರತು, ಒಣಮರದ ನಾಶಕ್ಕೆ 'ಕ್ಯಾರೇ' ಅನ್ನುವವರಿಲ್ಲ.

ಇಷ್ಟಲ್ಲದೇ ವರ್ಷ, ಎರಡು ವರ್ಷಕ್ಕೊಮ್ಮೆ ಕಾಡ್ಗಿಚ್ಚು ಬರುತ್ತಿತ್ತಲ್ಲ. ಅದೂ ಊರ ಜನರ ಬೀಡಿ ಮೋಟು, ಬೆಂಕಿ ಕಡ್ಡಿಯ ಮಹಿಮೆಯೇ ಎನ್ನುತ್ತಿದ್ದ ಅಪ್ಪ. ಚಳಿಗಾಲದಲ್ಲಿ ಎಲೆ ಉದುರಿಸಿದ ಕಾಡಿನ ತುಂಬ ಒಣಹವೆ, ನೆಲದ ಮೇಲೆ ಹಾಸಿಕೊಂಡಿರುವ ಗರಿಗರಿ ದರಕು (ಒಣ ಎಲೆ). ಧಂಡಿಯಾಗಿ ಬಿದ್ದಿರುತ್ತಿದ್ದ ಸಾಗವಾನಿ ಎಲೆಗಳಂತೂ ಮುಟ್ಟಿದರೆ ಹಪ್ಪಳದಂತೆ ಪುಡಿಯಾಗಿರುತ್ತಿದ್ದವು. ಇಂಥ ಕಡೆ ಒಮ್ಮೆ ಕಿಚ್ಚು ಶುರುವಾಯಿತೆಂದರೆ ಇಡೀ ಕಾಡು ಧಗಧಗ ಉರಿಯುತ್ತಿತ್ತು. ಮನೆ ಸಮೀಪ ಕಾಡ್ಗಿಚ್ಚು ಆವರಿಸಿದಾಗ ನಾಲ್ಕೈದು ದಿನಗಳ ಕಾಲ ಗಾಳಿಯ ತುಂಬೆಲ್ಲ ಹೊಗೆಯ ಪರದೆ, ಕರಕಲು ವಾಸನೆ, ಬಿದಿರು ಮೆಳೆಗಳು ಪಟಪಟ ಸದ್ದಿನೊಂದಿಗೆ

ಒಡೆಯುತ್ತ ಅವುಗಳ ಪೊಳ್ಳಿನೊಳಗೆ ಬೆಂಕಿ ತುಂಬಿಕೊಳ್ಳುವ ಸದ್ದು... ಹಕ್ಕಿಗಳ ಆಕ್ರಂದನ, ಮಂಗಗಳ ಅರಚಾಟ... ನಮಗೆ ಚಡಪಡಿಕೆ.

ಒಮ್ಮೆ ಬೇಸಿಗೆ ರಜೆಯಲ್ಲಿ ನನ್ನ ಶಾಲಾಗೆಳತಿಯರು ನಮ್ಮ ಮನೆಗೆ ಬಂದಿದ್ದರು. ಆವತ್ತು ಮನೆ ಸಮೀಪದಲ್ಲೇ ಕಾಡ್ಗಿಚ್ಚಿನ ರುದ್ರ ನರ್ತನ. ಎಂದೂ ಕಾಡ್ಗಿಚ್ಚನ್ನು ನೋಡಿರದಿದ್ದ ಗೆಳತಿಯರೂ, ಸಾಕಷ್ಟು ನೋಡಿ ಮರುಗಿದ್ದ ನಾನು, ಅಕ್ಕ ಎಲ್ಲ ಒಟ್ಟಿಗೇ ನಮ್ಮನೆಯ ಹಿಂಬದಿ ಹೇಡಿಗೆ (ಕಟ್ಟೆ)ಯ ಮೇಲೆ ನಿಂತು ಬೆಂಕಿಯ ಪ್ರಕೋಪವನ್ನು ನೋಡುತ್ತಿದ್ದೆವು. ಸಂಜೆ ಸಮಯ... ಬೆಂಕಿ ಸುರುಳಿ ಸುರುಳಿಯಾಗಿ ಸುತ್ತಿಕೊಳ್ಳುತ್ತ ಬೇಲಿಯಾಚೆಯ ಕಾಡನ್ನು ಆವರಿಸಿಕೊಳ್ಳುತ್ತಿದ್ದರೆ, ಬಿದಿರ ಗಳುಗಳ ಲಟಪಟ ಬೊಬ್ಬೆ ಕಿವಿಗೇ ಬಡಿಯುವಂತಿತ್ತು. ಸೂರ್ಯ ಮುಳುಗುತ್ತಿದ್ದಂತೆ ಕಾಡಿಗೆ ವಾಪಸ್ ಬಂದ ಹಕ್ಕಿಗಳ ಆಕ್ರಂದನ ಏರತೊಡಗಿತು. ಸಂಜೆರಂಗಿನ ಜೊತೆ ಸ್ಪರ್ಧೆಗಿಳಿದಂತೆ ಕೆಂಪಿನ ಛಾಯೆ ಹರಡಿದ್ದ ಕಾಡ್ಗಿಚ್ಚಿನ ಬೆಳಕಿನಲ್ಲಿ ನಮಗೆ ಹಕ್ಕಿಗಳ ಕಪ್ಪು ಆಕಾರ ಮಾತ್ರ ಸ್ಪಷ್ಟವಾಗಿ ಕಾಣುತ್ತಿತ್ತು. ಒಂದು ಹಕ್ಕಿ, ಅದ್ಯಾವುದೋ ಏನೋ, ಗದ್ದೆ ಬಯಲಿನ ಕಡೆಯಿಂದ ಕಾಡಿನ ಕಡೆಗೆ ಹಾರುತ್ತ ಬಂದುದು... ಬೆಂಕಿಯ ಝಳಕ್ಕೋ ಇಲ್ಲ ಹೊಗೆಯಿಂದ ಉಸಿರು ಕಟ್ಟಿಯೋ... ಹಾರಾಟದ ನಡುವೆ ಇದ್ದಕ್ಕಿದ್ದಂತೆ ಪಟಪಟ ರೆಕ್ಕೆ ಬಡಿಯುವುದನ್ನು ನಿಲ್ಲಿಸಿ ಸೀದಾ ಕೆಳಗೆ... ಹೊತ್ತಿ ಉರಿಯುತ್ತಿದ್ದ ನೆಲಕ್ಕೆ ಬಿತ್ತು. ಪ್ರಜ್ವಲಿಸುತ್ತಿದ್ದ ಬೆಂಕಿಯ ಹಿನ್ನೆಲೆಯಲ್ಲಿ ಈ ಪುಟ್ಟ ಹಕ್ಕಿಯ ಹೋರಾಟ ಹಾಗೂ ದಾರುಣ ಅಂತ್ಯ ನಮ್ಮನ್ನು ಸ್ತಂಭೀಭೂತರನ್ನಾಗಿಸಿತ್ತು.

ಮತ್ತೊಮ್ಮೆ ಮನೆ ಸಮೀಪದಲ್ಲೇ ಮತ್ತೆ ಬೆಂಕಿ ಹರಡಿತ್ತು. ಸರಗೋಲು ಹತ್ತಿ ಕುಳಿತು ನೋಡುತ್ತಿದ್ದ ನನಗೆ ತಡೆದುಕೊಳ್ಳಲಾಗಲಿಲ್ಲ. ಸೀದಾ ನಮ್ಮ ಬೇಲಿಯಾಚೆಗೆ ಹೋಗಿ ಅಲ್ಲೇ ಇದ್ದ ಗಿಡದ ಒಂದು ಹಸಿರು ಹೆಣೆ ಮುರಿದುಕೊಂಡು ನೆಲಕ್ಕೆ ಹರಡುತ್ತಿದ್ದ ಬೆಂಕಿಯನ್ನು ರಪರಪ ಬಡಿದು ಆರಿಸಲು ಆರಂಭಿಸಿದೆ. ಬೆಂಕಿ ಒಮ್ಮೆ ಆರಿದಂತಾದರೂ ಇನ್ನೊಂದು ಪಕ್ಕದಲ್ಲಿ ಮತ್ತೆ ಹತ್ತಿಕೊಳ್ಳುತ್ತಿತ್ತು. ಅಲ್ಲಿ ಬಡಿಯಲು ಶುರುಮಾಡಿದರೆ ಇನ್ನೊಂದು ಕಡೆ ಹರಡುತ್ತಿತ್ತು. ಹೀಗೆ ಅರ್ಧತಾಸು ಬೆಂಕಿಯ ಕಬಂಧ ಬಾಹುವಿನ ಜೊತೆ ಬರೀ ಒಂದು ಸೊಪ್ಪಿನ ಚೆಂಡೆ ಹಿಡಿದುಕೊಂಡು ಗುದ್ದಾಡಿದರೂ ಅದನ್ನೊಂದು ಇಂಚು ಹಿಮ್ಮೆಟ್ಟಿಸುವುದೂ ಸಾಧ್ಯವಾಗಲಿಲ್ಲ. ಅಷ್ಟೊತ್ತಿಗಾಗಲೇ ನನ್ನ ಸುತ್ತಮುತ್ತ ಇದ್ದ ಬಿದಿರು ಮಟ್ಟಿಗಳಿಗೆಲ್ಲಾ ಬೆಂಕಿ ಹತ್ತಿ, ಅವುಗಳ ತಲೆಯಿಂದ ಮರಗಳಿಗೂ ಬೆಂಕಿ ಹರಡಿ ವಾತಾವರಣದಲ್ಲಿ ಕಾವು ಏರಿತ್ತು. ಈ ಮಧ್ಯೆ ನನ್ನ ಸುತ್ತಲೂ ಬೆಂಕಿಯ ವೃತ್ತ ಹೊತ್ತಿಕೊಂಡಿರುವುದು ಅರಿವಾಗಿ ಪರಮ ನಿರಾಶೆಯಿಂದ ಮನೆಗೆ ಮರಳಿದೆ. ಅಳುತ್ತಾ ಮನೆಗೆ ಬಂದ ನನ್ನ ನೋಡಿ ಅಮ್ಮನಿಗೆ ಆತಂಕ. ಏನಾಯಿತೆಂದು ಅನುನಯದಿಂದ ಕೇಳಿದಳು. ಬೆಂಕಿಯ ಜೊತೆ ಹೋರಾಡಿದ್ದು, ಸೋಲನ್ನೊಪ್ಪಿದ್ದು ಹೇಳಿದೆ. ಅಮ್ಮ ಭದ್ರಕಾಳಿಯಾದಳು,

'ಮಳ್ಳು ಹಿಡಿದ್ದ ನಿಂಗೆ? ಇಡೀ ಕಾಡು ಸುಡೋ ಕಿಚ್ಚಿನ ಜೊತೆ ನೀ ಸೊಪ್ಪಿನ ಚೆಂಡೆ ಹಿಡಕಂಡು ಹೋರಾಟ ಮಾಡ್ತ್ಯ? ಸ್ವಲ್ಪ ತಡಮಾಡಿದ್ರೆ ನಿನ್ನೂ ಸುಟ್ಟು ಹಾಕ್ತಿತ್ತು ಬೆಂಕಿ. ಸುಟ್ಟ ಕಾಡು ಏನೋ ಮತ್ತೆ ಚಿಗುರ್ತು. ನಿನ್ನ ಕತೆ ಏನಾಗ್ತಿತ್ತು?' ಎಂದು ಮರುಗಿದಳು. ನಾನು ಮೂಕಳಾದೆ.

ನೋಡುನೋಡುತ್ತಿದ್ದಂತೆಯೇ ನಮ್ಮನೆಯ ಸುತ್ತಮುತ್ತದ ಕಾಡು ಕರಗಿತು. ಕಾನದನಿ ಮಾಧುರ್ಯ ಕಳೆದುಕೊಂಡು ಬಯಲರೋದನವಾಯ್ತು. ಸುತ್ತ ನಿಟ್ಟಿಸಿದಷ್ಟು ದೂರಕ್ಕೆ ಬಯಲು ಕಾಣಲಾರಂಭಿಸುವ ಹೊತ್ತಿಗೆ ಹನುಮಾಪುರದ ಚಾರ್ಮ್ ಎಂಬುದು ಅತಿಕ್ರಮಣದ ಬೆಂಕಿ ತಗುಲಿ ಬೂದಿಯಾಗಿದ್ದು ಸ್ಪಷ್ಟವಾಗಿತ್ತು. ಅರಣ್ಯ ಇಲಾಖೆ ನಿಧಾನಕ್ಕೆ ಎಚ್ಚೆತ್ತುಕೊಂಡು, ಅತಿಕ್ರಮಣ ತಡೆ ಅಗಳಗಳನ್ನು ತೋಡಿಸಿತಾದರೂ ಒಮ್ಮೆ ನಶಿಸಿದ ಕಾಡು ಅಷ್ಟು ಸುಲಭಕ್ಕೆ ಬೆಳೆಯಲಾರದಲ್ಲ. ಮೇಲಿಂದ ವಿಪರೀತ ಜನಸಂಖ್ಯೆ, ಜಾತಿಯ ಹುನ್ನಾರಗಳು, ವೋಟ್‌ಬ್ಯಾಂಕ್ ರಾಜಕೀಯ ಇವು ಜನರನ್ನು ಬಿಟ್ಟು ಮರಗಿಡಗಳಿಗೆ ಎಂದಾದರೂ ಪ್ರಾಮುಖ್ಯತೆ ನೀಡಬಹುದೇ?

ಕೌಟುಂಬಿಕ ಕಾರಣಗಳಿಂದಾಗಿ ಅಪ್ಪ ಹನುಮಾಪುರದ ಜಮೀನನ್ನು ಮಾರಿ ಹುಟ್ಟೂರು ಬಾಳೇಸರಕ್ಕೆ ಬಂದುಳಿದು ಹತ್ತು ವರ್ಷಗಳೇ ಆಗಿವೆ ಈಗ. ಆ ಪರಿಸರವನ್ನು, ದೇವಗುಂಡಿಯ ಜಮೀನು–ಮನೆಯನ್ನು ಶಾಶ್ವತವಾಗಿ ಬಿಟ್ಟು ಬರುವ ದಿನ ನನ್ನ ಹೃದಯ ಭಾರವಾಗಿ ದುಃಖ ಉಮ್ಮಳಿಸಿ ಬಂದಿತ್ತು. ದೇಹದ ಒಂದು ಅಂಗವನ್ನೇ ಕಡಿದು ಇಟ್ಟಂತ ನೋವು ಕಾಡಿತ್ತು. ಈ ಪರಿಸರ ಇನ್ನೆಂದೂ ನನ್ನದಾಗದು ಎಂಬ ಸಂಕಟ ಜೀವ ಹಿಂಡಿತ್ತು. ಆದರೆ, ಕಾಡು ಜಮೀನಿಗೆ ಬಂದುಳಿದು ವಿಶ್ವಾಮಿತ್ರ ಸೃಷ್ಟಿ ಮಾಡಿದ್ದ ಅಪ್ಪ ಮಾತ್ರ ನಿರ್ಲಿಪ್ತನಾಗಿದ್ದ. 'ಇದರ ಋಣ ಇಷ್ಟೇ. ಜೀವನದಲ್ಲಿ ಯಾವುದೂ ಶಾಶ್ವತವಲ್ಲ' ಎಂದು ಮನೆ ಬೀಗವನ್ನು ಹೊಸ ಒಡೆಯರಿಗೆ ಇತ್ತು, ತಾನೇ ಗುಡಿ ಕಟ್ಟಿಸಿ ಪ್ರತಿಷ್ಠಾಪಿಸಿದ್ದ ನಂದಿಕೇಶ್ವರ ದೇವರಿಗೊಂದು ಸಾಷ್ಟಾಂಗ ನಮಸ್ಕಾರ ಮಾಡಿ ದೇವಗುಂಡಿಗೆ ಬೆನ್ನು ಹಾಕಿ ನಡೆದಿದ್ದ ಆತ. ಪ್ರತಿವರ್ಷ ಪ್ರತಿಷ್ಠಾಪನಾ ದಿನದಂದು ಅಪ್ಪ–ಅಮ್ಮ ಅಲ್ಲಿ ಹೋಗಿ ಪೂಜೆ ಮಾಡಿ ಬರುತ್ತಾರಾದರೂ ಅಣ್ಣ–ಅಕ್ಕ–ನನಗೆ ಮನಬಂದಷ್ಟು ಬಾರಿ ಅಲ್ಲಿ ಹೋಗಿ ಬರಲು ಸಾಧ್ಯವೇ ಆಗಿಲ್ಲ. 'ಹೋದರೂ ಉಪಯೋಗ ಇಲ್ಲ, ಹನುಮಾಪುರ ಮೊದಲಿನಂತಿಲ್ಲ. ಈಗಿನಕಿಂತ ನಮ್ಮ ನೆನಪಲ್ಲೇ ಅದು ಚಂದ ಇದ್ದು, ಹಸಿರು ಇದ್ದು' ಎನ್ನುತ್ತಾನೆ ಅಪ್ಪ.

ಆ ಮಾತು ನಿಜವೇ. ಬಿಟ್ಟು ಬಂದ ಊರುಗಳೆಲ್ಲ ನೆನಪುಗಳಲ್ಲೇ ಹೆಚ್ಚು ಸುಂದರವಾಗಿರುತ್ತದೆ. ವಾಸ್ತವ ಸಾಮಾನ್ಯವಾಗಿ ತಲ್ಲಣವನ್ನೇ ಉಂಟುಮಾಡುತ್ತದೆ.

ಬೋನಸ್ ಓದಿಗೆ

ಮುಂಡಗೋಡಿನ ಎಥ್ನಿಕ್ ಸಂತೆ

ಸೋಮವಾರ ಮುಂಜಾನೆ ಇನ್ನೂ ಏಳು ಗಂಟೆ. ಹನುಮಾಪುರದ ವಸತಿ ಬಸ್ಸು ಇವತ್ತು ಸ್ವಲ್ಪ ತಡವಾಗಿ ಪಯಣ ಆರಂಭಿಸಿದೆ.

ಬಸ್ಸಿನ ಒಳಗೋ... ಅದೇ ಒಂದು ಪ್ರಪಂಚ. ಜ್ವರದಿಂದ ನರಳುತ್ತಿರುವ ಮಗು, ಏಳು ತಿಂಗಳ ಹೊಟ್ಟೆ ಹೊತ್ತ ಎಳೆ ಬಸುರಿ, ಮೂರು ವರ್ಷದ ಮಗನ ಸಿಂಬಳ ಒರೆಸ್ತಿರೋ 'ಯಪ್ಪ', ಮಗಳ ಬಾಬ್ಬಿ ರಿಬ್ಬನ್ನಿಗೆ ಗೊಂಡೆ ಕಟ್ತಿರೋ 'ಯವ್ವ', ಎಲಡಿಕಿ ಚಂಚಿ ಜಾಲಾಡ್ತಿರೋ ಮುದಕವ್ವ, ಕಟ್ಟಿನಲ್ಲಿರೋ ಕೊನೇ ಬೀಡಿಯನ್ನು ಹೊರತೆಗೆದು ಬೆಂಕಿ ಕಿಡಿ ಅಂಟಿಸ್ತಿರೋ ಮುದಕಪ್ಪ– ಹತ್ತು ಹಲವು 'ಮಾರಿ'ಗಳು. ಮಾರಿ ಅಂದರೆ ಗೊತ್ತಲ್ಲ, ಮೋರೆ, ಮುಖ.

ಕಾಲಿಡುವ ಜಾಗದಲ್ಲಿ, ಹಿಂದಿನ ಸೀಟಿನಲ್ಲಿ ಭತ್ತದ ಕೊರೆ (ಅರ್ಧ ಚೀಲ), ಖಾಲಿ ಸಿಮೆಂಟ್ ಚೀಲದಲ್ಲಿ ತುಂಬಿದ ಜ್ವಾಳ. ಟಾಪಿನ ಮೇಲೆ, ಮೆಟ್ಟಿಲ ಮೇಲೆ, ಗಿಯರ್ ಬಾಕ್ಸ್ ಮೇಲೆ, ಹಿಂದಿನ ಏಣಿಯ ಮೇಲೆ ಜನರನ್ನು ತುಂಬಿಸಿಕೊಂಡ ಬಸ್ಸು ಸಿಂಗರಿಸಿದ ತೇರಿನಂತೆ ಮುಂಡಗೋಡದತ್ತ ಮುನ್ನಡೆಯುತ್ತಿದೆ.

ಸರಿಸುಮಾರು ಇದೇ ಸಮಯದಲ್ಲಿ ಇಂಥದ್ದೇ ಎಂಟ್ಹತ್ತು ಬಸ್ಸುಗಳು ಅರಿಶಿಣಗೇರಿ, ಮುಡಸಾಲಿ, ಸುಳ್ಳಳ್ಳಿ, ಚಳಗೇರಿಗಳಿಂದ ಮುಂಡಗೋಡದತ್ತ ಧಾವಿಸುತ್ತಿವೆ. ಒಳಗೆ ಅವೇ ದ್ಯಾಮವ್ವ, ಸುಂಕವ್ವ, ನಕಲೂಬಾಯಿಗಳು. ಅವೇ

ಫಕೀರಪ್ಪ, ಬಸವಣ್ಣಿ, ಗುರುಸಿದ್ಧಪ್ಪ, ಧೋಂಡುಗಳು. ಅದೇ ಝುಣಝುಣ, ಕಣಪಣ, ಹೂಂರೀ, ಇಲ್ರೀಗಳು.

ಇಂದು ಏರಿದ ಈ ರಂಗಿಗೆ ವಿಶೇಷ ಗಾಢತೆ ಇದೆ. ಇಂದು 'ಮುಂಡ್ಗೋಡ್ ಸಂತಿ'. ವಾರವಿಡೀ ಹೇಮಂತ, ಶಿಶಿರಗಳನ್ನು ಕಂಡ ಮುಂಡಗೋಡದಲ್ಲಿ ಸೋಮವಾರ 'ವಸಂತ ಹಬ್ಬ', ಟಾರು ರಸ್ತೆ ಮೇಲೂ ಇಂದು ಹೂವು, ಹಣ್ಣು ಅರಳುತ್ತವೆ.

ಸಂತೆ ದಿನ ಮುಂಡಗೋಡ 'ಚುರಮುರಿ ಒಗ್ಗರಣೆ' ಇದ್ದಂತೆ. ಅದೇ ಸೊಗಡು, ಅದೇ ವೈವಿಧ್ಯ. ನಾನಾ ವೇಷ, ನಾನಾ ಭಾಷೆಯ ಈ ಮಿಸಳ್‌ಭಾಜಿ ಒಂದು ಮಿನಿ ಭಾರತ.

ತಾಲ್ಲೂಕಿನಲ್ಲಿ ಬೆಳೆವ ಬತ್ತದ ತಳಿಗಳಿಗಿಂತ ಹೆಚ್ಚಿನ ವೈವಿಧ್ಯ ಇಲ್ಲಿನ ಜನರ ಮೈಬಣ್ಣದಲ್ಲಿದೆ. ಅವರ ವೇಷಭೂಷಣಗಳಲ್ಲಿದೆ; ಅವರ ಭಾಷೆಯಲ್ಲಿದೆ. ಒಡ್ಡರ ತೆಲುಗು ಮಿಶ್ರಿತ ಕನ್ನಡ, ಲಿಂಗಾಯತರ ಜವಾರಿ ಕನ್ನಡ, ಆಗೊಮ್ಮೆ ಈಗೊಮ್ಮೆ ಹಾಯುವ ಹವ್ಯಕರ ಅಪ್ಪಟ 'ಅಪ್ಪೇಹುಳಿ' ಕನ್ನಡ, ಮುಸಲ್ಮಾನರ ಉರ್ದುಗನ್ನಡ, ಸಿದ್ಧಿಗಳ ಕೊಂಕಣಿ ಮಿಶ್ರಿತ ಕನ್ನಡ, ಕೊಂಕಣಿಗರ ಬಾಯಿಂದ ಕೊಂಕಣಿ ದನಿಯಲ್ಲಿ ಹೊರಬೀಳುವ ಕನ್ನಡ... ಕನ್ನಡದಲ್ಲೇ ಇಷ್ಟೊಂದು ವೈವಿಧ್ಯ. ಇನ್ನು ಗೌಳಿಗರ ತುಲಾ, ಮಲಾ, ಝಾಲಾ... ಮಲೆಯಾಳಿಗಳ ಙಞಣನಮ, ಲಂಬಾಣಿಗರ ಕಚಟತಪ, ಇವೆಲ್ಲದರ ಜೊತೆ ಮಿರ್ಚಿ ಮಸಾಲೆಯಲ್ಲಿ ಇಂಗು ಇದ್ದಂತೆ ಟಿಬೇಟಿಯನ್ನರ ಕಂಯಿ, ಚುಂಯಿ, ಕಿನ್ ಗಿನ್... ಸಂತೇಪೇಟೆಯ ಮಧ್ಯೆ ಹೋಗಿ ನಿಂತರೆ ಹತ್ತೂ ದಿಕ್ಕುಗಳಿಂದ ಹತ್ತುಹನ್ನೆರಡು ಭಾಷೆ ಕಿವಿಯೊಳು ತೂರುತ್ತವೆ.

ಇನ್ನು ಸಂತೆಯೋ! ಇಲ್ಲಿನ ಗ್ರಾಮೀಣ ಜೀವನಕ್ಕೆ ಬೇಕಾದ ಎಲ್ಲ ವಸ್ತುಗಳು, ಎಲ್ಲಾ ಗಾತ್ರದಲ್ಲಿ ಸಂತೆಯಲ್ಲಿ ಲಭ್ಯ. ಚಟಾಕು ಉಪ್ಪು, ಪಾವು ಕಿಲೋ ಮೆಣಸು, ಪಾವು ಕಿಲೋ ಎಣ್ಣೆ, ಬೇಳೆ... ಎಲ್ಲ ಪಾವು, ಚಟಾಕುಗಳ ಲೆಕ್ಕದಲ್ಲೇ, ಜಾಸ್ತಿ ಖರೀದಿಸುವಂತಿಲ್ಲ. ಏಕೆಂದರೆ ಇಷ್ಟನ್ನು ಖರೀದಿಸುವಷ್ಟರಲ್ಲೇ ವಾರವಿಡೀ ಅವರು ದುಡಿದು ಗಳಿಸಿದ ರೊಕ್ಕ ಖಾಲಿಯಾಗಿರುತ್ತದೆ. ಉಳಿದ ಅಲ್ಪಸ್ವಲ್ಪ ಹಣ ದವಾಖಾನೆ ಔಷಧಕ್ಕೆ, ಅದೂ ಇದೂ ತಿನ್ನುವುದಕ್ಕೆ, ಗಂಡಸರಿಗಾದರೆ ಕುಡಿತಕ್ಕೆ ಬೇಕು. ಇವರ ಕೈಗೆಟಕುವ ಅಗ್ಗದ ಬೆಲೆಯ ಸೋಪುಗಳು, ಖ್ಯಾತ ಬ್ರಾಂಡುಗಳ ಹೂಬಹೂ ಇರುವ ನಕಲಿ ಮೈಸೋಪುಗಳು, ನೂರು ರೂಪಾಯಿಗೂ ಸಿಗುವ ಅಂಗಿ, ಚೊಣ್ಣ... ಎಲ್ಲ ಉಂಟು ಇಲ್ಲಿ.

ಬಳೆಗಾರರ ಬಳಿ ಯುವತಿಯರ ದಂಡು, ಸೀರೆಯವರ ಬಳಿ ನಾರಿಯರು, ಸೆರೆಯವರ ಬಳಿ ಪುರುಷರು. ಮಿಠಾಯಿ, ಪಾಪಡಿ ಕಂಡೊಡನೆ 'ಯವ್ವಾ' ಎಂದು

ಅವ್ವನ ಸೆರಗು ಜಗ್ಗುವ ಮಕ್ಕಳು. ಹೊಟೆಲ್‌ಗಳಲ್ಲಂತೂ ಜನ ಹೆಚ್ಚೋ, ನೊಣ ಹೆಚ್ಚೋ ಎಣಿಕೆಯೇ ಕಷ್ಟ.

ಸಂತೆಪೇಟೆಯಲ್ಲಿ ಸುಡುಗಾಡು ಸಿದ್ಧರು, ಜೋಗತಿ–ಜೋಗಪ್ಪಂದಿರು, ಕಂಬಳಿ ಹೊದ್ದ ಮೈಲಾರ ಲಿಂಗನ ಭಕ್ತರು, ಗುಡಮಾರಿಗಳು, ಬೈರಾಗಿಗಳು... ಎಲ್ಲೆಂದರಲ್ಲಿ ಪ್ರತ್ಯಕ್ಷ. ಅಂಗಡಿಕಾರರಿಂದ ಇವರಿಗೆ ಯಥೋಚಿತ ದಾನ. ಯಾವುದೋ ಅಂಗಡಿಯಲ್ಲಿ ಇವರಿಗೆ ಎಲೆ, ಅಡಿಕೆ ಹೋಳು, ಇನ್ನೊಂದೆಡೆ ಉತ್ತತ್ತಿ, ಲವಂಗ, ತಲೆಗಿಷ್ಟು ಕೊಬ್ಬರಿ ಎಣ್ಣೆ... ಅವರ ಕೊಟ್ಟಿದ್ದೇ ದಾನ. ಎಲ್ಲಕ್ಕೂ 'ಸೈ' ಅನ್ನೋದು ಇವರ ಜಾಯಮಾನ.

ಜಾಳಿಗೆಯನ್ನು ನೆನಪಿಸುವಷ್ಟು ನೆರಿಗೆಗಳನ್ನು ಮುಖದಲ್ಲಿ ಅಡ್ಡಾದಿಡ್ಡಿ ಹೊತ್ತ ಟಿಬೇಟಿಯನ್ ಹಣ್ಣುಹಣ್ಣು ಮುದುಕಿ ಅಂಗಡಿಯ ಕಟ್ಟೆಯೊಂದರ ಮೇಲೆ ಸ್ವೆಟರ್, ಕಾಲುಚೀಲ, ಮಫ್ಲರ್ ಮತ್ತಿತರ ಉಣ್ಣೆಯ ಉಡುಪುಗಳನ್ನು ಹರವಿಕೊಂಡು ಕುಳಿತಿದ್ದಾಳೆ. ಆಕೆ ಯಾವ ಗಿರಾಕಿಯನ್ನೂ ಕೂಗಿ ಕರೆಯುತ್ತಿಲ್ಲ. ಆದರೂ ಆಕೆಯತ್ತ ದೃಷ್ಟಿ ಹಾಯಿಸಿದ ಅಲ್ಲೊಬ್ಬರು, ಇಲ್ಲೊಬ್ಬರು ಆಕೆಯೆದುರು ನಿಂತು ಮಾರಾಟಕ್ಕಿಟ್ಟ ವಸ್ತುಗಳ ಮೇಲೆ ಕೈಯಾಡಿಸುತ್ತಾರೆ. ಹತ್ತು ನಿಮಿಷ ಹರುಕುಮುರುಕು ಹಿಂದಿಯಲ್ಲಿ ಚೌಕಾಸಿ ಮಾಡಿ ಒಂದು ವೂಲನ್ ಉಂಡೆಯನ್ನೋ, ಪುಟ್ಟ ಕಾಲುಚೀಲ ಜೋಡಿಯನ್ನೋ ಒಯ್ಯುತ್ತಾರೆ.

ಹಣೆ ತುಂಬ ವಿಭೂತಿಯ ಉದ್ದಾನುದ್ದ ಪಟ್ಟೆ ಹೊತ್ತ ಭರಮವ್ವ, ಮಲ್ಲವ್ವ, ಶಿವನಿಂಗವ್ವ ಅಂಗಡಿ ಅಲೆಯುತ್ತಿದ್ದಾರೆ. ಮನೆಯಲ್ಲಿ ವಿಭೂತಿ ಉಂಡೆ ಖಾಲಿಯಾಗಿದೆ, ಹಬ್ಬ ಬಂತು... ಹಬ್ಬದ ಸಾಮಾನು ಖರೀದಿ ಆಗಿಲ್ಲ, ಮಠಕ್ಕೆ ದಾನ ಕೊಡಲಿಕ್ಕೆ ಎಳ್ಳೆಣ್ಣೆ ಖರೀದಿ ಮಾಡಬೇಕು, ಮನ್ಯಾಗಿನ 'ಹಿರ್ಯಾ'ಗೆ ಗುಳಿಗಿ ತಗೋಬೇಕು ಇತ್ಯಾದಿ ಧಾವಂತ ಅವರಿಗೆ.

ಅವರ ಮುಂದೆ ಗೌಳೇರ ಗುಂಪೊಂದು ಹೊರಟಿದೆ. ತೊಡೆಯವರೆಗೆ ಎತ್ತಿ ಕಟ್ಟಿದ ದೂಳುಮಯ ಧೋತಿ, ಕಸೆ ಅಂಗಿ, ಕಿವಿಗೆ ಒಂಟಿ, ತಲೆಗೆ ರುಮಾಲು ಸುತ್ತಿಕೊಂಡು, ಕೈಯಲ್ಲಿ ತಗಡಿನ ಹಾಲಿನ ಕ್ಯಾನ್ ಹಿಡಿದ ಗೌಳಿ ಮಾಮಾಗಳು; ಪಟಗಚ್ಚೆ ಹಾಕಿ ಸೀರೆ ಉಟ್ಟು, ತಲೆಗೆ ಎಂಥದೋ ಒಂದಿಷ್ಟು ಕಾಡು ಹೂ ಮುಡಿದು, ಮೈತುಂಬ ಹಿತ್ತಾಳೆ, ಬೆಳ್ಳಿಯ ಎಂಥೆಂಥದೋ ಆಭರಣ ಹೇರಿಕೊಂಡು, ಟೈರ್ ಚಪ್ಪಲಿ ಮೆಟ್ಟಿ ನಡೆಯುತ್ತಿರುವ ಗೌಳಿ ಮಾಮಿಯರು. ಎಲ್ಲರ ಬಾಯಲ್ಲೂ ಧಾರಾಳ ಎಲಡಿಕೆ, ತಂಬಾಕು. ಬೆಳಗ್ಗೆ ಹಾಲು, ಖೋವಾ ಮಾರಿ ಸೀದಾ ಸಂತೆಗೆ ಬಂದಂತಿದೆ. ಆ ಹಣದಲ್ಲಿ ಈಟೇ ಉಪ್ಪು, ಈಟೇ ಖಾರಾಪುಡಿ, ಒಂದೀಟು ತರಕಾರಿ, ಎಲಡಿಕೆ, ಮಣ್ಣಿನ ಪಾತ್ರೆ ಖರೀದಿಸಿ ಸಿಕ್ಕಿದ ಬಸ್, 'ಟೆಂಪೋ' ಹಿಡಿದು ಹೊರಟರೆ ಈ ವಾರದ ಸಂತಿ 'ಝೂಲಾ'.

ಗುಂಗುರು ಕೂದಲು, ಅಚ್ಚಗಪ್ಪು ಬಣ್ಣ, ಇಸ್ತ್ರೀ ಮಾಡಿದ ಪ್ಯಾಂಟ್ ಶರ್ಟ್, ನೀಟಾಗಿ ನೆರಿಗೆ ಮಾಡಿ ಸೀರೆ ಉಟ್ಟು, ಪಿನ್ನು ಸಿಕ್ಕಿಸಿ ನಡೆಯುತ್ತಿರುವವರು ಮತ್ಯಾರೂ ಅಲ್ಲ, ಆಫ್ರಿಕನ್ ಮುಖದ ಸಿದ್ಧಿಗಳು. ಬಡತನದಲ್ಲೂ, ವೃತ್ತಿಯಲ್ಲೂ ಇವರಿಗೂ, ಇತರರಿಗೂ ಹೆಚ್ಚಿನ ವ್ಯತ್ಯಾಸ ಇಲ್ಲ. ಆದರೂ ಇದ್ದುದರಲ್ಲೇ ಸ್ವಲ್ಪ ಸ್ವಚ್ಛತೆ, ಸ್ವಲ್ಪ ಒಪ್ಪ ಓರಣ, ಚೂರು ಸೌಂದರ್ಯ ಪ್ರಜ್ಞೆ, ಹಣಬಳಕೆಯಲ್ಲಿ ಜಾಣತನ ಇದೆ. ಸಂತೆಪೇಟೆಯಲ್ಲಿ ಹತ್ತು ಮಂದಿ ಮಧ್ಯೆ ಇದ್ದರೂ ಅವರು ಬೇರೆಯಾಗಿ ಕಾಣುವುದು ಇದಕ್ಕೆ.

ಕೆಂಪು ಹಳದಿ ಬಟ್ಟೆ ಹೊದ್ದ ಲಾಮಾಗಳು, ಬಣ್ಣಬಣ್ಣದ ಫಳಫಳ ಹೊಳೆವ ಬಟ್ಟೆ ತೊಟ್ಟ ಲಂಬಾಣಿ ಗಂಡಸರು, ಹೆಂಗಸರು ಸಂತೆಪೇಟೆಯಲ್ಲಿ ಎತ್ತ ನೋಡಿದರತ್ತ ಕಣ್ಣಿಗೆ ಬೀಳುತ್ತಾರೆ.

ಮೂಲೆಯ ಅಂಗಡಿಯಿಂದ ಮಿರ್ಚಿ ಭಜೆಯ ಕಮರು ಪರಿಮಳ ಅಲೆಯೇಳುತ್ತದೆ. ಪಕ್ಕದಲ್ಲೇ ಸೆರೆ ಅಂಗಡಿ ಕುಡುಕರಿಗಂತೂ ಭಾರಿ ಅನುಕೂಲ. ಅಂಗಡಿಕಾರರಿಗೂ ಅಷ್ಟೇ, ಇವತ್ತು ಭರ್ಜರಿ 'ಯಾಪಾರ'. ಸಂಜೆಯಾಗುತ್ತ ಹೋದಂತೆ ಗಲ್ಲೆಯೊಳಗೆ ಲಕ್ಷ್ಮಿ ಕುಣಿಯತೊಡಗಿದರೆ, ಅಂಗಡಿ ಹೊರಗಡೆ ಕುಡುಕರು ಕುಣಿಯುತ್ತಾರೆ.

ಸುತ್ತಲಿನ ಯಾವುದೇ ಹಳ್ಳಿಯಲ್ಲಿ ಇಂದು ಕಮತ ಇಲ್ಲ. ಸೋಮವಾರ ಶಿವನ ದಿನವಾದ್ದರಿಂದ ಬಸವಣ್ಣನ (ಎತ್ತು) ಗಳೆ ಕಟ್ಟಬಾರದು ಎಂಬ ಅಲಿಖಿತ ನಿಯಮವೊಂದಾದರೆ, ಜೊತೆಗೆ ಸಂತೆಯೂ ಆದ್ದರಿಂದ ಇಂದು ಅಘೋಷಿತ ಸಾಮೂಹಿಕ ಸೂಟಿ. ನಗರವಾಸಿಗಳಿಗೆ ಶನಿವಾರ, ಭಾನುವಾರ ವೀಕೆಂಡ್ ಮೇನಿಯಾ ಕಾಡಿದರೆ, ಇಲ್ಲಿನ ಜನರಿಗೆ 'ಸೋಮವಾರ ಸನ್ನಿ'. ದವಾಖಾನೆಗೆ ಹೋಗಬೇಕೆಂದರೂ ಸೋಮವಾರವೇ ಆಗಬೇಕು, 'ಪಿಚ್ಚರ್' ನೋಡಬೇಕೆಂದರೂ ಸೋಮವಾರ. ಬತ್ತ ಮಾರಲೂ ಸೋಮವಾರ, ಬಟ್ಟೆ ಖರೀದಿಗೂ ಸೋಮವಾರ. ವಾರದ ದುಡಿತದ ಲೆಕ್ಕ ಚುಕ್ತಾ ಆಗುವುದು ಭಾನುವಾರ ಸಂಜೆ ಆದ್ದರಿಂದಲೂ ಈ ಪ್ರವೃತ್ತಿ ಬೆಳೆದಿರಬಹುದು.

'ಸಂತಿ' (ಖರೀದಿ) ಮಾಡುವವರಿದ್ದೂ ಒಂದು ನಿಶ್ಚಿತ ಪದ್ಧತಿ. ಮನೆಯ ಹೆಂಗಸರಷ್ಟೇ ಸಂತಿ ಮಾಡುವವರಾದರೆ, ಬೆಳಿಗ್ಗೆಯೇ ಬಂದು ಖರೀದಿ ಮುಗಿಸಿ ಸೂರ್ಯ ನೆತ್ತಿ ಮೇಲೆ ಬರುವುದರೊಳಗೆ ಮನೆ ಮುಟ್ಟಿರುತ್ತಾರೆ. ನೌಕರಸ್ಥರೇನಿದ್ದರೂ ಸಂಜೆ ಖರೀದಿಗೆ ಬರುವವರು. ಗಂಡಸರಷ್ಟೇ ಬರುವವರಾದರೆ ಮನೆಯಿಂದ ಹೊರಡುವುದೇ ಸಂಜೆ ಮೇಲೆ. ಗಂಡ-ಹೆಂಡತಿ ಇಬ್ಬರೂ ಬಂದರೆ, ಹೆಂಡತಿ ಖರೀದಿ ಮುಗಿಸಿ ಸಂಜೆ ಕವಿಯುವಷ್ಟರಲ್ಲಿ ಮನೆ ತಲುಪುತ್ತಾಳೆ. ಗಂಡ ಮನೆ

ಮುಟ್ಟುವುದು ನಿಶೆಯಲ್ಲಿ, ನಶೆಯಲ್ಲಿ. ಇದಕ್ಕೆ ಒಡ್ಡರು, ಲಂಬಾಣಿ, ಸಿದ್ಧಿ, ಟಿಬೇಟನ್ ಎಂಬ ಬೇಧ ಸುತಾರಾಂ ಇಲ್ಲ.

ದಿನವಿಡೀ ಉರಿದು ಸುಸ್ತಾದ ಸೂರ್ಯ ಸಂಜೆರಂಗನ್ನು ಹರಡಿ ಮರೆಯಾದ ಮೇಲೆ ಸಂತೆಪೇಟೆಗೆ ಸಮಾರೋಪ. ಅಂಗಡಿಕಾರರು ಒಬ್ಬೊಬ್ಬರಾಗಿ ಗಂಟುಮೂಟೆ ಕಟ್ಟುತ್ತಾರೆ. ಬಸ್ ನಿಲ್ದಾಣದಲ್ಲಿ ರಷ್ಷೋ ರಷ್ಷು. ಜನರನ್ನು ಹೊತ್ತ ಬಸ್ಸುಗಳು ಹಳ್ಳಿಗಳಿಗೆ ಮರಳುತ್ತಿವೆ. ಒಳಗೆ ಅವೇ ಜನ. ಚೀಲದಲ್ಲಿ ಬತ್ತದ ಬದಲಿಗೆ ಈಗ ಪಾವು ಎಣ್ಣಿ, ಚಟಾಕು ಬೆಣ್ಣಿ, ಹುಣಸೀಹಣ್ಣು, ಮುಳಗಾಯಿ... 'ಮುಂದಿನ ಸಂತೀ ಮಟಾ ಚಿಂತಿಲ್ಲ' ಮುದಕಮ್ಮನ ನಿಟ್ಟುಸಿರು.

ನನ್ನ ಬೆಚ್ಚನೆಯ ನೆನಪುಗಳಲ್ಲಿ...

ಬಾಲ್ಯದಲ್ಲಿ ನನಗೆ ಪರಿಸರ ಪಾಠ ಬೋಧಿಸಿದ, ವನ್ಯಜೀವಿಗಳನ್ನು ಮುಖಾಮುಖಿಯಾಗಿಸಿ ರೋಚಕ ಅನುಭವ ಒದಗಿಸಿದ ಹನುಮಾಪುರ ಆಸುಪಾಸಿನ ಕಾಡು ಇಂದು ಮೊದಲಿನ ಜೀವಂತಿಕೆ ಉಳಿಸಿಕೊಂಡಿಲ್ಲ. ಒಮ್ಮೆ ಸೊಂಪಾಗಿದ್ದ ಕೂದಲು ವರ್ಷಗಳುರುಳಿದಂತೆ ತಾನೂ ಉದುರಿ, ನೆತ್ತಿ ಅಲ್ಲಲ್ಲಿ ಬತ್ತಲಾಗುವಂತೆ ಕಾಡೂ ಬಹಳೆಡೆ ಬಯಲಾಗಿದೆ, ಹಲವೆಡೆ ಹೊಲವಾಗಿದೆ. ವಸಾಹತುದಾರರ ಆಕ್ರಮಣಕ್ಕೆ ಬೆಚ್ಚಿ, ಮೂಲನಿವಾಸಿಗಳು ಮೂಲೆ ಸೇರುವಂತೆಯೇ, ಇಲ್ಲಿನ ಪ್ರಾಣಿಗಳೂ ಮರೆಗೆ ಸೇರಿವೆ. ಮೊದಲಿನ ಆ ದಟ್ಟತೆ, ಶ್ರೀಮಂತಿಕೆ ಉಳಿದುಕೊಂಡಿದ್ದರೆ ಅದು ಎಲ್ಲೋ ಒಂದೆರಡು ಅಗಮ್ಯ ಜಾಗಗಳಲ್ಲಿ, ನನ್ನಂಥ ಹಲವರ ಬೆಚ್ಚನೆಯ ನೆನಪುಗಳಲ್ಲಿ ಮಾತ್ರ.

9788196434625

FCW - #0229 - 061026 - C0 - 216/140/6 - PB - 9788196434625 - Matt Lamination